HADITHI YAKO YA KWELI

Kitabu hiki kimewekwa wakfu kwa Yesu–Shujaa wa hadithi yetu.

Maoni Juu ya *Hadithi Yako ya Kweli*

"Baba yangu aliandika kauli maarufu kwamba Mungu anafanya kazi karibu nawe kila wakati. Unapaswa kujua ni wapi anafanya kazi ili ujiunge naye. Susan Freese alipata kushuhudia hilo! Alipomwambia baba yangu mambo ya ajabu ambayo Mungu alikuwa akitenda maishani mwake, baba yangu alimhimiza ayachapishe ili wengine wengi waweze kubarikiwa na safari yake. Ulichonacho mkononi ndio matokeo. Najua kitakutia moyo. Mungu anafanya kazi maishani mwako pia. Ikiwa utajiunga naye, atakupeleka katika safari utakayoikumbuka milele!"

Dkt. Richard Blackaby, rais wa Blackaby Ministries International, mwandishi mwenza wa kitabu kinachoitwa *Experiencing God* (*Kukutana na Mungu*).

"Kitabu hiki kina mafundisho ya kina, yaliyotafakariwa vyema, ya kimantiki na yanayofaa- maneno haya yanaeleza mtazamo wa Susan Freese katika kuwatayarisha wafuasi wapya wa Kristo kuishi maisha yanayomheshimu Mungu. Maneno mengine ya sifa yanayopaswa kuongezwa ni kama vile; mafundisho ya kiutendaji, ya kuelimisha, na yaliyochunguzwa vyema. Kwa hivyo, *Hadithi Yako ya Kweli* itawaongoza kwa utaratibu waumini wote kuishi maisha ya Kikristo na kuwatayarisha kwa ajili ya jitihada hiyo. Nina imani kuwa mwongozo huu utawasaidia wale wanaomwamini Kristo, wachanga na wakomavu, kutimiza maagizo matano ya Kumbukumbu La Torati 10:12: kumcha, kwenda katika njia zake, kumpenda, kumtumikia, na kumtii ... Bwana Mungu wako. Kila mwanafunzi wa Yesu anapaswa 'kukipata kitabu hiki' (imekusudiwa kuchekesha)!"

Dkt. Archie England, mwenyekiti wa Mafunzo ya Biblia huko New Orleans Baptist Theological Seminary

"Kama mchungaji wa wanawake, siku zote huwa natafuta zana kamili, iliyo rahisi kuelewa, na iliyo sahihi kitheolojia kwa ajili ya waumini wapya au wachanga. Hii ndio zana hiyo. Nimepata bahati ya kuhudumu pamoja na Susan Freese kwa miaka kadhaa. Maisha ya watu yamebadilishwa kupitia ufahamu wake thabiti wa Maandiko, utiifu kwa mwongozo wa Roho Mtakatifu, na shauku yake ya kuwafunza wanawake. Anaamini kwa dhati kwamba tunaweza kubadilisha ulimwengu kwa kuwaandaa watu kuwa wanafunzi watakaowafanya wengine pia kuwa wanafunzi. Kitabu chake kinatimiza haya kwa uwazi."

Kelley Hastings, mchungaji wa wanawake katika kanisa la Chets Creek

"*Hadithi Yako ya Kweli* ni kitabu kisichopitwa na wakati kwa vizazi vyote. Uwezo wa Dkt. Susan Freese wa kuonyesha ushirikiano uliopo kati ya mambo ya kiutendaji na mambo ya kutia moyo ni wa kipekee. *Hadithi Yako ya Kweli* itavisaidia vizazi vyote vya Wakristo bila kujali kiwango walipo katika safari yao ya kiroho. Hasa kwa wale tunaojifunza kwa matendo, tutaufurahia 'mwelekeo huu' ulioundwa kwa umakini ili kutusaidia kujiandikia hadithi yetu ya kweli. Ni 'cha lazima kusoma' kwa Wakristo wapya na bado ni changamoto kwa Wakristo wakomavu zaidi."

Mac D. Heavener Jr., rais, Chuo cha Trinity Baptist

"Mojawapo ya vifaa bora zaidi vya kufunza ambavyo nimewahi kusoma. Ni rahisi kusoma, lakini pia kinachanganua mawazo ya msomaji na kinalenga maudhui moja kwa moja. Mwongozo huu wa kila siku utakuwa muhimu kwa mtu yeyote kujikuza kiroho; awe anataka kujua jinsi imani kwa Yesu inavyofanana au mfuasi aliyezoea kumfuata yesu. Mwongozo huu unaweza kutumika na tamaduni zozote au kwenye eneo lolote la kijiografia duniani. Kitabu hiki kitakuwa chombo muhimu cha ufuasi katika kisanduku changu cha zana za huduma kuanzia leo. Hiki ni kitabu kitakachoathiri ulimwengu kwa vizazi vingi!"

Chris Price, mchungaji wa Kanisa la Chets Creek huko Nocatee, aliwahi kuwa mchungaji wa misheni

"*Hadithi Yako ya Kweli* ni rasilimali muhimu kwa wale wanaotaka kutambua muundo wao wa kiungu. Ni mafundisho ya kina yatakayojibu maswali mengi uliyo nayo kuhusu safari yako ya kiroho. Kama kiongozi wa huduma kwa wanawake, wengi huniuliza mara kwa mara, 'Je, nitaanzia wapi nikitaka kuwa na uhusiano binafsi na Yesu?' 'Je nitaelewaje ujumbe ulionao Biblia kwa ajili yangu?' *Hadithi Yako ya Kweli* itajibu maswali haya na kukuelekeza ili ufahamu maisha yako mapya na Yesu kwa kina."

Betzaida Vargas, Mwanzilishi na mkurugenzi mtendaji wa Samaritana del Pozo

"Uzuri na nguvu ya *Hadithi Yako ya Kweli* inatokana na kujitolea kwa Susan kuunganisha theolojia bora ya injili ya uanafunzi na mwongozo wa kufanya wanafunzi unaoweza kutumiwa na watu wote sehemu yoyote. Kwa kiwango fulani, kitabu hiki kinavutia na ni rahisi kusoma; kwa kiwango kingine, uwazi wake unachochea maono ya kuwa na vuguvugu la kimataifa la kufanya wanafunzi."

Bob Bumgarner, kiongozi wa mikakati ya kimisionari wa Chama cha Wabaptisti cha Jacksonville

"Nimepata fursa ya kumwona Susan akifundisha na kuonyesha kanuni hizi kwenye uwanja wa misheni. Ana moyo wa kumwona Mungu akitukuzwa, waumini wapya wakikua, na kanisa likipanuka. Shauku hii inajitokeza katika *Hadithi Yako Ya Kweli*, ambayo inazingatia mambo muhimu ya imani katika safari itakayobadili maisha. Utajua upendo wa Mungu kwa undani zaidi na kuwasaidia wengine kuugundua pia."

Scott Ray, mkurugenzi wa tathmini na uteuzi wa Bodi ya Misheni za Kimataifa

"Susan Freese kwa muda mrefu amekuwa na hamu kubwa ya watu wote kumjua na kumpenda Mungu kikamilifu. *Hadithi Yako Ya Kweli* ni kazi ya moyo wa Susan ya kutoa nyenzo inayoweza kuwasukuma watu wote kuwa na imani zaidi katika Mungu. Uandishi wake ni rahisi na wa moja kwa moja kiasi cha kupokelewa vyema duniani kwote, lakini pia ni changamano vya kutosha kumpa msomaji changamoto ya kujichunguza na kujitafakari kikweli. Ikizingatia ukweli wa Maandiko, nyenzo hii inachunguza na kueleza jinsi

Mungu alivyoanzisha uhusiano nasi na mwitikio wetu sahihi kwa uhusiano kwake. *Hadithi Yako Ya Kweli* inatumika kama nyenzo fanisi, ya kupendeza sana na ya kimsingi kwa watu wachanga katika imani ya Kikristo au wale ambao wamekua wafuasi wa Mungu kwa muda mrefu—na wote walio katika kiwango cha katikati."

Christy Price, mke wa mchungaji na kiongozi wa huduma ya wanawake katika Kanisa la Chets Creek huko Nocatee

"Kitabu hiki kitakuongoza kujijua wewe ni nani kama mwabudu na mfuasi wa kweli wa Kristo. Unapojijua kikweli, jambo moja ni hakika—kila kitu hubadilika! Utapata hadithi yako ya kweli ikitimia kupitia maandishi haya ya kutia moyo. Ningemhimiza kila mfuasi wa Kristo, awe mchanga au mkomavu, kujitolea kwa siku 50 ili kusoma na kutafakari maneno ya kitabu hiki. Jambo moja ninaloweza kukuahidi: nguvu za Mungu zitafichuliwa na kushuhudiwa kwa njia ambazo zitakuathiri si wewe tu bali pia eneo la ushawishi ambalo Mungu ameweka karibu nawe."

Dkt. Jeffery L. Crick, DO, kiongozi wa No Place Left Disciple-Making Movements

"Susan Freese ni mtumishi mwaminifu wa Kristo. Nina uhakika kuwa ukweli uliomo katika mafundisho haya utatumiwa na Roho Mtakatifu kuwaongoza watu wengi KUMJUA Yesu kama Mwokozi, KUMPENDA Yesu kama Bwana, na KUMTUMIKIA Yesu kwa kuitii Biblia. Yote kwa Utukufu wa Mungu."

Ginger Soud, mwanakamati wa jimbo la Florida

"Susan na timu yake wametengeneza mwongozo mzuri sana kwa wafuasi wapyawa Yesu Kristo ambao utawaandaa kuenenda katika maisha yao ya Waefeso 2:10. *Hadithi Yako Ya Kweli* itawapa waumini wote ujumbe, nyenzo, na zana za kuishi maisha yanayotimiza Agizo Kuu kwa kuwafunza wafuasi watakaowafunza wafuasi wengine".

Bob Shallow, mwenyekiti msimamizi wa C12

"Kama Wakristo, mara nyingi huwa tunastarehe katika safari yetu ya imani na kudhani kwamba wengine watajua jinsi ya kukuza imani yao na kuishi maisha ya Kikristo pindi tu wanapotambulishwa kwa Yesu. Susan Freese hana dhana hiyo na kwa hekima ametoa *Hadithi Yako Ya Kweli* kama safari inayokusudia kujenga imani na kumfuata Kristo. Ni cha lazima kwa kila muumini na kinaweza kutumika wakati wowote katika hadithi yao wenyewe."

Lauren Crews, MDiv, mwandishi aliyetuzwa kwa ajili ya ya kitabu chake cha *Strength of a Woman: Why You Are Proverbs 31*

"Ni heshima kubwa kuwa mchungaji wa Susan na Brett Freese na kupendekeza kwa moyo wangu wote kitabu chake, *Hadithi Yako Ya Kweli*, kwako. Nimekuwa na fursa ya kumwona Susan akikua katika uhusiano wake na Kristo na kushuhudia Mungu alipomwita katika huduma. Kuanzia kuchukua hatua ya imani, kuacha wadhifa wa hadhi ya juu katika shirika la kibiashara, hadi kwenda katika chuo cha Biblia na kuwaandaa wanawake kote ulimwenguni, amechagua kufanya kila kitu kwa ubora wa hali ya juu. Mungu amemtumia kwa njia kubwa, na kitabu hiki ni hatua inayofuata katika safari yake ya kuleta mabadiliko katika maisha ya watu. Ninatazamia kuitumia nyenzo hii kuu katika kanisa letu na natumai wewe pia utaitumia."

Spike Hogan, mchungaji mkuu wa Kanisa la Chets Creek

"*Hadithi Yako Ya Kweli* ni ramani inayoweza kumuelimisha mtu yeyote, awe anaanza safari yake ya kiroho au anaianza upya. Iwapo msomaji ataikubali safari hii ya siku 50 yenye Maandiko mengi, 'atageuzwa kwa kufanywa upya nia yake ... kujaribu na kujua mapenzi ya Mungu' (Warumi 12:2)."

Tammie McClafferty, EdD, MAR, MAT, mkurugenzi mtendaji wa Lifework First Coast

"Baada ya kuhudumu kama mchungaji kwa miaka 35 na kuongoza mafunzo ya wachungaji nchini Urusi na India kwa miaka 22, nimegundua kwamba kuna hitaji moja muhimu sana ulimwenguni kote—hitaji la kufanya wanafunzi halisi. Wanafunzi halisi waliojikita kwa kwa njia thabiti katika uhusiano wao na Kristo na Neno Lake, na wana hamu ya kukamilisha misheni Yake katika mazingira yao ya kijiografia, kifamilia, na kijamii. Rafiki yangu na mbeba maono, Susan Freese, amehisi hitaji hili kwa kina, na amefanya jambo kulihusu. Mwongozo wake, *Hadithi Yako ya Kweli*, unamwongoza mshiriki katika safari ya uhusiano thabiti wa kila siku na Kristo kupitia Neno Lake na maombi kwa nguvu ya Roho Mtakatifu. Lengo lake kuu ni kumshirikisha kila muumini kumuelewa Mungu, kuielewa nafasi yao katika Kristo, na kukua katika kusudi la Mungu maishani mwao. Zana muhimu kama hii italeta mabadiliko katika makanisa kote ulimwenguni. Mungu aifanye isikizwe katika mataifa mengi."

Wes Slough, mchungaji-mkufunzi wa Saturation Church Planting

"*Hadithi Yako Ya kweli* ni rasilimali muhimu sana. Inazingatia mambo mengi, hata hivyo, kwa maoni yangu, hakuna neno hata moja lililotumiwa bila kusudi. Utapenda jinsi maudhui yameelezwa kwa uwazi na kupangwa kimantiki, yakiwemo maelezo kwa mtazamo wa picha kubwa, mifano bora na hatua za ufuatiliaji zinazoweza kutekelezwa. Kila siku imejaa Maandiko, na sehemu nne za matumizi ya kila siku zitakusaidia si katika kukua tu bali pia katika kubadilika. Ninaamini kwamba safari hii ya imani ya siku 50 itakuwa jambo la kufanya tena na tena kama ukumbusho na zana ya kuwafanya wengine kuwa wanafunzi. Sijawahi kupata mwongozo kamili zaidi wa kuwaongoza waumini wote kama huu, na ninaupendekeza kwa kiwango cha juu zaidi. Pata kitabu hiki, waalike marafiki kadhaa, na ujitolee kwa hizo siku 50. Itakuwa ni jambo lenye MANUFAA sana!"

Riann Boyd, mfanya wanafunzi na kiongozi wa huduma

HADITHI YAKO YA KWELI

MWONGOZO MUHIMU WA SIKU 50 KWA AJILI YA MAISHA YAKO MAPYA NA YESU

SUSAN FREESE

Asilimia 100 ya mapato halisi kutoka kwa kitabu
hiki itafadhili huduma zinazosaidia wanawake
na watoto wanaodunishwa kote ulimwenguni.

2021 kimeandikwa na Susan Freese

Kimechapishwa katika Jacksonville, Florida, na All In Ministries Books.

Majina ya Makala yaliyoandikwa na All In Ministries Books yanaweza kununuliwa kwa mafungu kwa ajili ya elimu, biashara, kuchangisha pesa, au matumizi ya matangazo ya kibiashara. Kwa taarifa zaidi, tafadhali tuma barua pepe kwa contact@allinmin.org.

Mchoro wa Jalada na Danita Brooks

Nambari ya Kudhibiti ya Maktaba ya Congress: 2021900138

ISBNs:
978-1-958535-07-3
978-1-958535-08-0 (Ebook)

Yaliyomo

Karibu

Kitabu hiki ni kwa wale wanaotamani kuwa na uhusiano wa karibu na Yesu. Ni kwa ajili ya wale wanaotaka kutumia kweli takatifu katika maisha yao—bila kulazimika kujifunza kweli hizo milele. Ni cha wale ambao *hawataki* imani ya kidini ya kawaida, imani ya siku moja kwa wiki.

Kurasa za kitabu hiki zina hazina za uzima zilizofungwa kwa maneno yanayosubiri kufunguliwa. Imenichukua takriban miaka 50 kukusanya hazina hizi, kuzitumia maishani, na sasa kuzishiriki na wewe. Iwapo unaanza uhusiano wako na Yesu au unauanza upya, ninakualika katika safari hii ya imani ya siku 50 itakayokuongoza katika hatua utakazofuata pamoja Naye. *Hutasikia* hadithi za kibinafsi (isipokuwa hadithi za kweli kutoka kwa Neno la Mungu) kwa sababu hii haihusu safari ya imani ya mtu mwingine. Ni safari *yako* ya imani.

Kila wiki utajifunza zaidi kuhusu simulizi linalosimuliwa katika Biblia. Sehemu ya 1 inaanza na onyesho pana la hadithi kuu ya Mungu. Kisha, tutazingatia nafasi yako na kusudi lako katika Hadithi ya Mungu. Msingi huu wa kubadilisha maisha utaimarisha mambo muhimu kuhusu imani yaliyoangaziwa katika sehemu ya pili ya safari hii. Katika hatua hii, Sehemu ya 2 pia inakuwa mwongozo wa nyenzo unayoweza kurejelea kadri hali zisizotarajiwa maishani zinavyokuja. Utagundua siri za maisha ya Kikristo, kama vile jinsi ya kukaa ndani ya Kristo, kutokuwa na shaka, kushinda majaribu, na kumwabudu Mungu wakati wa mateso. Utajifunza pia njia za kiutendaji za kusoma Biblia, kushiriki imani yako na wengine, na kuomba. Ikiwa haujaanza uhusiano na Yesu, utakuwa na nafasi ya kuchukua hatua hiyo. Maombi yangu katika kushiriki mafundisho haya ya maisha ni kwamba utapata kujua upendo wa Mungu, ufurahie sehemu yako katika Hadithi ya Mungu, na *ujifunze kutoka kwa makosa yangu.*

Katika ukuaji wangu, nilimwamini Yesu kama yule aliyesamehe dhambi zangu lakini sikujua kumfuata kama kiongozi wa maisha yangu. Kutojua huko kuliligharimu—kupitia kufuata mambo ya kidunia, kuwa na mawazo yasiyofaa, na kuishi maisha ya ubinafsi. Ingawa nilimpenda Yesu, kutoelewa kikamilifu jukumu lake maishani mwangu kulinifanya nisiwe na utulivu wala furaha. Kazi yangu ilinikengeusha, na imani yangu hafifu iliniacha na njaa ya kiroho.

Lakini katika kipindi hicho kigumu, Mungu alinisimamisha na kunifunulia kile nilichokuwa nimekosa maishani mwangu: uhusiano wa kila siku Naye ... lakini zaidi ya hilo, urafiki wa karibu sana Naye.

Natamani ningeweza kukuambia kwamba nilisalimisha kila kitu Kwake wakati huo na kuanza kumwamini Yesu si tu kwa ajili ya wokovu wangu bali pia katika kila sehemu ya maisha yangu–lakini nilisitasita. Nilihofia kile ambacho kingewatendekea watoto wangu iwapo ningempa Mungu uongozi maishani mwangu. Je, watoto wangu wangeteseka kwa ajili ya kujisalimisha kwangu? Je, ningepokonywa watoto wangu iwapo ningempa Mungu kila kitu? Kisha, mwanamke mmoja kanisani akanieleza kwa upole jinsi Mungu alivyowapenda wanangu zaidi kuliko nilivyowahi kuwapenda. Niligundua kwamba jukumu langu kuu kama mama (au jukumu lingine lolote maishani mwangu) lilikuwa kumpenda Mungu kwa moyo wangu wote, kwa nafsi yangu yote, kwa akili yangu yote, na kwa nguvu zangu zote (Marko 12:30)–kujitoa kwake kikamilifu kwa sababu *amejitoa kwangu kikamilifu.*

Kila kitu kilibadilika nilipomwalika Mungu ayatawale maisha yangu. Sikuyaona maisha tena kupitia lenzi za giza na wasiwasi au malengo ya kibinafsi bali kwa macho ya imani. Hatua hizo za utiifu na uaminifu zilinileta karibu zaidi na Mungu. *Nilimtamani* zaidi, na nilitamani *anijue* zaidi. Kupitia safari hii, nilimjua Mungu, sababu ya kuumbwa kwangu, na jinsi ya kuishi vizuri. Nilipata hadithi *yangu* katika Hadithi ya Mungu ya Kweli.

Hadithi yangu ilipojitokeza, Mungu aliniongoza na kunielekeza katika kufanya huduma ya wakati wote na kwenda katika chuo cha Biblia. Alinipa fursa ya kusimulia yale niliyokuwa nikijifunza katika mazingira na nchi mbalimbali. Haijalishi nilitumika wapi, hitaji lilikuwa lile lile–kuwa na uhusiano halisi na Yesu. Kwa neema ya Mungu, matokeo yalikuwa yale yale pia–maisha yaliyobadilishwa kwa njia nzuri. Kupitia kutiwa moyo na mume wangu na wachungaji, All In Ministries International ilizaliwa, na ikakua. Makanisa ya hapa nyumbani na wamishonari waliomba niandike matukio hayo. Lakini nilisita tena. Mungu alitumia mazungumzo na Dkt. Henry Blackaby[1] kunitia moyo kuchukua hatua hii ya kuandika—kuweka katika kitabu kimoja kila kitu ambacho nilitamani ningejua nilipoanza uhusiano na Yesu. Maombi yangu ya kupata usaidizi yalijibiwa katika kila hatua ili kuandika *Hadithi Yako ya Kweli*. Kitabu hiki hakijakusudiwa kuwa kikamilifu, lakini kina kweli za kuleta uzima ambazo zilibadilisha maisha yangu na ya wengine wengi.

Ni zamu yako sasa. Nakualika ujiunge nami katika safari hii ya kupitia *Hadithi Yako ya Kweli* kwa usomaji wa siku 50 zijazo—sura iliyochaguliwa kimakini katika Hadithi ya Mungu na hivi karibuni natumai itakuwa hadithi yako. Haitakuwa rahisi au bila maumivu kila wakati, lakini ni heri kujitolea ili kujua hadithi yako ya kweli. Mabadiliko si rahisi, na una uhuru wa kuchagua jinsi utakavyoyachukulia. Mwamini Mungu kwa hatua hizi zinazofuata au ubaki ulivyo.

Unapochagua kumwamini Mungu kupitia sura hizi fupi, utahisi upendo wa ajabu, furaha isiyo na kifani, na amani isiyo ya kawaida. Mabadiliko haya yatakusaidia kuishi katika umoja na Mungu kila siku na kukutayarisha kwa maisha ya milele. Hatimaye, utajua hadithi *yako* ya kweli kama sehemu ya Hadithi ya Mungu ya Kweli.

Ninakuombea uwe kama yule mwanamke kanisani ambaye alinieleza ukweli kwa upole. Ninakuombea kwamba kwa upole utamwalika mtu mwingine kisha mwingine na kisha mwingine katika safari ya kugundua upendo mkuu wa Mungu na mpango wake kwa uumbaji wake. Hivyo ndivyo Mungu alivyopanga maisha yetu: *kubadilishwa* na *kuleta* mabadiliko kwa wengine.

Utukufu wa Mungu ni thawabu kwetu,
Susan Freese
Yohana 3:30

---

1 Dkt. Blackaby ni mchungaji wa kimataifa, mwandishi, na mwanzilishi wa Blackaby Ministries International. Anajulikana sana kwa mafundisho yake ya Biblia ya *Experiencing God (Kukutana na Mungu)*.

Wasomaji Kote Duniani

Mwongozo huu ni kwa watu wote katika vikundi vyote vya imani ya Kikristo duniani kote. Ingawa mitindo yetu ya kuabudu ni tofauti, tumeunganishwa na imani yetu: Yesu Kristo ni Bwana, Biblia yote ni ya kweli kabisa, na kila muumini ana sehemu muhimu katika Hadithi ya Mungu. Mwongozo huu unakamilisha warsha za kufanya wanafunzi zinazotolewa na All In Ministries International. Kwa habari zaidi na zana za bure, tembelea www.allinmin.org.

Kupitia Biblia

Mafundisho haya yanajumuisha kupitia Biblia na jinsi ya kuisoma katika wiki ya 5. Tutatumia tafsiri kadhaa za Biblia zinazoaminika ili kukusaidia uone ujumbe wa Mungu kwa uwazi. Utasaidika ukiwa na Biblia tayari kwa ajili ya somo la kila siku.

Tunaporejelea vifungu vya Biblia, kitabu cha Biblia kimeorodheshwa kwanza, kikifuatwa na Mlango na kisha mstari/mistari iliyo ndani ya sura hiyo. Kwa mfano, Yohana 3:16 inarejelea Injili ya Yohana katika Agano Jipya (isichanganywe na 1 Yohana), sura ya 3, mstari wa 16.

Yohana (Kitabu) 3 (Sura): 16 (Mstari)

Vitabu vya Agano la Kale na vifupisho vyao:*

Mwanzo (Mwa.)
Kutoka (Kut.)
Mambo ya Walawi (Law.)
Hesabu (Hes.)
Kumbukumbu la Torati (Kum.)
Yoshua (Yos.)
Waamuzi (Amu.)
Ruthu (Rut.)
1 Samweli (1 Sam.)
2 Samweli (2 Sam.)
1 Wafalme (1 Fal.)
2 Wafalme (2 Fal.)
1 Mambo ya Nyakati (1 Nya.)
2 Mambo ya Nyakati (2 Nya.)
Ezra (Ezr.)
Nehemia (Neh.)
Esta (Est.)
Ayubu (Ayu.)
Zaburi (Zab.)

Mithali (Mit.)
Mhubiri (Mhu.)
Wimbo wa Sulemani (Wim.)
Isaya (Isa.)
Yeremia (Yer.)
Maombolezo (Omb.)
Ezekieli (Eze.)
Daniel (Dan.)
Hosea (Hos.)
Yoeli (Yoe.)
Amosi (Amo.)
Obadia (Oba.)
Yona (Yon.)
Mika (Mik.)
Nahumu (Nah.)
Habakuki (Hab.)
Sefania (Sef.)
Hagai (Hag.)
Zekaria (Zek.)
Malaki (Mal.)

Vitabu vya Agano Jipya na vifupisho vyao:*

Mathayo (Mt.)
Marko (Mk.)
Luka (Lk.)
Yohana (Yn.)
Matendo (Mdo.)
Warumi (Rum.)
1 Wakorintho (1 Kor.)
2 Wakorintho (2 Kor.)
Wagalatia (Gal.)
Waefeso (Efe.)
Wafilipi (Flp.)
Wakolosai (Kol.)
1 Wathesalonike (1 Thes.)

2 Wathesalonike (2 Thes.)
1 Timotheo (1 Tim.)
2 Timotheo (2 Tim.)
Tito (Tit.)
Filemoni (Flm.)
Waebrania (Ebr.)
Yakobo (Yak.)
1 Petro (1 Pet.)
2 Petro (2 Pet.)
1 Yohana (1 Yoh.)
2 Yohana (2 Yoh.)
3 Yohana (3 Yoh.)
Yuda (Yud.)
Ufunuo (Ufu.)

*Vifupisho vya vitabu vya Biblia vilivyo kwenye mabano vinatokana na Mwongozo wa Chicago wa Masharti ya Mitindo.

Kujitolea

Maisha yako yanaweza kubadilika ndani ya siku 50, hasa ukijitolea katika safari hii. Kabla hatujaanza, ningependa kukupa changamoto ya kutokosa kusoma kila siku. Utajiandaa vizuri ukitenga muda kwenye kalenda yako. Kwa kutia sahihi jina lako na kupanga muda wako, unaonyesha uzito wa kujitolea kwako, na matokeo yako yanaboreka sana.

Kwa usaidizi wa Mungu, ninajitolea siku 50 zijazo za maisha yangu kugundua hadithi yangu katika Hadithi ya Kweli ya Mungu.

Jina Lako

Weka muda wa kila siku (ninapendekeza dakika 30) na mahali pa kusoma na kujibu sura moja kila siku:

Waalike Marafiki Zako

Safari huwa bora tunapokuwa pamoja na marafiki. Utafaidika zaidi katika safari hii ya imani na kuimarisha urafiki ikiwa wengine watajiunga nawe. Ukweli ni kwamba tunamfuata Mungu kwa njia bora zaidi tunapokuwa pamoja na wengine. Mungu hutupatia familia ya imani—kanisa—ili kutembea nasi tunapotembea naye. Mungu Hakukusudia tuwe peke yetu kamwe (Mwa. 2:18). Mtu fulani mwenye hekima aliwahi kusema kwamba: "Wawili ni afadhali kuliko mmoja, kwa sababu wana matokeo mema kwa kazi yao: Mmoja akianguka, mwenzake atamwinua" (Mhu. 4:9-10). Tusianguke peke yetu.

Mwombe Mungu akuelekeze kwa wale wanaoweza kujiunga nawe katika mafundisho haya na zaidi. Ninapendekeza mkutane mara moja kila wiki ili mjadili kile mnachojifunza. Unaweza kutumia maswali ya majadiliano katika kikundi yanayopatikana mwishoni mwa kila wiki kama mwongozo wa mkutano wenu. Orodhesha majina ya watu ambao Mungu amekuelekeza wajiunge nawe katika safari yako hapa chini:

--- ---

--- ---

Weka siku, wakati, na eneo mtakalokutana kila wiki, iwe ni ana kwa ana au mtandaoni:

SEHEMU YA I:

KUGUNDUA HADITHI YAKO NA MUNGU

Macho yako yaliniona kabla sijakamilika;
Chuoni mwako ziliandikwa zote pia, Siku zilizoamriwa
kabla hazijawa bado. Mungu, fikira zako zina thamani
nyingi kwangu; Jinsi ilivyo kubwa jumla yake!
Zaburi 139:16–17

Je, nikikuambia "Kitabu hiki kimeandikwa kwa ajili yako"? Au labda nikuambie kwamba unahitaji kukutana na Mungu sasa hivi? Unaweza kuuliza kama ni kweli au utajiuliza kwa nini Mungu amekuweka katika kalenda yake. Lakini angalia mazingira yako—je, kuna mtu mwingine yeyote anayekisoma kitabu hiki? Labda hakuna; hivyo mbona wewe ndio unakisoma? Kwa sababu Mungu anataka ujue alikuandika katika hadithi yake. Labda una safari maalum unayofaa kuanza ili ukutane naye. Au, labda kuna mtu mwingine anayekutazamia umpe majibu. Vovyote vile, Mungu amekipanga kipindi hiki—kwa wakati huu, mahali hapa—Ili ugundue hadithi yako ya kweli kama sehemu ya Hadithi ya Kweli ya Mungu.

Haijalishi wewe ni nani au unaishi wapi, **Mungu mmoja pekee na wa kweli anakupenda hivi sasa. Ana kusudi muhimu kwa maisha yako.** Unaweza kujiuliza: Je, ananipenda vipi? Kwa nini maisha yangu ni muhimu ? Je, napaswa kuitikia vipi? Haya yote ni maswali mazuri. Tunakualika uanze safari hii ya imani ya siku 50 ili uanze kuyajibu. Kwa nini siku 50? Mungu alitenga siku 50 katika Biblia kwa kusudi maalum. Watu wa Kiebrania walipoanza kusherehekea Pasaka (tutajifunza hilo zaidi katika wiki ya 7), Mungu aliwapa sikukuu nyingine iliyoitwa 'Sikukuu ya Majuma', ambayo baadaye iliitwa

Pentekoste.[1] Sherehe hiyo ya siku moja ilifanyika kwa wiki saba na siku moja (siku ya hamsini) baada ya Pasaka. Pentekoste ilikuwa siku ya sherehe na ufunuo. Inaadhimisha kutolewa kwa Torati (vitabu vitano vya kwanza vya Biblia) kwa Musa alipokuwa kwenye Mlima Sinai. Baada ya Yesu kuishi duniani, aliwapa wanafunzi wake karama ya Roho Mtakatifu siku ya Pentekoste huko Yerusalemu. Kuna sababu muhimu ya Mungu kuichagua siku ile ile ya hamsini, katika Agano la Kale na Agano Jipya, ili kutoa karama ya Neno na Roho. Neno na Roho vinaungana kutuletea ufunuo mkuu zaidi.

Mungu anaweza kuzitumia siku hizi 50 katika maisha yako kwa namna ya kipekee pia. Kwa nini utie juhudi katika zoezi hili? Kwa sababu **maisha yako ni muhimu, na hadithi yako ya maisha italeta tofauti**. Muumba wetu alikuumba kimakusudi, na kwa kusudi. Amekuandikia hadithi—hadithi iliyojaa maana na yenye athari ya milele. Lakini ili uelewe kusudi lako—hadithi yako ya kweli—unahitaji kumjua Mwandishi. Unahitaji kukutana na Mungu mmoja wa kweli.

Mungu anafanana vipi? Kwa nini Mungu aliniumba? Ninawezaje kumjua Mungu?

Wengi wetu tumejiuliza maswali haya. Usiyapuuze kwa sababu unaogopa utakosa kupata majibu, au unaogopa hutapenda majibu utakayopata. Mungu aliyaweka maswali haya moyoni mwako ili akuelekeze kwenye safari ya imani karibu na moyo wake. Kwa hivyo, yaulize.

Utapata majibu kwenye Biblia—inayojulikana pia kama Neno la Mungu au Maandiko (2 Tim. 3:16).[2] Lakini muhimu zaidi, utakutana na Mungu Mwenyewe. Mojawapo ya maombi yangu ni kwamba katika siku 50 zijazo utapata kujua jinsi **Mungu ni halisi na Biblia ni kweli**. Pamoja, tutajibu baadhi ya maswali uliyo nayo kwa msingi wa ukweli kutoka kwa Neno la Mungu. Iwe unaisoma kwa mara ya kwanza au umeisoma kwa miaka mingi, Neno la Mungu ni kamili na ni jipya siku zote.

---

1 Pentekoste inatokana na neno la Kigiriki linalomaanisha "ya hamsini." Sikukuu hiyo inaitwa *Shavuot* kwa Kiebrania, kumaanisha "wiki," na pia inajulikana kama Sikukuu ya Mavuno.

2 Unaweza kupata Biblia mtandaoni kwenye tovuti nyingi tofauti, kama vile Bible Gateway (biblegateway.com), Zana za Kujifunza Biblia (biblestudytools.com), Bible Hub (biblehub.com), Blue Letter Bible (blueletterbible.org), na YouVersion (youversion.com). (blueletterbible.org), na YouVersion (youversion.com).

Mafundisho haya yananukuu sana Maandiko na kukukuelekeza kwenye vifungu vya Biblia (yakiwemo marejeo zaidi ya 1,400) ili Neno la Mungu liweze kujieleza. Ninakushauri utenge dakika thelathini kila siku uisome Biblia ili ukutane na Mungu unapopitia sura hizi fupi. Omba kabla hujasoma ili umwalike Mungu ajidhihirishe kwako. Tafakari kile unachogundua. Weka alama kwenye kurasa kama unavyotaka na uandike mawazo yako pembezoni. **Soma sura moja kwa siku ili uweze kutafakari na kutenda kulingana na yale unayosoma.**

Tunapojifunza kumpenda Mungu kwa mioyo yetu yote, akili, roho, na nguvu zetu zote (Marko 12:30), tutaiangazia safari hii ya imani tukiwa na agizo la Yesu akilini. Utapata hatua nne za kukamilisha mwisho wa kila siku:

1. Soma Maandiko yanayohusiana na mada ya siku katika sehemu ya "Wacha Biblia Izungumze."
2. Jibu maswali ili kuelewa ulichosoma katika sehemu ya "Wacha Akili Yako Ifikirie."
3. Anza mazungumzo yako na Mungu katika sehemu ya "Wacha Nafsi Yako Iombe."
4. Nakili hatua ambazo Mungu anaweza kuwa anakuongoza kuchukua katika sehemu ya "Wacha Moyo Wako Utii."[1]

Tafadhali pitia hatua hizi nne ili uelewe na utumie somo la kila siku. Hili ni jambo muhimu. **Kujua taarifa mpya hakutabadilisha maisha yetu, lakini kutumia ukweli wa Biblia kwa usaidizi wa Mungu kutabadilisha maisha yetu.**

Wacha tupitie safari ya Sehemu ya 1:

Kwanza, katika Wiki ya 1, utajifunza kuhusu Mungu na hadithi Yake kuu ya kweli. Hadithi ya Mungu inaathiri hadithi zingine. Hatuwezi kuangazia yote utakayotaka kujua kumhusu Mungu kwa wiki moja. Lakini, muhtasari huu utakusaidia kuelewa sababu ya wewe kuwepo, maisha yako baada ya kifo, na hadithi yako ndani ya Hadithi ya Mungu. Hata kama umekuwa muumini kwa muda,

---

1 Wakati mwingine Biblia hurejelea utiifu au uamuzi kama dhihirisho la kile kilicho moyoni (Yos. 24:23; Yoe. 2:13; Rum. 10:9–10).

unaweza kugundua vipengele vya Hadithi ya Mungu ambavyo havijafundishwa sana. Utapata ufahamu bora wa hadithi nzima ya Mungu.

Kisha, katika wiki ya 2–3, utajifunza kuhusu sehemu yako katika Hadithi ya Mungu. Wiki ya pili, utagundua utambulisho wako katika Kristo (wewe ni nani), na wiki ya tatu, utajua kusudi lako katika Kristo (kile unachofaa kufanya).

Je, uko tayari kuanza? Kwanza, tulia na uuchunguze moyo wako. Je, unamtafuta Mungu kwa dhati? Katika Yeremia 29:13, Mungu anasema, "Mkinitafuta kwa moyo wote, mtaniona." Chukua dakika chache za maombi na

- uamue sasa kumtafuta Mungu kwa moyo wako wote na roho yako yote (Kum. 4:29);
- uamue kukubali kile unachogundua kumhusu, Hadithi Yake, na jinsi unavyojumuishwa ndani yake, hata kama baadhi ya mambo unayokumbana nayo yanakushangaza au kukusumbua kwa namna fulani;
- umuombe Mungu auandae moyo wako kwa ajili ya safari iliyo mbele yako na akupe marafiki wa kutembea nawe.[1]

Pamoja, tafuteni ukweli–mtafuteni Mungu–mkiwa na mioyo iliyo wazi. Na unapomfuata, utagundua kwamba Yeye amekuwa akikufuata siku zote.

---

1 Tazama maoni yailyo kwenye ukurasa wa xv.

WIKI YA KWANZA

HADITHI YA MUNGU

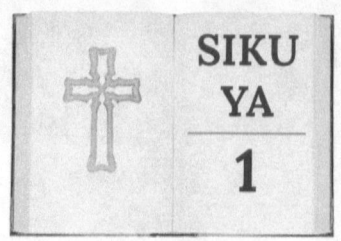

SIKU YA 1

Unaalikwa

Kwa maana jinsi hii Mungu aliupenda ulimwengu, hata akamtoa mwanawe pekee, ili kila mtu amwaminiye asipotee, bali awe na uzima wa milele.
Yohana 3:16

Je, huwa unahisi vipi unapopokea mwaliko maalum? Kitu kikubwa hutendeka ndani yako. Kujua kwamba mtu fulani amekuwa akikufikiria hubadilisha jinsi unavyojiona. Mtu fulani alikufikiria, na kwamba uwepo wako unatakikana. Ukweli ni kwamba Mungu anakufikiria, na Biblia ni mwaliko wake ulioandikwa. Kupitia kurasa za Maandiko, Mungu anakualika umwamini na maisha yako yote. Mwaliko wake unavuka kila bara, kila utamaduni, kila enzi. Na uwezo wetu wa kusikiliza na kujibu ndio kizuizi pekee.[1]

Ingawa hadithi hii katika Biblia iliandikwa zamani sana, ni muhimu *sasa*. Inaufafanua na kuuchunguza ulimwengu wetu. Inaeleza kwa nini tunakumbwa na uchungu na udhalimu na inatuahidi kwamba siku moja Mungu atarekebisha kila kitu tena. Biblia inaangazia wana wa Israeli katika Agano la Kale na uhusiano wao na Mungu. Lakini hadithi hii si kwa ajili yao tu. Hadithi hii ya ukombozi na uhusiano ni ya ulimwengu mzima—hata wewe. **Unahitaji kusikiliza kile ambacho Mungu anasema kwa makini kwa sababu anakuambia *wewe*.**

Unaposoma kwa umakini, utagundua hadithi yako ya kweli. Ndiyo, **hadithi yako imeandikwa katika Biblia**. Mungu alikuumba ili umjue na ubadilishwe Naye kama sehemu ya mpango Wake

---

1 Cheryl Hauer, "God's Invitations," Bridges for Peace, November 21, 2017, https://www.bridgesforpeace.com/letter/gods-invitations/.

mkuu (Yer. 9:23-24). Ana kusudi maalum na maisha yako. Lakini utagundua mwito wa Mungu kwako tu kwa kujifunza Neno Lake na kuishi kulingana nalo–kwa usaidizi Wake. Katika Hadithi ya Mungu, utapata maana ya hadithi *yako* na kila hadithi ulimwenguni–zamani, sasa, na siku zijazo.

Ingawa Biblia iko kamili, Hadithi ya Mungu ingali inajitokeza kwetu. Kitabu cha mwisho cha Biblia, Ufunuo, kinatuonyesha mambo yatakayotokea mwisho wa nyakati. Lakini pia kinaonyesha kwamba Hadithi ya Mungu haina mwisho. Mungu anatualika tupate uzima wa milele kupitia Yesu–sasa na hata milele (Yn. 3:16). Uzima wa milele ni urafiki wa milele na Mungu na kumwamini kwamba ataiandika hadithi yetu kama sehemu ya Hadithi Yake ya Kweli (Yn. 17:3; Ebr. 12:2).

Kwa dakika chache zijazo andika jinsi hadithi yako imekuwa hadi sasa. Unamjuaje Mungu?

Kitabu huwa na sura nyingi zinazosimulia hadithi moja, vivyo hivyo Biblia pia ni mkusanyiko wa vitabu vinavyofunua Hadithi ya Mungu kwa ajili yetu. Kila kitabu–na milango na mistari ndani yake–hufanya kazi pamoja na vingine vyote kumtambulisha Mungu na uhusiano Wake nasi. Hadithi ya Mungu hutuelekeza kwa Yule aliyetuumba, Yule aliyekuja kwetu katika nafsi ya Yesu Kristo. Hadithi nzima inamtegemea Yeye. Biblia nzima inatuelekeza Kwake.

Tunapoanza safari yetu pamoja, tunahitaji kuwa na mtazamo mpana zaidi wa Hadithi ya Mungu kwa ujumla. Hadithi yake inaweza kugawanywa katika sehemu nne za msingi: (1) uumbaji, (2) dhambi, (3) Yesu, na (4) uumbaji upya–urejesho wa uumbaji wa Mungu. Agano la Kale (vitabu vya kwanza thelathini na tisa vya Biblia) vinatueleza kuhusu uumbaji na dhambi (na Mwokozi atakayekuja). Agano Jipya (vitabu ishirini na saba vya mwisho vya Biblia) vinatueleza kuhusu Yesu (Mwokozi) na uumbaji upya. Sehemu hizi nne zinatoa mfumo wa kuelewa hadithi zote za Biblia—na umuhimu wa maisha yetu.

SEHEMU YA KWANZA: UUMBAJI
Mungu alituumba na anataka kuwa na uhusiano wa karibu nasi.

Agano la Kale linaanza na hadithi ya uumbaji. Mungu aliumba kila kitu kutoka kwenye ukiwa na utupu na akaviita vyote "vizuri," isipokuwa kitu kimoja (Mwa. 1). Mungu alipowaumba watu, alituumba kwa mfano wake na kusema kila kitu ni "chema sana." Alikuwa makini alipotuumba kwa sababu Alitaka kuwa na uhusiano wa karibu nasi. Ukweli ni kwamba Mungu hakuhitaji kutuumba. Tayari aliishi katika jamii kamilifu. Biblia inaeleza kwamba **kuna Mungu mmoja tu ambaye yuko katika nafsi tatu: Baba, Mwana (Yesu), na Roho Mtakatifu**. Mungu alifurahia kutuumba. Kilicho bora zaidi ni kwamba tuna furaha ya kumjua (Kol. 1:10). Wazazi wetu wa kwanza, Adamu na Hawa, waliishi, walifanya kazi, na kutembea pamoja na Mungu katika bustani kamilifu ya Edeni. Furaha na amani vilijaza maisha yao kama watoto wa Mungu.

SEHEMU YA PILI: DHAMBI
Kwa sababu dhambi hututenganisha na Mungu, tunahitaji Mkombozi.

Kila kitu kilibadilika wakati nyoka (Shetani, adui) aliingia kwenye hadithi. Alipotosha maneno ya Mungu ili kuwadanganya Adamu na Hawa. Udanganyifu huu ulipelekea kutoridhika, jambo lililosababisha kutotii. Badala ya kumwamini Mungu, waliamini uongo wa Shetani na kwenda kinyume na Mungu. Walikula tunda ambalo Mungu alikuwa amewakataza. Huo ndio ufafanuo wa **dhambi**—kuyageukia mapenzi ya Mungu katika mitazamo au matendo yetu. Dhambi iliharibu uumbaji bora wa Mungu na kila kitu kiliharibika. Uasi wa Adamu na Hawa uliwatenganisha na Mungu. Matokeo ya dhambi:

> *Dhambi:* Kwenda kinyume na Mungu katika fikira zetu au matendo yetu.

kifo, tamaa, magonjwa, vurugu, na uchungu ulimwenguni. Giza sasa lilijaa maishani mwao kama maadui wa Mungu (Rum. 5:10). Sehemu iliyobaki ya Agano la Kale inasimulia hadithi ya watu wakihangaika kwa sababu ya dhambi, kutotii amri za Mungu, na kupuuza uwepo Wake—licha ya wito wa manabii wa kutubu na kumrudia Mungu. Muhimu zaidi, inatabiri hadithi ya mpango wa Mungu wa ukombozi. Ulimwengu ulihitaji Mwokozi, Mkombozi.

SEHEMU YA TATU: YESU
Yesu anatukomboa kutoka kwenye dhambi zetu na kurejesha uhusiano wetu na Mungu.

Agano Jipya linatufunulia Mkombozi wetu: Yesu Kristo, Mwana wa Mungu. Alikuja kutukomboa kutoka kwenye mikono ya adui na kurejesha uhusiano wetu na Baba yetu wa mbinguni. Lengo lake: kutafuta na kuokoa waliopotea (Lk. 19:10). Mwanzo wa Agano Jipya unatufundisha kuhusu maisha ya Yesu na unatuambia jinsi alivyotuokoa. Mungu ni mwenye haki, na dhambi zetu zinastahili hukumu yake na adhabu ya kifo. Kutokana na upendo mkuu wa Mungu, Yesu alichukua adhabu yetu kwa kuchukua nafasi yetu—kufa msalabani kwa ajili yetu. Huo haukuwa mwisho bali mwanzo wa maisha mapya. Yesu alishinda kifo na alifufuka kutoka kaburini ili kuhakikisha kwamba dhambi haitaweza kututenganisha naye tena. Alishinda dhambi na kifo mara moja na milele!

SEHEMU YA NNE: UUMBAJI UPYA—UUMBAJI WA MUNGU UNAREJESHWA
Mungu atafanya mambo yote upya, akianza nasi.

Sura mpya ya Hadithi ya Mungu ilianza na kaburi tupu la Yesu. Tunajikuta katika sura hii leo: Yesu anatayarisha mahali mbinguni kwa wale wanaomwamini. Amewapa waumini kusudi jipya duniani na akaahidi kurudi kwa ajili yetu. Sehemu iliyobaki ya Agano Jipya inafundisha kuhusu mpango wa ukombozi ukienea katika mataifa yote na kubadilisha mioyo na maisha ya watu sasa na hata milele. Hata sasa, uumbaji unajitayarisha kwa kurudi kwa Yesu. Atakaporudi, atafanya vitu vyote kuwa vipya. Hakutakuwa na dosari tena. Yesu ataumba mbingu mpya na dunia mpya, zilizo kamilifu na ambazo hazijaguswa na dhambi. Kisha waumini watamwabudu Mungu na kumfurahia milele katika uumbaji wake mpya.

Mungu anatoa mwaliko Wake wa kumwamini katika kila sehemu ya Hadithi Yake. Kwa muda uliosalia wa wiki hii, tutazingatia kila sehemu kwa undani zaidi. Tutagundua jinsi Mungu anavyoonyesha upendo wake kwa kila taifa na kila mtu (Yn. 3:16). **Mimi na wewe na wengine wote–sote tuliumbwa kwa upendo Wake, kwa ajili ya upendo Wake, na kwa ajili ya kushiriki upendo Wake**. Mwaliko wa Mungu unasubiri.

Wacha Biblia Inene:

Soma Mwanzo 1 (Kwa hiari: Warumi 5:12–21)

Wacha Akili Yako Ifikirie:

1. Mwanzo 1 inakuambia nini kuhusu Mungu?

2. Je, kujua kwamba hadithi yako ni sehemu ya Hadithi ya Mungu kunakufanya uhisije?

3. Je, kujua kwamba Mungu anampenda kila mtu kunabadilishaje jinsi unavyomwona Mungu, unavyojiona mwenyewe na wengine?

Wacha Nafsi Yako Iombe:

Bwana, asante kwa kufunua Hadithi Yako kupitia kwa Biblia na kwa kunialika nikuamini. Nisaidie ninapokutafuta. Lainisha moyo wangu na uyafungue macho yangu kwa ukweli Wako ninapoanza safari hii ya imani. Ninataka kukujua na nijue nafasi yangu katika Hadithi Yako ... Katika jina la Yesu nimeomba, amina.

Wacha Moyo Wako Utii:

(Mungu anakuongoza kujua, kuthamini au kufanya nini?)

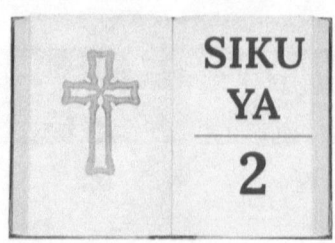

Uumbaji Kamili wa Mungu Unaonyesha Utukufu Wake

Hapo mwanzo Mungu aliziumba mbingu na nchi. ... Mungu akaona kila kitu alichokifanya na tazama, ni chema sana!
Mwanzo 1:1, 31

Kusoma Biblia kunaweza kuwaogopesha wengi kwa sababu ya ukubwa wake na lugha na tamaduni zake za kale. Wengine hufikiri kwamba Biblia ni kubwa mno kwa mtu kumaliza kuisoma katika maisha yake yote. Lakini ukweli ni kuwa, tukiisoma kwa saa moja kila siku, tunaweza kuimaliza yote kwa takriban siku themanini. Wengine hufikiri kwamba Biblia ni ngumu sana na inahitaji mafunzo ya hali ya juu ili kuielewa. Lakini ufunuo wa Mungu ni huo huo tu–ufunuo Wake. Anataka kujulikana. Huenda tusielewe kila kitu, lakini Mungu hutusaidia kujifunza kweli zake nyingi zisizopitwa na wakati. Wakati mwingine watu hufikiri kwamba Neno la Mungu ni kitabu cha sheria, kinachotupa orodha ya mambo tunayofaa kufanya na tusiyofaa kufanya. Lakini tunapolisoma, tunagundua hadithi ya kuvutia zaidi ya ukombozi na uhuru katika historia ya ulimwengu. Ni Hadithi ya Mungu.

Kama tulivyojifunza jana, Biblia inaanza na uumbaji wa viumbe vyote na inatamatika kwa uumbaji upya. Biblia ni ya ulimwengu wote, lakini pia ni ya mtu binafsi. Hadithi ya Mungu inafurahia upekee wa uumbaji wa kila mtu, pamoja na wako (Zaburi 139). Hukuchagua asili yako, lakini Biblia inaeleza kwamba Mungu ndiye aliyeichagua. Asili yako ndio mwanzo wa njia ya Mungu ya kufikia hatima yako (Matendo 17:26-27). Lakini ili kuelewa Hadithi ya Mungu na nafasi yako katika hadithi yake, unahitaji kwanza kuelewa kwamba **sisi si kiini cha Hadithi ya Mungu. Kiini cha Hadithi ya Mungu ni Mungu na utukufu Wake.** Vitu vyote vipo ili kusifu *ukuu Wake*. Hivi karibuni utagundua kwa nini, lakini kwa sasa, hebu tuanzie mwanzoni mwa wakati.

Mungu aliumba kila kitu–kila kitu kilichopo–kwa ajili ya utukufu Wake, pamoja na wewe na mimi. Mungu aliumba kila kitu kwa nguvu ya kunena kwake: nuru, ardhi, bahari, mimea, na wanyama. Viumbe vyote vinamtukuza Mungu kwa kuonyesha "nguvu zake za milele na asili yake ya Uungu" (Rum. 1:20). Hata "mbingu zinatangaza utukufu wa Mungu; anga zinatangaza kazi ya mikono yake" (Zab. 19:1). Kuanzia nyota angani hadi sehemu zilizofichwa zaidi za miili yetu, uumbaji wote unatangaza hekima na wema wa Mungu. Wanaume, wanawake, na watoto wanatangaza utukufu wa Mungu pia. Kama vile mwezi huakisi mwanga kutoka kwenye jua, tunamwakisi Mungu duniani. Sababu yetu ya kuwepo–kwa ajili ya utukufu Wake (Isa. 43:7).

> **Utukufu:**
> Mojawapo ya maneno ya Kiebrania inayomaanisha utukufu *(kabod)* linatafsiriwa kisisisi kama "nzito" kuashiria thamani. Mwitikio wetu kwa mtu ambaye tunachukulia uwepo wake kwa uzito ni taadhima na heshima.
>
> *Kumtukuza* Mungu maana yake ni kufikiri, kutenda, kunena, na kuhudumu kwa njia zinazoonyesha ukuu wa Mungu. Hilo ndilo kusudi la maisha yetu.
>
> Chanzo: Ludwig Koehler et al., *Leksimu ya Kiebrania na Kiaramaiki ya Agano la Kale* (Leiden: E.J. Brill, 1994-2000), 456.

Mungu anaonyesha utukufu wake vyema zaidi kupitia upendo wake mkuu kwetu. Mungu alitamani kuwa na uhusiano wa karibu na binadamu, kwa hivyo alituumba kwa uangalifu maalum–kwa mfano Wake na kwa pumzi Yake. "Mungu akasema, 'Na tumfanye mwanadamu kwa mfano wetu, kufanana nasi.' ... Kisha Bwana Mungu akamfanya mtu kwa mavumbi ya ardhi. Akampulizia mtu huyo pumzi ya uhai puani mwake, mtu huyo akawa nafsi hai" (Mwa. 1:26; 2:7). Mungu wa ulimwengu aliwaumba wanadamu kutokana na mavumbi ya ardhi. Kama vile mfinyanzi hufinyanga udongo, Mungu alituumba kwa uangalifu wa kibinafsi na wa karibu sana. Hakuwa mbali alipowaumba Adamu na Hawa hapo mwanzoni, wala hayuko mbali nawe sasa. **Anataka kuwa karibu nawe.**

Mungu alituumba ili tufurahie uhusiano wetu na wengine. Tangu mwanzo, Mungu alisema, "Si vyema huyu mtu awe peke yake" (Mwa. 2:18). Kwa hivyo, Mungu alimuumba Hawa awe msaidizi wa Adamu.[1] Katika jukumu hili, Mungu alipanga Hawa awe mwenza muhimu na sawa wa Adamu ili kutimiza kusudi lake kwa wanadamu. Ndoa hii ya kwanza ni kielelezo cha uhusiano wa karibu zaidi wa wanadamu. Muhimu zaidi, inatumika kama mfano wa uhusiano wetu na Mungu. Ndoa inapaswa kuwa vipi? Upendo usio na ubinafsi. Urafiki wa karibu. Kazi ya kushirikiana. Kusudi la kiungu. Kuwepo kwa uaminifu. Hivyo ndivyo tunavyopaswa kuwa na uhusiano na Mungu kwa sababu anapendezwa nasi. "Kama vile bwana arusi amfurahiavyo bibi arusi, ndivyo Mungu wako atakavyokufurahia wewe" (Isa. 62:5). Bila kujali hali yako ya ndoa, kumbuka kwamba uhusiano wako wa kina na Muumba wako ni wenye thamani zaidi kuliko ndoa yoyote ya kibinadamu. "Muumba wako ndiye mume wako" (Isa. 54:5). **Mungu anakujua kwa undani, naye ni mwaminifu**. Anawaita watu wake "bibiarusi" wa Kristo, anayejulikana kikamilifu na kupendwa kikamilifu (Ufu. 19:7–9; ona pia Efe. 5:25–27). Hata ndoa bora zaidi ya kidunia haiwezi kulinganishwa na upendo wa kina ambao Mungu humimina katika uhusiano wako naye.

Tunaweza kuelewa upendo wa Mungu usio na kifani na usio na ubinafsi vyema zaidi ikiwa tuna watoto. Huenda hiyo ndio sababu kwa nini **Mungu alituumba tuwe na uhusiano wa karibu na watoto**

---

1 Kulingana na *Leksimu ya Kiebrania na Kiaramaiki ya Agano la Kale* iliyoandikwa na L. Koehler na W. Baumgartner, kuna mifano zaidi katika Agano la Kale ya neno linalomaanisha mshirika anayetusaidia kando na maana nyingine ya "nguvu" ambayo wakati mwingine neno hilo huwa nayo.Kwa kuzingatia jambo hilo, Dkt. Archie England, profesa wa Agano la Kale na Kiebrania katika chuo cha New Orleans Baptist Theological Seminary, alipendekeza kwamba neno asilia la Kiebrania la "mshirika," *ezer kenegdo*, ni bora zaidi likitafsiriwa katika muktadha huu kama "mwenzake," kumaanisha "yule aliye karibu naye akimsaidia." Dkt. England pia alipendekeza kwamba jukumu la Hawa kama mwenzi haimaanishi kuwa kuna viwango vya uongozi. Jukumu la Hawa si mtumishi bali ni mshirika. Akiwa bega kwa bega na mumewe, Hawa anamsaidia kufanikiwa.

wetu. Aliwaamuru Adamu na Hawa "Zaeni, mkaongezeke" (Mwa. 1:28) ili waweze kueneza baraka za Mungu na mafundisho Yake kwa wazao wao (Kum. 6:5-7). Kulea watoto kunaweza kutusaidia kuelewa vyema jinsi sisi, kama watoto wa Mungu, tunaweza kuhusiana Naye kama Baba yetu wa mbinguni. Fikiria jinsi mtoto mchanga anavyotambaa hadi kwenye paja la mama yake na kupumzika mikononi mwake. Yu Salama. Anapendwa. Ameunganishwa na mama yake. Tunapaswa kuwa na mwelekeo kama huo katika uhusiano wetu na Mungu. Kupumzika kwa imani. Kushiriki naye siku yetu. Kusikiliza sauti yake. Kumwamini. Kumtii. Iwapo una watoto wa kibayolojia au la, Mungu alikuumba ili uzae. Unapopitisha imani yako kwa kizazi kijacho, una watoto wa kiroho—mahusiano yenye baraka ambayo yatadumu milele. Mungu alitufanya tuwe walezi nasi tulelewe naye.

Uhusiano wetu unaenea hadi kwa uumbaji wote. Kuanzia kitabu cha Mwanzo, tunamwona Mungu akifanya kazi, akiumba dunia. Kisha anatukabidhi dunia "tuilime na kuitunza" (Mwa. 2:15). Mungu alifanya kazi kuiumba, na tunafanya kazi ya kuidumisha. Tangu mwanzoni mwa wakati, tunagundua dhana za kibiblia za wito na kazi. Tunajifunza kwamba Mungu anataka tuufurahie ulimwengu wa asili na anaturuhusu tuusimamie kwa ajili yake kupitia kazi zetu. Kuna kazi za aina nyingi, na sote tuna mapendeleo na ujuzi tofauti. Huenda tusipende kazi tunayofanya kila wakati, lakini tunaweza kuchagua kutoa shukrani. Haijalishi tunafanya nini, tunaweza kumpa Mungu utukufu katika kazi yetu kwa sababu Mungu alituumba kwa njia maalum kwa ajili ya kufanya kazi hiyo (1 Kor. 10:31).

Sura mbili za kwanza za Biblia zinaweka wazi mengi kuhusu Hadithi ya Mungu. Leo, tumejifunza kwamba (1) Kiini cha Hadithi ya Mungu ni Mungu na utukufu Wake, na (2) Aliumba vitu vyote, hata kazi, ili aonyeshe utukufu Wake. Mungu anatupenda na anataka tuwe na uhusiano wa karibu pamoja Naye. Pia anatubariki na uumbaji, anatusaidia kuumba, na anatualika kuusimamia uumbaji wake. Tumeumbwa ili kuakisi Mungu wetu muumbaji.

Wacha Biblia Inene:
Soma Mwanzo 2 (Kwa Hiari: Zaburi 148)

Wacha Akili Yako Ifikirie:
1. Uumbaji unaweza kukufundisha nini kuhusu Muumba wako?

2. Mungu pekee wa kweli alituumba ili tumjue. Hakuna dini nyingine inayoona mungu au miungu yao hivyo. Je, kwa nini ni muhimu kwetu kumjua Mungu kibinafsi?

3. Kumfikiria Mungu kama mwanandoa wako na mzazi wako kunabadilishaje jinsi unavyomwona?

Wacha Nafsi Yako Iombe:
Bwana, unastahili "kupokea utukufu na heshima na uwezo, kwa kuwa wewe ndiwe uliyeviumba vitu vyote, na kwa mapenzi yako viliumbwa navyo viweko" (Ufu. 4:11). Asante kwa uumbaji wako kamilifu. Ninapofurahia utukufu Wako unaoonyeshwa katika ulimwengu wa kuvutia unaonizunguka, nikumbushe kwamba utukufu Wako unadhihirishwa kwa njia ya kuvutia zaidi katika upendo Wako kwangu. Tafadhali kuza uhusiano wangu Nawe ... Katika jina la Yesu nimeomba, amina.

Wcha Moyo Wako Utii:
(Mungu anakuongoza kujua, kuthamini au kufanya nini?)

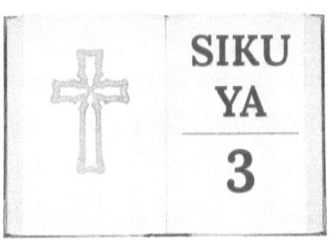

Dhambi Inaharibu Kila Kitu

Kwa sababu wote wamefanya dhambi,
na kupungukiwa na utukufu wa Mungu.
Warumi 3:23

Upepo ulipovuma, sauti iliyojulikana katika bustani ya Edeni ililetta hisia mpya. Mioyo ya Adamu na Hawa ilidunda kwa hofu. Mungu alikuwa hapo ili kuwa na ushirika na viumbe wake wa thamani waliobeba mfano na sura yake. Lakini badala ya kutembea na Mungu, walijificha kwenye kichaka. Hii ndiyo siku ambayo dhambi iliharibu kila kitu.

Tukisoma sura tatu za kwanza za Mwanzo, tunaona jinsi hadithi hii inavyojitokeza. Mungu aliona kila alichokifanya, kionekanacho na kisichoonekana, na tazama ni, "chema sana" (Mwa. 1:31). Watu na malaika walikuwa na uhusiano mwema na Mungu. Alikidhi kikamilifu mahitaji na matakwa yao yote. Pia walikuwa na chaguo—chaguo la kumpenda na kumwamini Mungu au kumuasi. Walichagua kumuasi.

Lakini hawakuwa waasi wa kwanza. La, kulikuwa na "kerubi mwenye kupakwa mafuta afunikaye" ambaye alikuwa "mkamilifu" hadi uovu ulipopatikana ndani yake (Eze. 28:14–15). Shetani, aliyejulikana wakati huo kama Lusifa, alikuwa mrembo na mwenye kipaji, naye alijua jambo hilo. Alijawa na kiburi kingi moyoni mwake kiasi kwamba alitaka kuwa sawa na Mungu (Isa. 14:12–14). Hata aliwashawishi theluthi moja ya malaika kuungana naye katika uasi (Ufu. 12:4–9).

Kama itikio kwa ajili ya uovu huu, Mungu–ambaye ni mwenye upendo *na haki*–alimwadhibu Shetani kwa kumfukuza kutoka mbinguni kwa aibu (Eze. 28:14–18). Shetani alimchukia Mungu, kwa hivyo alikusudia kuharibu kile ambacho Mungu alikipenda zaidi: wanadamu wenye thamani **walioumbwa kwa mfano wake**. Wanadamu hao ni mimi na wewe.

Kile kilichoanza kama uasi katika ulimwengu usioonekana kilisababisha udanganyifu katika ulimwengu wetu unaoonekana. Shetani alikuja kwenye bustani kama nyoka, akiwajaribu Adamu na Hawa kumwasi Mungu. Aliwadanganya kwa kulihoji neno la Mungu. Shetani aliwauliza, "Je, kweli Mungu alisema ... ?" (Mwa. 3:1). Kisha akapendekeza kuwa amri ya Mungu ya kutokula tunda la mti mmoja katikati ya bustani liliwanyima Adamu na Hawa kitu kizuri: "Hakika hamtakufa! ... Mtakuwa kama Mungu" (Mwa. 3:4-5). Badala ya kuamini katika upendo na wema wa Mungu, na jinsi alivyokidhi mahitaji yao kikamilifu, Adamu na Hawa walianza kutilia shaka amri na ahadi za Mungu kwao.

> **Walioumbwa kwa mfano wake:**
> Tofauti na malaika au wanyama, watu–wanaume na wanawake–wameumbwa kwa mfano wa Mungu (Mwa. 1:27). Tuna uwezo wa kufikiria, kubuni, kupanga, kuhisi, kuunda, kujua mema na mabaya, kuwa na kumbukumbu na mawazo, na kuzaa wanadamu wengine. Muhimu zaidi, tunaweza kumwabudu, kumjua, na kumpenda mungu.

Shetani alikuwa ameleta shaka, na shaka hiyo ilisababisha kutotii. Shetani angali anatudanganya hadi leo, kama alivyowadanganya Adamu na Hawa. Yeye hutudanganya ili tutilie shaka Neno la Mungu na wema wa Mungu. Yeye huchochea mioyo yetu kutoridhika na kutujaribu tusimtii Mungu, kama alivyofanya, kwa kupanda mbegu za shaka katika mioyo ya Adamu na Hawa. Matokeo yake ni wote wawili hawakumtii Mungu, na dhambi iliingia katika ulimwengu wetu (Mwa. 3:6).

Dhambi iliharibu kila kitu. Kwa sababu ya dhambi viumbe vyote vinaugua (Rom. 8:22). Pamoja na dhambi kulikuja kifo, uchungu, aibu, magonjwa, vurugu, hofu, huzuni na kila aina ya uovu. Uwepo wa dhambi uliharibu hata jinsi miili yetu inavyofanya kazi. Kuzaa mtoto kukawa na uchungu zaidi. Kazi ikawa ngumu. Dunia iliteseka kutokana na majanga ya asili yenye uharibifu, wanyama wenye sumu, na miiba ambayo ilifanya iwe vigumu kulima ardhi. Dhambi iliathiri hata mambo madogo kabisa ya uumbaji, kama vile dhambi huathiri mambo madogo kabisa ya maisha yetu. **Mahusiano kamilifu ambayo Mungu alikuwa ameanzisha–kupitia ndoa, malezi, na kazi–yote yalivunjika.** Jambo baya zaidi ni kwamba dhambi iliharibu uhusiano wetu muhimu zaidi: uhusiano wetu na Mungu.

Tunaleta utengano wenye madhara na Mungu tunapofanya mambo kwa njia zetu badala ya njia yake. Kama unaweza kukumbuka, hivi ndivyo dhambi ilivyo, **dhambi ni: kupuuza mapenzi ya Mungu katika mitazamo na matendo yetu.** Dhambi ya Adamu na Hawa iliwafanya wafe kiroho wakati huo na hatimaye walikabiliwa na kifo cha kimwili.

Baada ya kula tunda walilokatazwa, Adamu na Hawa waligundua kwamba walikuwa uchi kwa sababu **aibu hufuata dhambi.** Tunapotenda dhambi, tunajihisi wachafu na kufichuliwa kwa sababu tumemsaliti Muumba wetu. Katika dhambi zetu, tunamwasi Yule tuliyeumbwa kwa mfano wake. Tunachanganyikiwa kuhusu utambulisho wetu. Tukiwa tumechanganyikiwa na kuona aibu, mara nyingi tunafanya jambo lile lile ambalo Adamu na Hawa walifanya: tunajificha tusionekane na Mungu (Yn. 3:20).

Adamu na Hawa walishona majani ya mtini ili kufunika aibu yao (Mwa. 3:7). Sisi hujaribu kuficha dhambi na aibu yetu pia, lakini huwa hatutumii majani ya mtini. Badala yake, tunaweza kudanganya ili kuficha makosa yetu, au tukafanya matendo mema zaidi ili kufidia makosa yetu. Juhudi hizo huwa hazidumu kwa muda mrefu kwa sababu **majaribio yetu kuficha dhambi zetu ni hafifu kama mavazi ya majani ya mtini.** Adamu na Hawa walijua kwamba majani yao ya mtini hayakufunika dhambi zao, lakini bado walijificha walipomsikia Mungu akiwaita katika bustani.

Kabla ya kujua itikio la Mungu kwa dhambi ya Adamu na Hawa, tukumbuke kwamba hatuwezi kuwalaumu Adamu na Hawa kwa ajili ya dhambi *zetu*. Sisi *sote* huvunja sheria za Mungu. "Hakuna mwenye haki–hata mmoja" (Rum. 3:10). Amri Kumi (Kut. 20:2–17) zinatufundisha kumpenda na kumtumikia Mungu pekee, kuheshimu jina la Mungu, kuheshimu wazazi wetu, na kupumzika katika Mungu.

Pia zinatufundisha tusiue, tusifanye uzinzi, tusiibe, tusidanganye, wala tusitamani vya wengine. Yesu alifanya sheria hizi ziwe ngumu zaidi kufuata. Alifundisha kwamba hasira ya kudumu ni uovu ulio sawa na kuua na kwamba kuwa na tamaa ya kimwili kwa a kukusudia ni uovu ulio sawa na uzinzi (Mt. 5:21-22, 28). **Mungu anajali mioyo yetu sawa na matendo yetu.** Hii ina maana kwamba hata tunapofanya mambo mazuri kwa sababu zisizofaa, tunatenda dhambi. Mungu anatuamuru, "Kuweni watakatifu, kwa kuwa mimi ni mtakatifu" (Law. 11:44-45). Tunafikiria *haiwezekani.* Na kwa hivyo, tunatenda dhambi, tunahisi aibu, na kujificha kutoka kwa Mungu, kama vile Adamu na Hawa walivyofanya.

Lakini Mungu hakuwaacha Adamu na Hawa, na hatuachi kamwe. Mungu alikuja kuwatafuta, kama vile yeye huja kututafuta. "Mko wapi?" Aliuliza (Mwa. 3:9). Swali hili halikuwa linauliza kuhusu mahali walipokuwa katika bustani bali mahali walipokuwa katika uhusiano wao na Mungu.[1] Sote tunapaswa kujiuliza swali hilo. Adamu na Hawa walikubali kutotii kwao lakini wakatumia visingizio na lawama kutetea tabia yao. Tunapotenda dhambi, wakati mwengine tunatoa visingizio na kuwalaumu wengine. Lakini hakuna visingizio kwa dhambi. Kudanganywa hakuwezi kuwa kisingizio cha kutenda dhambi. **Majeraha yetu hayatupatii haki ya kuwajeruhi wengine.** Adamu na Hawa wangelimrudia Mungu na maswali yao, na tunaweza kumtafuta na maswali yetu pia. Kwa kuwa viwango vya Mungu ni kamilifu na Yeye hutazama moyo, hakukubali maungamo ya kulaumiana ya Adamu na Hawa. Dhambi siku zote ni kosa kubwa. Uharibifu ulikuwa ushafanyika. Katika haki kamilifu ya Mungu, hukumu ya kifo kwa dhambi hiyo ilihitajika. Uhai uko katika damu (Law. 17:11), na damu yao sasa ilikuwa imechafuliwa kiroho na dhambi.

Mungu kamwe hakukusudia wanadamu walioumbwa kwa mfano wake walipe adhabu ya dhambi zao. Kwa hivyo, alianza mpango Wake wa ukombozi, mpango ambao ungechukua uzito wa dhambi kutoka kwetu na kuuweka katika Mwana wake wa pekee, Yesu Kristo. Mungu aliwaacha Adamu na Hawa na kusema na adui halisi, Shetani: "Nitaweka uadui kati yako na huyo mwanamke,

---

1 Ian Jones, *The Counsel of Heaven on Earth: Foundations for Biblical Christian Counseling* (Nashville: Broadman & Holman Publishers, 2006), 31-32.

na kati ya uzao wako na uzao wake; yeye atakuponda kichwa, na wewe utampiga kisigino" (Mwa. 3:15). Shetani aliruhusiwa kumpiga Mwokozi na kumsababishia maumivu. Lakini mwishowe, Mwokozi atafaulu kumponda adui ambaye anapanga "kuiba, kuua na kuharibu" ili kwamba "tuwe na uzima, na kuwa nao tele" (Yn. 10:10).

Kabla Mungu hajawafukuza Adamu na Hawa kutoka kwenye bustani, aliua mnyama na kubadilisha majani ya mtini yaliyonyauka na mavazi ya ngozi ya kudumu. Hii iliashiria dhabihu nyingi zitakazotolewa ili kufunika dhambi ya wanadamu hadi dhabihu kamili na ya mwisho ya Yesu (Law. 1–7).[1]

Ndiyo, Yesu atakufa ili alipe deni letu kwa niaba yetu. Vigumu kuamini, lakini ni kweli. Mungu anatoa njia ya kufunika–*kufidia*–dhambi zetu na kuyarejesha maisha yetu ya kiroho. Kupitia dhabihu za damu–kwanza kuptia wanyama fulani na hatimaye kuptia kwa Yesu, Mwana-Kondoo wa Mungu–uhusiano wetu pamoja naye ungeweza kurejeshwa (Ebr. 9:26; 10:4) Damu safi kufunika damu chafu. Kifo cha Yesu badala yetu kilikuwa dhabihu kamili na ya mwisho isiyoweza kurudiwa tena.[2]

Hata katika wakati huo wa giza dhambi ilipoingia ulimwenguni, upendo mwororo wa Mungu uling'aa hata zaidi. **Alikuja kututafuta. Alitufunika na akaahidi kutuokoa.** Lo, anatupenda sana!

---

1 Wayne Grudem, *Systematic Theology: An Introduction to Biblical Doctrine* (Grand Rapids, MI: Zondervan, 1994), 626–627.
2 Norman L. Geisler, *Systematic Theology: In One Volume* (Bloomington, MN: Bethany House Publishers, 2002), 801.

Wacha Biblia Inene:

Soma Mwanzo 3 (Kwa Hiari: Zaburi 51)

Wacha Akili Yako Ifikirie:

1. Je, Mungu angekuuliza, "Uko wapi?" ungesema nini?

2. Je, unajificha kutoka kwa Mungu kwa njia yoyote ile? Ikiwa ndiyo, eleza.

3. Je, kujua kwamba Mungu anakutafuta kunakufanya uhisije (Eze. 34:11–16; Lk. 19:10)?

Acha Nafsi Yako Iombe:

Bwana, "Wewe ndiwe mahali pangu pa kujificha; utanilinda na taabu" (Zab. 32:7). Nisijifiche kutoka Kwako, bali nijifiche ndani Yako, nikijua kwamba Utanisamehe na Utanilinda ... Katika jina la Yesu, amina.

Acha Moyo Wako Utii:

(Mungu anakuongoza kujua, kuthamini au kufanya nini?)

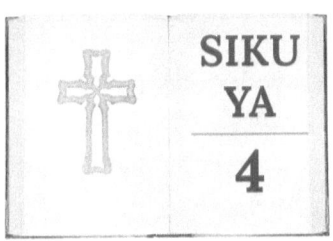

Yesu Anatuokoa, Anatusamehe na Kutuongoza

Kwa maana Kristo naye aliteswa mara moja kwa ajili ya dhambi,
mwenye haki kwa ajili yao wasio haki, ili atulete kwa Mungu.
1 Petro 3:18

Kati ya aina zote za fasihi zilizojumuishwa katika Hadithi ya Mungu—
historia, mashairi, unabii, nyaraka—fasihi ya siri si mojawapo. Lakini
kwa maelfu ya miaka, huenda watu wa Mungu walihisi kana kwamba
kuna mambo mengi sana yasiyojulikana. Mungu aliahidi kutuma
Mwokozi—"uzao" ambao ungemponda adui (Mwa. 3:15). Na Maandiko
yametoa mamia ya utabiri ili Mwokozi ajulikane na aaminiwe.
Kulikuwa na vita na kutangatanga nyikani ili kulinda uzao wa Mungu.
Lakini maelezo ya mpango wa Mungu wa uokoaji yalibaki fiche,
jambo ambalo lilizua maswali mengi: Ni nani angeweza kutuokoa
kutokana na kuvunjika kwetu na kutokana na ulimwengu huu uliojaa
dhambi? Je, hasira ya Mungu dhidi ya dhambi ingetoshelezwaje? Je,
tunawezaje kuepuka adhabu tunayostahili?

Biblia inaonya kwamba matokeo ya dhambi zetu—mitazamo yetu
au matendo yetu yanayokiuka amri za Mungu—ni kutengwa kabisa
na Mungu. Daima. Lakini Mungu hakukusudia hadithi yetu itamatike
hivyo. **Kutengwa na Mungu kungemaanisha kutengwa na kila
kitu kilicho chema, cha kupendeza, cha hekima, safi, cha kuvutia,**

cha kishujaa na cha kweli. Kila jambo jema linaloakisi Mungu lingeondoka maishani mwetu.

Kwa muda mrefu, ilionekana kana kwamba maneno ya Mungu yametoweka pia. Agano la Kale lilieleza juu ya Mwokozi anayekuja–Masihi, Mkombozi aliyeahidiwa na Mungu. Kwa mamia ya miaka, manabii waliambia watu wa Mungu wajiandae kwa ajili ya Mwokozi kwa **kutubu** (kuziacha dhambi zao na kumrudia Mungu). Lakini, ilionekana kana kwamba, Mungu aliacha kunena. Agano la Kale likaisha.

> **Toba:**
> Kugeuka kutoka kwenye dhambi na kumrudia Mungu.

Kimya ... na kusubiri.

Hadi siku moja, kwa wakati mwafaka, na kwa njia timilifu, *Mwokozi kamili alikuja* (Gal. 4:4). Mungu alivunja kimya chake, akaweka wazi siri ya mapenzi yake (Efe. 1:9), na akanena nasi moja kwa moja kupitia Mwanawe, Yesu (Ebr. 1:2). Yule aliyenena na uumbaji ukawa alijitokeza *katika uumbaji* ili kunena nasi. Alikuwa mwanadamu kamili na Mungu kamili. Yesu aliitwa Imanueli, kumaanisha "Mungu yu pamoja nasi" (Isa. 7:14; Mt. 1:23). Neno la Mungu lilikuja, si kwa njia ya maandishi, bali kupitia kwa mwanadamu (Yn. 1:14). Neno la Mungu litasema nini?

Halikusema chochote hapo mwanzoni, kwa sababu Alizaliwa kama mtoto–mtoto dhaifu ambaye tunasherehekea kuzaliwa kwake siku ambayo kwa sasa tunaifahamu kama Krismasi. Badala ya kuchagua mkunga na kuandaa kwa uangalifu vitu ambavyo mtoto anahitaji, hatua za mwisho za uja uzito za Mariamu, mama ya Yesu, zilikuwa safari ya kuchosha kwenye barabara ngumu, zenye vumbi. Yeye na mume wake, Yusufu, hatimaye walipofika Bethlehemu kwa shughuli ya kuhesabiwa kwa ajili ya sensa ya Waruma, jiji hilo dogo lilikuwa na watu wengi sana kiasi kwamba hawakuweza kupata pahali pa kukaa. Kwa hiyo Mariamu alimzaa mwanawe katika zizi la ng'ombe na kumweka horini ili alale (Luka 2).

Huwezi kuamini. Lakini Yesu, Mfalme wa ulimwengu, alizaliwa maskini kwa sababu fulani.

Upendo mkuu wa Yesu kwa uumbaji ulimfanya kwa hiari aweke kando maisha ya kifalme ambayo kwa haki yalikuwa Yake. "Ingawa alikuwa Mungu ... bali alijifanya kuwa hana utukufu, akatwaa namna ya mtumwa, akawa ana mfano wa wanadamu" (Flp. 2:6-7). **Alifanyika maskini ili sisi tuwe matajiri katika rehema na neema za Mungu** (2 Kor. 8:9).

Badala ya tangazo la kifalme la kuzaliwa kwake na watumishi matajiri, kuwasili kwa Yesu kama mtoto kulitangazwa na wachungaji–maskini zaidi ya wote. Hata uumbaji ulitangaza utukufu wa Mungu wakati nyota mpya ilimfunua Mfalme wa wafalme kwa mamajusi–wenye hekima zaidi ya wote. Viumbe vya asili na visivyo vya asili vilipiga kelele kwa kuwasili Kwake ulimwenguni, wakubwa kwa wadogo, matajiri kwa maskini. **Neno la Mungu lilikuja kwa wote.**

Kwa nini Mwokozi aliwasili kwa njia hii? Yesu alijinyenyekeza akawa mmoja wetu ili aweze kutufanyia kile ambacho hatungeweza kujifanyia wenyewe. **"Yeye asiyejua dhambi alimfanya kuwa dhambi kwa ajili yetu, ili sisi tupate kuwa haki ya Mungu katika Yeye"** (2 Kor. 5:21). Hii ndio **injili**–habari njema–ujumbe katika mstari mmoja. Chukua muda uusome tena.

> **Kristo:**
> "Aliyetiwa mafuta" na Mungu. Ni Tafsiri ya Kigiriki ya neno la Kiebrania, Masihi.

Kama dhihirisho kuu la upendo, Mungu alimtuma Mwana wake wa pekee, Yesu, kuishi maisha yasiyo na dhambi na kuteseka na kuadhibiwa kwa ajili ya dhambi zetu. Alishtakiwa kwa uongo, akapigwa kikatili, na kutundikwa msalabani. Kwa kweli, **tulipaswa kuwa kwenye msalaba huo**, bali "Alijeruhiwa kwa makosa yetu, Alichubuliwa kwa maovu yetu; Adhabu ya amani yetu ilikuwa juu yake, Na kwa kupigwa kwake sisi tumepona... . Na BWANA ameweka juu yake Maovu yetu sisi sote" (Isa. 53:5-6). Yesu alipata adhabu ya dhambi zetu sote, "wala si kwa dhambi zetu tu, bali na kwa dhambi za ulimwengu wote" (1 Yoh. 2:2). **Alichukua nafasi yetu pale msalabani.** Huwa tunakumbuka dhabihu kuu ya

> **Injili:**
> "Habari njema." Neno hili linaashiria habari njema kwamba kifo cha Yesu kilitoa malipo kamili kwa ajili ya adhabu ya dhambi na yeyote anayemgeukia Yesu aliye hai na kumwamini Yeye pekee kwa ajili ya wokovu anasamehewa, anafanywa upya, na anapata uzima wa milele.

Yesu katika Ijumaa Kuu kila mwaka. Bado tunazungumza juu ya tukio hilo—na watu bado huuwawa kwa ajili ya kulizungumzia—zaidi ya miaka elfu mbili baadaye. Lakini, tunamshukuru Mungu kwa sababu Hadithi yake haikuishia hapo.

Siku tatu baadaye, kila kitu kilibadilika. Maafa yakageuka kuwa ushindi! Kifo kilishindwa, na Yesu Kristo alifufuka kutoka kwa wafu! Alijitokeza kwa zaidi ya watu mia tano, akawapa maagizo na kuwatia nguvu wafuasi Wake, kisha akapaa mbinguni. Hakuleta upatanisho katika mahusiano yake duniani, bali pia alitutengenezea njia ya kutuwezesha kuwa pamoja naye mbinguni daima. Tunaweza kupoteza miili yetu kupitia kifo na kuoza kwa sababu ya kuishi katika ulimwengu ulioanguka. Lakini roho/nafsi zetu zitaishi milele kwa sababu Yesu alishinda mauti na kutupa uzima wa milele kwa kumwamini.

Ushindi wa Yesu wa mauti unatupa ushindi juu ya dhambi. Ushindi wake ndio kitu tunachosheherekea siku ya Pasaka—Jumapili ya Ufufuo. Mungu husherehekea pia! **Upatanisho** wetu unamletea furaha kuu kwa sababu ya upendo wake mkuu kwetu. "Hili ndilo pendo, si kwamba sisi tulimpenda Mungu, bali kwamba yeye litupenda sisi, akamtuma Mwanawe kuwa kipatanisho kwa dhambi zetu" (1 Yoh. 4:10).

> **Upatanisho:**
> Uhusiano uliorekebishwa au kurejeshwa.

Mungu anatupa zawadi yenye thamani kubwa katika Yesu Kristo. "Kwa maana mshahara wa dhambi ni mauti; bali karama ya Mungu ni uzima wa milele katika Kristo Yesu Bwana wetu" (Rum. 6:23). Kama vile zawadi yoyote inaweza kufurahisha tu ikiwa itapokelewa na kufunguliwa, **tunahitaji *kupokea* zawadi ya bure ya uhusiano uliorejeshwa na Mungu.** Kwa jinsi gani? Kwa kumgeukia Yesu na kuziacha dhambi zetu. Kwa kumwomba Mungu msamaha na kumfuata Yesu kama Kiongozi wetu.

> **Mwenye Haki:**
> Mwadilifu, mnyoofu, asiye na lawama, asiye na hatia.

Cha kusikitisha, watu wengi wamekataa zawadi hii. Wengine hawaamini kwamba dhambi zao zinastahili adhabu. Wengine hufanya kazi ili kujipa **haki** kwa nguvu zao wenyewe. Lakini Biblia iko wazi: "Hakuna mwenye haki-hata mmoja" (Rum. 3:10). "Kwa sababu wote wamefanya dhambi, na kupungukiwa na utukufu wa Mungu" (Rum. 3:23). Wengine wanamkataa Yesu wakiamini kwamba kuna njia nyingi za kwenda mbinguni. Hata hivyo, Biblia bado iko wazi: "Wala hakuna wokovu katika mwingine awaye yote, kwa maana hapana jina jingine chini ya mbingu walilopewa wanadamu litupasalo sisi kuokolewa kwalo" (Mdo. 4:12). Yesu mwenyewe alisema, "Mimi ndimi njia, na kweli, na uzima; mtu haji kwa Baba, ila kwa njia ya mimi" (Yn. 14:6). Hata Yesu alimuuliza Mungu iwapo kuna njia nyingine yoyote ya kutuokoa ambayo si kifo Chake msalabani (Mt. 26:39–42). **Lakini hapakuwa na njia nyingine.** Yesu alipaswa kufa. Ni kupitia Yesu pekee ndio tunaweza kupata msamaha na upatanisho na Mungu.

Tunapomwomba Yesu msamaha, dhambi inayotutenganisha na Mungu hutoweka. Sasa tunaye Roho wa Mungu anayeishi ndani yetu, akitusaidia kuishi kwa ajili ya Yesu kila siku. Kisha tunaanza kubadilika! Dhambi haitutawali tena. Mungu anatujumisha katika familia yake, na tunakuwa wake. Hakuna utengano tena, na hakuna hukumu tena (Rum. 8). Tunapendwa. Milele.

Na huu ni *mwanzo* tu wa hadithi yetu ya kweli na Mungu. Kesho, tutagundua kinachotokea tunapofanywa kuwa wapya.

Wacha Biblia Inene:

Isaya 53 (Kwa Hiari: Yohana 19–20)

Wacha Akili Yako Ifikirie:

1. Isaya 53 iliandikwa karne nyingi kabla ya kuja kwa Yesu. Je, unamjua mtu mwingine yeyote katika historia anayetimiza unabii huu?

2. Je, umewahi kupokea zawadi ya Yesu ya msamaha na uzima wa milele? Ikiwa umeipokea, unaweza kushiriki zawadi hiyo na nani leo? Kama hujaipokea, je, utapokea zawadi yake sasa? **Ili kujua mengi zaidi kuhusu uamuzi huu muhimu, soma "Mpokee Yesu Leo" mwishoni mwa siku ya 7.**

Wacha Nafsi Yako Iombe:

Bwana, Neno lako linasema kwamba ulikuja kuwatafuta na kuwaokoa wote waliopotea, mimi nikiwa mmoja wao (Luka 19:10). Asante kwa zawadi hii ya thamani kubwa, na unisaidie kushiriki zawadi hii na wengine ... Katika jina la Yesu nimeomba, amina.

Wacha Moyo Wako Utii:

(Mungu anakuongoza kujua, kuthamini au kufanya nini?)

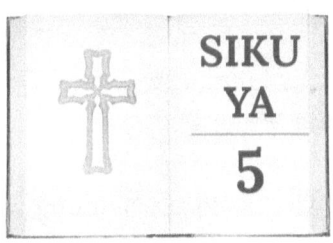

Mungu Anafanya Vitu Vyote Upya: Kufanywa Upya

Kwa hiyo mtu akiwa ndani ya Kristo, amekuwa kiumbe kipya. Ya kale yamepita; tazama, mpya yamekuja. Haya yote yanatoka kwa Mungu ambaye kupitia Kristo alitupatanisha na nafsi yake na akatupa huduma ya upatanisho.

2 Wakorintho 5:17–18

Tukitafakari tutagundua kwamba wengi wetu tuna nyakati chache katika maisha yetu ambazo tunatamani tungeweza kuzirekebisha. (Baadhi yetu tuna nyakati nyingi zaidi ambazo tungependa kuzirekebisha.) Labda ni jambo tulilolisema ambalo lilituaibisha sisi wenyewe au mtu mwingine. Labda ni jambo tulilolifanya au hatukufanya ambalo tunajutia. Iwapo tungeweza kurudi nyuma na kuishi nyakati hizo tena, tungefurahi kufanya maamuzi tofauti. Tungetaka mwanzo mpya.

Mada ya "mwanzo mpya" inajitokeza katika sura chache za kwanza za Biblia. Hadithi kuu ya Mungu inaanza na uumbaji. Lakini dhambi inapoharibu kila kitu, Mungu anaachilia rehema na neema isiyo na kikomo, akitoa uumbaji upya—uumbaji wake unaerejeshwa. Ndiyo, katika *uumbaji upya*, Mungu anarekebisha kila kitu kilichovunjwa na dhambi. Anaanza na wanadamu walioumbwa kwa mfano wake—wewe na mimi. Anatubadilisha na kurejesha kitu kilichoathirika zaidi na dhambi—uhusiano wetu Naye.

Hakuna kujificha tena kutoka kwa Mungu kama Adamu na Hawa. **Sasa tunamkimbilia Mungu.**

Hakuna tena kuishi katika giza na kufungwa na dhambi. **Sasa tunaishi katika nuru, tukiwa huru kutokana na utumwa wa dhambi.**

Hakuna tena kuakisi uovu wa ulimwengu. **Sasa tunaakisi wema wa Mungu kwa ulimwengu.**

Mabadiliko haya yanawezekana kupitia Yesu pekee. Mungu anaturejesha kama watu wanaoakisi mfano wake kwa kutufanya kama mwana wake, ambaye ni "mfano wa Mungu asiyeonekana" (Kol. 1:15), "mng'ao wa utukufu wa Mungu na chapa kamili ya nafsi yake" (Ebr. 1:3). Kupitia mchakato wa kuumbwa upya, "sisi pia tutaichukua sura ya yule aliye wa mbinguni" (1 Kor. 15:49).

Uumbaji upya unaakisi uumbaji. Kama vile uumbaji ulikuja kupitia Yesu kama Mungu muumbaji, uumbaji upya huja kupitia Yesu (Yn. 1:3; Kol. 1:16). Mungu "ametuumba upya katika Kristo Yesu" (Efe. 2:10). Katika uumbaji, Mungu alinena nuru iwepo kwanza. Mungu ataanza uumbaji upya kwa njia hiyo hiyo, na nuru—nuru ya kiroho. "Kwa kuwa Mungu, aliyesema, 'Nuru itang'aa toka gizani,' ndiye aliyeng'aa mioyoni mwetu, atupe nuru ya elimu ya utukufu wa Mungu katika uso wa Yesu Kristo" (2 Kor. 4:6). Hivyo, basi tunaakisi nuru yake katika ulimwengu wenye giza.

Mungu ni Mungu thabiti. Aliwaambia Adamu na Hawa "Zaeni, mkaongezeke, mkaijaze nchi" (Mwa. 1:28), na katika uumbaji upya, sisi pia, tunazaa matunda na kuongezeka—kiroho. Tunakua katika tunda la kiroho la "upendo, furaha, amani, uvumilivu, wema, fadhili, uaminifu, upole na kiasi" (Gal. 5:22–23). Tunda letu huwavuta wengine kwa Yesu, na tunaongezeka kiroho tunapotii amri ya Kristo inayotuambia "nendeni mkawafanye watu wa mataifa yote wawe wafuasi wangu" (Mt. 28:19).

Hata hivyo, uumbaji upya unatofautiana na uumbaji wa kwanza kwa njia kadhaa. **Hatukuwa na uwezo wa kushiriki katika uumbaji wetu, lakini tunapata kushirikiana katika uumbaji upya.**

Tunachagua kumwamini Mungu na kuamini kile anachokisema katika Neno lake. Lakini watu wana historia ndefu ya kumpinga Mungu. Wazo la kuachilia mambo ya ulimwengu huu na kumwamini Mungu huibua hofu na wasiwasi. Huenda hiyo ndiyo sababu kwa nini Mungu anatuhimiza tena na tena katika Biblia kwamba tusiogope. Maisha yasipokuwa jinsi tunavyotazamia na wengine wanapoumiza mioyo yetu, tunaweza kujitenga na Mungu. Tunaweza kumpinga kwa sababu ya hofu ya kuumizwa tena. Hata hivyo, ni upendo wa Mungu ndio unaotuponya, kutubadilisha, na kutupa ujasiri wa kumwamini. Kuchagua kushirikiana na Mungu hutuwezesha kufanya upya na kupata maisha bora zaidi kuliko jinsi tunavyoweza kufikiria (Yn. 10:10).

Maelezo haya huenda yakawa magumu kwako, au unaweza kuhoji jinsi maisha yanaweza kuzidi fikra zako. Safari hii ya imani itakusaidia kuelewa. Tutajifunza zaidi kuhusu kufanywa upya wiki ijayo. Kwa sasa, fahamu kwamba kushiriki katika uumbaji upya kunamaanisha kumwamini Yesu kuwa Mwokozi wetu, kisha kumfuata Yesu kama Bwana wetu–Kiongozi wa maisha yetu. Tunamuuliza kile anachotaka kufanya katika na kupitia maisha yetu kwa sababu "tunaishi kwa ajili ya Kristo," si kwa ajili yetu wenyewe (2 Kor. 5:15).

Kumwamini Yesu ndio ufunguo wa kuumbwa upya. Ili kuamini, tunahitaji kukubali kwamba anajua kilicho bora zaidi. Lakini uamuzi huu wa kuamini si chaguo rahisi la mara moja. **Kumfuata Yesu ni chaguo la kila siku, wakati mwingine dakika baada ya dakika.** Tunampokea Yesu kama Mwokozi wetu kwa wakati fulani mahususi, lakini tunahitaji kuchagua kumfuata Yesu kama Bwana kuanzia wakati huo na kisha daima–*kila siku*. Yesu anatuambia, "Mtu yeyote akitaka kunifuata, na ajikane mwenyewe, ajitwike msalaba wake kila siku, anifuate" (Lk. 9:23).

Lakini kama unavyojua, kumfuata Yesu *kila siku* si rahisi. Kwa nini?

Yesu anapotuokoa, Mungu hutupatia mwanzo mpya na moyo mpya. "Nitawapeni moyo mpya na kuweka roho mpya ndani yenu. Nitauondoa kwenu moyo mgumu kama jiwe na kuwapa moyo wa utii" (Eze. 36:26). Lakini mioyo yetu mipya iko ndani ya miili yetu ya zamani. Mioyo yetu mipya na asili yetu ya dhambi zinapingana.

Mtume Paulo anafafanua mzozo huu wa ndani: "Basi nimeona sheria hii, ya kuwa kwangu mimi nitakaye kutenda lililo jema, lipo lililo baya. Kwa maana naifurahia sheria ya Mungu kwa utu wa ndani, lakini katika viungo vyangu naona sheria iliyo mbali, inapiga vita na ile sheria ya akili zangu, na kunifanya mateka wa ile sheria ya dhambi iliyo katika viungo vyangu" (Rum. 7:21-23). Mzozo huu ndio unaofanya tuhisi mvutano kati ya kufuata asili yetu ya dhambi na kumfuata Yesu.

Tunaweza kushurukuru kwamba kuna njia ya kushinda asili yetu ya dhambi na kumfuata Kristo: upendo. Ndiyo, hadithi yako ya kweli inaanza na upendo wa Mungu kwako (Yn. 3:16). Lakini maisha yako, kusudi lako na hadithi yako vinabadilishwa na *upendo wa Yesu* kwako na *upendo wako* kwake. Unapohisi kina na ukubwa wa upendo wa Mungu (Efe. 3:17-19), hiyo inabadilisha na kukupa motisha ya kumfuata Yesu. "*Upendo wa Kristo watubidisha*; maana tumehukumu hivi, ya kwamba mmoja alikufa kwa ajili ya wote, basi walikufa wote; tena alikufa kwa ajili ya wote, ili walio hai wasiwe hai tena kwa ajili ya nafsi zao wenyewe, bali kwa ajili yake yeye aliyekufa akafufuka kwa ajili yao" (2 Kor. 5:14-15, msisitizo umeongezwa). Tunampenda Yesu kwa sababu alitupenda kwanza (1 Yoh. 4:19) na tunataka kudhihirisha upendo huu kwa kumtii (Yn. 14:21). Lakini upendo wa Mungu hautegemei matendo yetu—ni jinsi Alivyo. Na kuumbwa upya kunahusu kuwa kama Kristo. Yesu alijua nguvu ya upendo wake. Ndio sababu alituamuru "Mpendane ... kama vile nilivyowapenda ninyi" (Yn. 13:34). Lakini tunawezaje kupenda kama Mungu?

Upendo huu usio wa kawaida unatoka kwa chanzo kisicho cha kawaida: Roho Mtakatifu (Wiki ya 7). Wakati wa wokovu, tunaumbwa upya—tunazaliwa upya—kwa uwezo wa Roho (Yn. 3:5-8). Roho Mtakatifu anakuja kuishi ndani yetu na kupitia kwetu. Upendo ni tunda *lake*. Upendo ndio zawadi kuu zaidi anayotoa (1Kor. 13). Upendo *hautoki tu kwa* Mungu; Mungu *ni* upendo (1 Yoh. 4:7-8). Tunapojisalimisha kwa uongozi wa Yesu, upendo hutiririka ndani yetu na hutuongoza tuone kweli.

Ili kukuza upendo kwa Mungu, tunahitaji kumjua katika Neno Lake (Wiki ya 5). Na kumpenda Mungu kunatufanya tupende kila kitu kumhusu— pamoja na mapenzi Yake na njia Zake. Tunapomtii

Mungu, tunajifunza kwamba tunaweza kumwamini, tukijua amri Zake ni kwa manufaa yetu na utukufu Wake. Lakini kumbuka, **kuumbwa upya *hakuhusu* kufuata sheria; kunahusu uhusiano wetu uliorejeshwa na Mungu.** Kupitia uhusiano huo wa karibu, tunakuwa kama yule tuliyeumbwa kwa mfano wake. Kwa ufupi, ili kuakisi Mungu kwa uwazi, tunafanya yale ambayo Mungu hufanya. Tunapenda (Yn. 15:12). Tunasamehe (Kol. 3:13). Tunakuwa na huruma (Lk. 6:36). Tunakuwa watakatifu (Law. 20:26).

Je, ndio umeanza mchakato wa kuumbwa upya? Usivunjike moyo. **Mungu anatoa mianzo mipya na anafurahia kila hatua ndogo ya utiifu.** "Usidharau mwanzo huu mdogo, kwani Bwana hufurahi kuona kazi ikianza" (Zek. 4:10). Soma kile mtume Paulo aliandika kuhusu mapito yake mwenyewe katika kuumbwa upya:

> Si kwamba nimekwisha kufikia, au kwamba nimekwisha kuwa mkamilifu, la hasha! Bali nakaza mwendo ili nipate kile ambacho kwa ajili yake, nimeshikwa na Kristo Yesu. Ndugu zangu, sijihesabu kuwa nimekwisha kushika. Lakini ninafanya jambo moja: Ninasahau mambo yale yaliyopita, nakaza mwendo kufikia yale yaliyo mbele. Nakaza mwendo nifikie ile alama ya ushindi iliyowekwa ili nipate tuzo ya mwito mkuu wa Mungu ambao nimeitiwa huko juu mbinguni katika Kristo Yesu. (Flp. 3:12–14).

Unaweza kuwa uko katika mwanzo wa safari, lakini endelea kukimbia mbio zako. Kesho, tutajifunza kuhusu zawadi ya mbinguni tunayoahidiwa na Mungu.

Wacha Biblia Inene:
Warumi 12 (Kwa Hiari: 1 Yohana 4:7–21)

Wacha Akili Yako Ifikirie:
1. Kwa nini mazoea yetu ya dhambi hayatuachi mara tu tunapofanywa upya?

2. Je, unawezaje kumuakisi Yesu kwa wengine? Ni hatua gani ndogo za utiifu ambazo umechukua tayari?

3. Kwa nini *uhusiano* wako na Mungu unatoa motisha yenye ufanisi zaidi kuliko *kufuata sheria* unaposhirikiana na mchakato wa kukufanya upya?

Wacha Nafsi Yako Iombe:
Baba, nifanye upya katika Kristo. Kwa wakati wako mkamilifu, rekebisha yote ambayo dhambi imeharibu ndani yangu. Neno lako linasema kwamba umeanza kazi njema ndani yangu na utaimaliza nitakapokutana nawe mbinguni (Flp. 1:6). Asante kwa kuahidi kunirejesha kikamilifu kama mtu aliyeumbwa kwa mfano wako. Nisaidie kukuamini na kukutii unaponifanya niwe kama Yesu, anayebeba Mfano Wako kamili … Katika jina la Yesu nimeomba, amina.

Wacha Moyo Wako Utii:
(Mungu anakuongoza kujua, kuthamini au kufanya nini?)

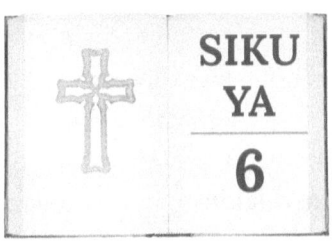

Maisha Baada ya Kifo

Kisha nikaona mbingu mpya na nchi mpya, kwa maana mbingu za
kwanza na nchi ya kwanza vimekwisha kupita… . Nami nikasikia
sauti kubwa kutoka kile kiti cha enzi ikisema, "Sasa makao ya
Mungu ni pamoja na wanadamu, naye atakaa pamoja nao. Yeye
atakuwa Mungu wao nao watakuwa watu wake, naye Mungu
mwenyewe atakuwa pamoja nao. Atafuta kila chozi kutoka macho
yao. Mauti haitakuwepo tena, wala maombolezo, wala kilio, wala
maumivu, kwa maana mambo ya kwanza yamekwisha kupita"
Naye yule aliyeketi juu ya kile kiti cha enzi akasema, "Tazama,
nayafanya mambo yote kuwa mapya! … Imekwisha kuwa!"
Ufunuo 21:1, 3–6

Kuna jambo ambalo Yesu alisema ambalo nataka ulitafakari. Yesu
alisema, "Mimi ndiye huo ufufuo na uzima. Yeye aniaminiye, hata
akifa atakuwa anaishi na yeyote aishiye na kuniamini hatakufa kabisa
hata milele" (Yn. 11:25–26). Je, hii ina maana gani kwako?

Jipe moyo, rafiki: kaburi si mwisho. Yesu alizungumza kuhusu
mbinguni kuwa mahali halisia, ufalme *halisia*. Siku moja, sisi sote
tunaomwamini Yesu kama Bwana na Mwokozi tutakuwa huko
pamoja. Lakini kwa sasa tufanye nini?

Ingawa mbingu iko katika siku za usoni, Mungu anatuambia
tuelekeze mawazo yetu mbinguni *kwa sasa* (Kol. 3:1–2). Sababu ndio
hizi:

- Tunapohisi tamanio la dhati ndani yetu, tutakumbuka
  kwamba tuliumbwa kwa ajili ya kusudi kuu zaidi. Sisi si

wa ulimwengu huu, kwa hivyo hatutaridhika kamwe hapa (Yn. 17:16).

- Ugonjwa na kifo unapovunja mioyo yetu, tutakumbuka kwamba hatukukusudiwa kufa. Kuishi milele kumewekwa ndani ya mioyo yetu (Mhubiri 3:11), na kifo ni jambo la thamani kwa Mungu (Zab. 116:15).
- Uovu na ukosefu wa haki unapotukasirisha, tutakumbuka kwamba Yesu yuko kwenye kiti cha enzi. Hana wasiwasi juu ya siku zijazo. Anatawala, na haki itashinda. Anatayarisha mahali kwa wale wanaomwamini, na anaahidi kurudi kwa ajili yetu (Yn. 14:1–2).

Ndiyo, Yesu anakutayarishia mahali halisia–mahali panapoitwa mbinguni. Wakati mwingine mbinguni huonyeshwa kwa njia duni kama ulimwengu wa ndoto ulio na mawingu, malaika wanaocheza vinubi, na ibada za kidini za kuchosha. Hiyo si kweli kabisa.

Ili kuelewa mbinguni, tunahitaji kuchunguza Neno la Mungu tena, mahali ambapo neno hilo limetajwa zaidi ya mara 200 katika Agano Jipya pekee. Nchi hii ya mbinguni inaelezewa kama mahali pakubwa sana penye bustani maridadi na mto wa uhai, jiji kubwa lenye malango ya vito na barabara zilizoundwa kwa dhahabu (Ebr. 11:16; Ufu. 21). Kutakuwa na nyumba, karamu, urafiki, na vicheko. Yesu anaelezea mbinguni kama mahali halisia ambapo tutakuwa na miili kamilifu na uwezo wa kutambuana (Luka 24:39–40). Hatutageuzwa kuwa malaika (kama vile watu husema wakati mwingine), ila tutaishi pamoja nao. Hatutahisi kuchoka kwa sababu tutajawa na furaha na raha ya milele (Zab. 16:11). Dhambi zetu na miili yetu inayoweza kufa havitazuia tena uhusiano wetu na Mungu. Uwepo wake utakuwa nuru yetu: "Usiku hautakuwako tena, wala hawatahitaji mwanga wa taa au wa jua, kwa maana Bwana Mungu atakuwa nuru yao, nao watatawala milele na milele" (Ufu. 22:5).

Ili kupata hisia ya jinsi mbingu itakavyokuwa, tazama pande zote na ufikirie ulimwengu wetu bila dhambi.[1] Dunia ni kivuli cha mbinguni (Ebr. 8:5). Mungu alituumba ili tuishi duniani na anataka

---

1 Randy Alcorn, *Heaven Study Guide* (Nashville: LifeWay Press, 2006), 36–37.

kukaa nasi hapa. Ndiyo, dhambi kwa muda imefanya ulimwengu kutokuwa kamilifu, lakini Mungu hataacha kamwe mpango Wake kwa ajili ya ulimwengu au kwa ajili yetu. Siku moja, ufalme wa Mungu utakuja duniani na kurejeshwa katika hali yake ya awali ya kutokuwa na dhambi. Kisha Mungu atakaa nasi kimwili milele.[1] Mpango wake wa awali utatimizwa. Mungu atasema, "Tazama, nitaumba mbingu mpya na dunia mpya. Mambo ya zamani hayatakumbukwa, wala hayatakuja akilini" (Isa. 65:17).

Hakutakuwa na kilio, maumivu, kifo na huzuni tena (Ufu. 21:4), *lakini pia* hakutakuwa na fursa zaidi za kuwaambia wengine kuhusu Yesu.

Ni Yesu pekee ndiye aliye na uwezo wa kuondoa dhambi zetu na kutuongoza salama hadi mbinguni. Mungu ni mkamilifu na mwenye haki. Hawezi kuruhusu dhambi kukaa pale alipo. Ndio sababu tunahitaji kueneza habari njema ya ukombozi wa Yesu sasa kabla hatujachelewa. Kila mtu tunayemjua atakufa na kukabiliwa na hukumu (Ebr. 9:27), lakini tunaweza kuwaambia habari za Yesu kabla hawajahukumiwa.[2]

Watu wengi hawana habari kuhusu siku ya hukumu–siku muhimu zaidi katika siku zetu za usoni. Maisha ya kila mtu itachunguzwa, lakini si kila mtu ataenda kwenye hukumu ile ile.

Biblia inazungumzia hukumu mbili–moja ya waumini na nyingine ya wasioamini. Hukumu ya waumini inaitwa kiti cha hukumu cha Kristo (Rum. 14:10–12; 2 Kor. 5:10). Hapa si mahali ambapo wokovu unatiliwa shaka; waumini tayari ni wa Yesu kwa sababu ya imani yao katika kile Alichotimiza kwa niaba yao (Efe. 2:8–10). Badala yake, hukumu hii ni wakati ambapo matendo mema yatafichuliwa. Waumini watapokea zawadi ("taji") kwa ajili ya mambo waliofanya duniani ambayo yanaonyesha uvumilivu kwa uaminifu katika kumfuata Yesu (1 Kor. 3:11–15; 2 Tim. 4:8; Yak. 1:12; 1 Pet. 5:4).

Katika hukumu hii, Mungu atachunguza maisha ya waumini, akitutuza pale tulipomtumikia ...

... **kwa upendo** (1 Kor. 13; Flp. 1:9–11),

... **kwa nguvu zake** (Zek. 4:6; Yn. 15:5), na

---

1 Isa. 65:17–25; Mt. 19:28; Ufu. 21.

2 Jifunze jinsi ya kushiriki habari za Yesu na wengine katika Wiki ya 3 na ya 7.

... **kwa utukufu wake pekee** (1 Kor. 3:11–15; 4:4–5).[1]

Waumini wengi hawajui siku hii ya hukumu itaamua thawabu zetu na nafasi yetu ya milele.[2] Thawabu na kazi za mbinguni tutakazopokea wakati huo zitategemea fadhili zetu za upendo na uaminifu *wakati wa sasa.* Inashangaza, siyo? Tunachofanya sasa kitatuathiri milele. Nasisitiza, elewa kwamba hukumu hii *si* ya kupata wokovu. Hatuwezi kuongeza chochote katika kazi iliyomalizika ya Yesu msalabani.[3] Pia, hukumu hii si wakati ambapo dhambi inalaaniwa (Rum. 8:1). Dhambi zetu tayari zimetoweka, zimeondolewa "kama mashariki ilivyo mbali na magharibi" (Zab. 103:12). Kiti cha hukumu cha Kristo hakiadhibu dhambi bali huzawadi utumishi wenye uaminifu na uvumilivu wa mateso. Lakini thawabu kuu zaidi itakuwa "nyota ya asubuhi," Yesu Kristo Mwenyewe (Ufu. 2:28). Tutahisi uwepo wa Mungu wetu *milele.*

Kumfurahia Mungu na kumuona Yesu uso kwa uso kutabadilisha kila kitu. Kwa sababu ya kukutana naye, "tutafanana naye, kwa maana tutamwona kama alivyo" (1 Yoh. 3:2). Mungu atakamilisha kutuumba upya na kuturejesha kikamilifu kama mfano wake. "Ataichukua miili yetu dhaifu ipatikanayo na mauti na kuibadili kuwa miili ya utukufu kama wake" (Flp. 3:21). "Kwa hiyo, mwili huu wa kuharibika utakapovaa kutokuharibika, nao huu mwili wa kufa utakapovaa kutokufa, ndipo lile neno lililoandikwa litakapotimia: 'Mauti imemezwa kwa kushinda'" (1 Kor. 15:54).

Cha kusikitisha ni kwamba si kila mtu atamwamini Yesu. Si kila mtu ataenda mbinguni na kuishi katika ulimwengu mpya. Ni vigumu sana kukubali, lakini ni kweli: wale ambao hawamwamini Yesu pekee kwa ajili ya wokovu watakufa katika dhambi zao. Iwapo tutashikilia dhambi zetu–kwa kukataa kuzitambua au kuamini uongo kwamba tunaweza kuzifidia sisi wenyewe–tunashikilia matokeo ya dhambi hizo pia na kujitenga na Mungu milele. **Tunaweza kukubali Yesu achukue adhabu yetu, au tubaki tumehukumiwa** (Yn. 3:17–18).

Huenda unajiuliza, "Uamuzi huu unawezekanaje?"

---

1 Woodrow Kroll, *Facing Your Final Job Review: The Judgment Seat of Christ, Salvation, and Eternal Rewards* (Wheaton, IL: Crossway Books, 2008), 136-137.

2 Mt. 6:19–21; Lk. 19:12–27; 1 Kor. 3:11–15; Ufu. 2:26; 22:12.

3 Kor. 5:21; Ebr. 10:12; 1 Pet. 2:24; 1 Yoh. 2:1–2.

Uwezekano wa upendo wa kweli, na wa hiari unahitaji uwezekano wa uasi. **Mungu alituumba na kutupa uwezo wa kuchagua kati ya kumpenda na kumkataa.** Kila anayemkataa Yesu anakataa mpango pekee wa Mungu kwa ajili ya dhambi na uhusiano uliorejeshwa pamoja Naye. Kama tulivyosema hapo awali, wale wanaomkataa Mungu hatimaye watajitenga na kila kitu kilicho chema, cha kupendeza, cha hekima, safi, cha kuvutia, cha kishujaa na cha kweli.

Wasioamini watakabiliwa na hukumu inayoitwa kiti kikubwa cheupe cha enzi. Hukumu hii si sawa na hukumu ya waumini, ambapo matendo ya dhambi yanafidiwa na Yesu na matendo mema tu ndiyo yanayozawadiwa. Badala yake, hukumu hii ya kiti kikubwa cheupe cha enzi ni kwa kila tendo lililofanywa na wale wote waliochagua kuendelea katika dhambi zao:

> Kisha nikaona kiti kikubwa cheupe cha enzi pamoja na yeye aliyeketi juu yake. Dunia na mbingu zikaukimbia uso wake wala mahali pao hapakuonekana. Nami nikawaona wafu wakubwa na wadogo, wakiwa wamesimama mbele ya hicho kiti cha enzi na vitabu vikafunguliwa. Pia kitabu kingine kikafunguliwa ambacho ni kitabu cha uzima. Hao wafu wakahukumiwa sawasawa na matendo yao kama yalivyoandikwa ndani ya hivyo vitabu. Bahari ikawatoa wafu waliokuwamo ndani yake, nayo mauti na Kuzimu zikawatoa wafu waliokuwamo ndani yake. Kila mtu akahukumiwa kulingana na yale aliyoyatenda. Kisha mauti na Kuzimu zikatupwa katika ziwa la moto. Hii ndio mauti ya pili, yaani, hilo ziwa la moto. Iwapo mtu jina lake halikuonekana katika kile kitabu cha uzima, alitupwa ndani ya lile ziwa la moto. (Ufu. 20:11–15)

Watu hawakukusudiwa kwenda kuzimu. Ni "moto wa milele uliowekewa tayari Ibilisi na mapepo yake" (Mt. 25:41). **Kuzimu si ufalme wa Shetani; ni mahali pake pa mateso. Hana mamlaka hapo.** Wale wanaomkataa Yesu Kristo watatengwa milele na Mungu—watatengwa na mambo yote mema—mahali hapo pabaya. "Wataadhibiwa kwa uangamivu wa milele na kutengwa na uso wa Bwana na utukufu wa uweza wake" (2 The. 1:9).

Hatupendi kufikiria au kuzungumza kuhusu kuzimu, ingawa mafundisho mengi kuhusu kuzimu katika Biblia yanatoka kwa Yesu.

Alizungumza wazi juu ya hatari ya kuzimu kwa sababu hakutaka yeyote aende huko. Kuzimu ni mahali pabaya pa shida na mateso, mahali pa moto mkali na giza, "ambapo funza wake hawafi na moto wake hauzimiki" (Mk. 9:48). Yesu anatusihi tuepuke kuzimu: "Kama mkono wako ukikusababisha kutenda dhambi, ukate. Ni afadhali kwako kuingia katika uzima ukiwa na mkono mmoja, kuliko kuwa na mikono miwili lakini ukaingia jehanamu, mahali ambako moto hauzimiki" (Mk. 9:43). Yesu hatuambii tukate mikono yetu kihalisia; Anatuambia tufanye kila tuwezalo kumwamini kama Mwokozi na Bwana wetu.

Ikiwa uliacha dhambi zako na kumwamini Yesu pekee kwa ajili ya wokovu, utaenda mara moja katika uwepo Wake wakati mwili wako wa kidunia utakufa (Lk. 23:43; 2 Kor. 5:6-8).[1] Pamoja na dada na kaka zetu katika Kristo, tutatangaza: "Haleluya! Kwa maana Bwana Mungu wetu Mwenyezi anatawala. Na tufurahi na kushangilia na kumtukuza!" (Ufu. 19:6-7).

Kwa sasa, tujitayarishe. Tupende vyema kwa nguvu za Mungu kwa ajili ya utukufu wake pekee! Tushiriki habari za Yesu na wengine, ili wawe naye mbinguni pia.

---

1 Ili kujua mengi zaidi kuhusu kufanya uamuzi huu muhimu, nenda kwa "Mpokee Yesu Leo" mwishoni mwa siku ya 7.

Wacha Biblia Inene:
Ufunuo 21:1–22:5 (Kwa Hiari: Luka 16:19–31)

Wacha Akili Yako Ifikirie:

1. Je, ufahamu wako wa mbinguni na kuzimu unabadilishaje mtazamo wako wa sasa?

2. Kujua kwamba Mungu atatuza utumishi wenye uaminifu kunabadili vipi jinsi unavyotumia wakati wako duniani?

3. Kwa nini ni lazima kazi zetu zote zifanywe kwa upendo, kwa nguvu za Mungu, na kwa utukufu wa Mungu pekee?

Wacha Nafsi Yako Iombe:
Bwana, unarejea hivi karibuni. Neno lako linasema niweke moyo wangu na akili yangu vitazamie mbinguni, na si kwa mambo ya kidunia (Kol. 3:2). Tafadhali nisaidie nione kila kitu na kila mtu kwa mtazamo wa milele. Nisaidie kutumia vyema maisha yangu hapa duniani. Nisaidie kumtumikia Yesu na kumueneza kwa wengine ... Katika jina la Yesu nimeomba, amina.

Wacha Moyo Wako Utii:
(Mungu anakuongoza kujua, kuthamini au kufanya nini?)

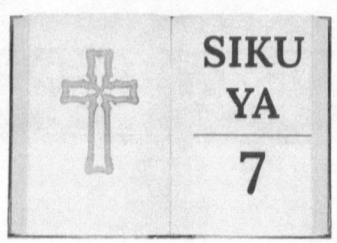

Hadithi ya Mungu–Mzingatie Yesu

Basi na tumtazame sana Yesu mwanzilishi na mkamilishaji wa imani yetu, yeye ambaye kwa ajili ya furaha iliyowekwa mbele yake alistahimili msalaba, bila kujali aibu ya huo msalaba, naye ameketi mkono wa kuume wa kiti cha enzi cha Mungu.
Waebrania 12:2

Uligundua hadithi ya kweli ya Mungu ambayo ni ya ushindi katika safari yetu wiki hii–na sehemu zake nne. Ni hadithi pekee inayoelezea kila kitu kilivyoanza (uumbaji), jinsi kila kitu kiliharibika (dhambi), jinsi kila kitu kinaweza kuokolewa (Yesu), na jinsi kila kitu kitaisha (Kuumbwa upya).[1] Sasa, tuna ufahamu bora wa mahali tulipoanzia na ni wapi tutaishia. Sehemu hizi nne zinatupa mtazamo wa milele ambao unatuelekeza jinsi tunavyoweka vipaumbele vyetu na jinsi tunavyokabiliana na matatizo ya maisha.

Lakini ndani ya hadithi, je, ulimwona Yesu katika kila ukurasa? Hadithi ya Mungu inamzingatia Yesu, "mwanzilishi na mkamilishaji wa imani" (Ebr. 12:2). Soma kifungu cha Maandiko kifuatacho–polepole. Tazama jinsi Hadithi ya Mungu inavyojitokeza katika Kristo:

Yeye ni mfano wa Mungu asiyeonekana, mzaliwa wa kwanza wa viumbe vyote. Kwake yeye vitu vyote vilivyoko mbinguni na juu ya nchi

---

1 Hugh Whelchel, "The Four-Chapter Gospel: The Grand Metanarrative Told by the Bible," Institute for Faith, Work & Economics, February 14, 2012, https://tifwe.org/the-four-chapter-gospel-the-grand-metanarrative-told-by-the-bible/.

viliumbwa: vitu vinavyoonekana na visivyoonekana, viwe ni viti vya enzi au falme, au wenye mamlaka au watawala; vitu vyote viliumbwa na yeye na kwa ajili yake. Yeye alikuwepo kabla ya vitu vyote, na katika yeye vitu vyote vinashikamana pamoja. Yeye ndiye kichwa cha mwili, yaani kanisa, naye ndiye mwanzo na mzaliwa wa kwanza kutoka kwa wafu, ili yeye awe mkuu katika vitu vyote. Kwa kuwa ilimpendeza Mungu kwamba utimilifu wake wote ukae ndani yake, na kwa njia yake aweze kuvipatanisha vitu vyote na yeye mwenyewe, viwe ni vitu vilivyo duniani au vilivyo mbinguni, kwa kufanya amani kwa damu yake, iliyomwagika msalabani. (Kol. 1:15–20)

Hadithi ya Mungu inamhusu Yesu. Tafakari jinsi kila sehemu ya Hadithi ya Mungu inavyotuelekeza kwa **Yesu, Mwanzo na Mwisho** (Ufu. 22:13):

1. Uumbaji ulikuja kuwepo kupitia **Yesu, Muumba wetu na Mwanzilishi wa maisha** (Mwa. 1:26; Yn. 1:3; Mdo. 3:15).

2. Dhambi ilitufanya tuwe watumwa, lakini Mungu aliahidi kumtuma **Yesu, Mkombozi wetu, ili kutuweka huru** (Mwa. 3:15; 12:3; Gal. 1:4).

3. Yesu alikuja na kufa kwa ajili yetu. Adhabu ya dhambi zetu ilimwangukia **Yesu, Mwokozi wetu** (Lk. 23:33–34; Mdo. 4:12).

4. Kuumbwa upya kunarejesha uhusiano wetu na Mungu kikamilifu kupitia **Yesu, Mponyaji wetu na Mfalme wetu** (1 Pet. 2:24; Ufu. 19:16). Yesu pia atarejesha kikamilifu yote ambayo ni mabaya katika ulimwengu wa asili kwa kuumba mbingu mpya na dunia mpya.

Kiini cha Hadithi ya Mungu ni Yesu. Kiini cha hadithi yako pia ni Yesu. Hadithi yako inategemea mwitikio wako kwa kile Yesu alikufanyia pale msalabani.

Haijalishi *umefanya* **nini, Mungu atakusamehe.**[1]
Haijalishi *umetendewa* **nini, Mungu atakuponya.**[2]

Unastahili kuokolewa! Na Yesu anapokuokoa, hakuokoi tu *kutokana* na dhambi. Yesu anakuokoa *kwa ajili ya* kusudi jema na utambulisho mpya (Efe. 2:10). **Mungu ameandika hadithi yako. Wewe ni kazi ya mikono yake, na umeumbwa kwa kusudi jema maalum.** Huu ni mwanzo tu. Salia nasi. Tutachunguza hadithi yako wiki ijayo.

---

1   Zab. 103:12; Mk. 3:28; Rum. 5:20; Efe. 3:20; 2 Pet. 3:9.
2   Zab. 72:12–14; 22:24; 23:3; 34:18; Lk. 4:18–19; 2 Kor. 5:17.

Mpokee Yesu Leo

Sasa kwa kuwa unajua Hadithi ya Mungu, pengine umetambua kwamba una uamuzi wa kufanya. Ni wakati wa kuamua jinsi utakavyojumuishwa katika Hadithi Yake. Utaitikiaje mwaliko wa Mungu? Kwa wakati huu, unaweza kupokea msamaha, kuwa huru kutokana na dhambi, na kufanywa mwana katika familia ya Mungu milele kupitia Yesu. Je, utampokea (Yn. 1:12)? "Nasi twawaomba sana ninyi kwa niaba ya Kristo, mpatanishwe na Mungu!" (2 Kor. 5:20). Huhitaji kuhangaishwa na hisia za utupu au hatia, au kuhofia kifo na hukumu wakati wote. Unaweza kupatanishwa na Mungu hivi sasa.

Unaweza kujaribiwa kuukataa uamuzi kwa sababu ya woga au shaka. Lakini kwa kufanya hivyo, unajiweka katika hatari ya kuishi maisha duni hapa duniani na kutengwa na Mungu milele. Badala yake, mtafute Mungu kwa moyo wako wote, na umwombe akufumbue macho yako ili uone ukweli. Atafanya hivyo. Mungu anatoa ushahidi zaidi kuliko inavyohitajika ili ujue kwamba yeye ni Mungu wa kweli. Lakini hatakulazimisha upokee upendo wake. Ni lazima uamue kumpokea Yesu.

Unaweza kujaribu kurekebisha matendo yako au kujaribu kujaza utupu ulio ndani yako kwa njia nyingine tofauti. Lakini haijalishi utatimiza nini au kumiliki nini, hiyo haitoshi kamwe. Haijalishi utatuliza maumivu yako kwa kiwango gani, maumivu bado yatakuwepo raha itakapoisha. Lakini nashukuru kwamba Yesu ni mkuu kuliko kosa au dhambi yoyote ambayo unaweza kuwa umefanya. Kwa sababu "mshahara wa dhambi ni mauti" (Rum. 6:23), Yesu alilipa adhabu ya dhambi zako. Kifo chake kililipa adhabu ya dhambi zako. Kufufuka kwake kutoka kaburini hukupa uzima mpya (Rum. 6:4).

> **Imani:**
> Ni vizuri kuamini Neno la Mungu na kulitekeleza, bila kujali hisia, kwa sababu tunamwamini Mungu.
>
> "Basi imani ni kuwa na uhakika wa mambo yatarajiwayo, na udhahiri wa mambo yasiyoonekana" (Ebr. 11:1).

Lakini hutakuwa na nafasi zisizoisha (Mt. 24:44; Lk. 12:20). Ikiwa uko tayari kumpokea Yesu kama Yule Aliyekusamehe na Kiongozi wa maisha yako, omba. Omba msamaha kwa ajili ya dhambi zako. Weka imani yako na umwamini Yesu pekee kwa ajili ya wokovu. Mshukuru kwa kukuokoa. Mwombe akusaidie kuacha mienendo yako ya zamani na ufuate mienendo ya maisha ya Mungu (2 Kor. 5:15). Biblia inafundisha, "Ukikiri kwa kinywa chako kwamba "Yesu ni Bwana," na kuamini moyoni mwako kwamba Mungu alimfufua kutoka kwa wafu, utaokoka" (Rom. 10:9). Imani inahusisha matendo.

Ikiwa umempokea Yesu hivi sasa, karibu kwenye familia! Umefanya uamuzi bora zaidi maishani mwako. Sasa uko tayari kupiga hatua katika safari hii ya imani.

Wacha Biblia Inene:
Waefeso 1 (Kwa Hiari: Ufunuo 19:11–16)

Wacha Akili Yako Ifikirie:
Jibu Maswali ya Majadiliano ya Wiki ya 1.

Wacha Nafsi Yako Iombe:
Bwana, asante kwa kuweka wazi Hadithi Yako katika Biblia.
Utatimiza makusudi Yako yote, na Utatukuzwa katika uumbaji wote.
Baba, nionyeshe nafasi yangu katika Hadithi Yako. Nisaidie kutimiza
kusudi Lako kwa ajili ya maisha yangu na kulitukuza jina lako ...
Katika jina la Yesu, amina.

Wacha Moyo Wako Utii:
(Mungu anakuongoza kujua, kuthamini au kufanya nini?)

MASWALI YA KUJADILI YA WIKI YA 1:

Pitia masomo ya wiki hii kisha ujibu maswali yafuatayo.
Shiriki majibu yako na marafiki zako mtakapokutana wiki hii.

1. Je, kila sehemu ya Hadithi ya Mungu (uumbaji, dhambi, Yesu, uumbajiupya) inaonyeshaje upendo wa Mungu kwetu na hamu yake ya kuwa na uhusiano wa karibu nasi? Je, upendo wa Mungu kwako unabadilishaje hisia zako kumhusu?

2. Je, kujifunza kuhusu Hadithi ya Mungu kumekuonyesha hatua yako itakayofuata pampoja na Mungu?

    • Je, unahitaji kuweka imani yako katika Yesu kama Mwokozi wako?
    • Je, unahitaji kumtii Yesu kama Kiongozi wa maisha yako?
    • Je, unahitaji kukumbuka maisha ya milele unapoishi maisha yako ya kila siku?

3. Je, uhalisia wa maisha baada ya kifo unaathiri nia yako ya kueneza habari njema kumhusu Yesu? Ni nani katika maisha yako amejitenga na Mungu? Ombea nafasi za kumtambulisha kwa Yesu.

4. Je, umepata marafiki wawili au watatu wa kutembea nawe katika safari hii? Kama sivyo, ni nani unayeweza kumwomba kufanya masomo haya ya kila siku pamoja nawe? Na ikiwa umepata marafiki wa kutemeba pamoja nawe, je, ni jinsi gani wewe na marafiki zako mmetiana moyo wiki hii?

5. Kujua Hadithi ya Mungu kuanzia mwanzo hadi mwisho kutatusaidia kuelewa jukumu letu katika Hadithi ya Mungu—lengo letu la juma lijalo. Je, unatarajia kujifunza nini kuhusu hadithi yako?

WIKI YA PILI

HADITHI YAKO
UTAMBULISHO WAKO

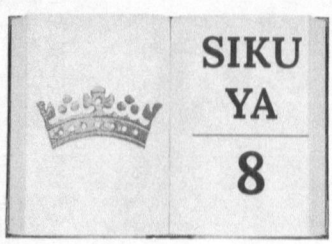

Umechaguliwa

Kwa maana alituchagua katika yeye kabla ya kuumbwa
ulimwengu ili tuwe watakatifu na bila lawama mbele zake.
Kwa upendo alitangulia kutuchagua tuwe wanawe kwa njia ya
Yesu Kristo kwa furaha yake na mapenzi yake mwenyewe.
Waefeso 1:4–5

Wiki iliyopita tulijifunza kuhusu Hadithi ya Mungu. Sasa, ni wakati wa
kujifunza kuhusu hadithi yako. Au, labda ujifunze hadithi yako tena.
Tangu ulipozaliwa, tamaduni za ulimwengu zimejaribu kukwambia
wewe ni nani. Iwe umesemwa au haujasemwa, ujumbe tunaoambiwa
ni kwamba thamani yetu inapatikana katika jina la familia, mali,
muonekano, au mafanikio. Adui wa roho zetu hugeuza hadithi yetu
ili kuleta hali ya hofu, shaka, kutengwa, na kukata tamaa. Wengine
wanapotukatisha tamaa au tunaposhindwa kufikia matarajio yao
(hebu tuseme ukweli–mambo hayo mawili hayawezi kuepukika kwa
sababu hakuna aliye mkamilifu ila Yesu), adui hutuambia kwamba
hatuna thamani. Tunahisi kutopendwa, hatutakwi, hatujiwezi, na
wapweke. Hadithi yetu huonekana kama mkasa.

Ili kugundua hadithi yako ya kweli unahitaji kumtazama Muumba
wako. Unahitaji kumjua yule aliyekuumba. Ni Yeye pekee ndiye
anayeweza kukuonyesha kusudi la kuumbwa kwako. Ni Yeye pekee
ndiye anayeweza kukuonyesha jinsi hadithi yako ilivyojaaa tumaini,
upendo, kusudi, na uzima wa milele.

**Mungu ndiye Mwanzilishi wa maisha na Mwandishi wa hadithi
yako.** Hakupi kazi na kukuacha uitekeleze peke yako. Badala yake,
anakupa uhusiano naye na anatembea *nawe* katika kila hatua. Vile

ulivyo na yote unayofanya yanatokana na uhusiano wako naye. Hadithi yako inajitokeza unapotembea pamoja *Naye*. "Mimi ni Bwana, Mungu wako, nikushikaye mkono wako wa kulia, na kukuambia, Usiogope; nitakusaidia" (Isa. 41:13).

Mungu alikupanga kwa ajili ya mapenzi yake (Ufu. 4:11). Amekupenda siku zote. Upo kwa ajili ya furaha yake. Hakuna unachoweza kufanya ili kupata upendo wa Mungu na hakuna unachoweza kufanya ili kupoteza upendo wa Mungu.[1] Soma tena sentensi hiyo ya mwisho. Jikumbushe ukweli huu kila asubuhi kabla ya kuanza siku yako. Chaguo ulilonalo ni kupokea upendo wake au la.

Mungu alikuchagua hata kabla hajakuumba (Efe. 1:4). Alipokuumba, Alichagua kwa uangalifu kila kitu kukuhusu: "Ulifanya viungo vyote dhaifu vya ndani vya mwili wangu na kuniunganisha pamoja katika tumbo la uzazi la mama yangu. Uliniona kabla sijazaliwa. Kila siku ya maisha yangu ilirekodiwa katika kitabu chako. Kila dakika iliwekwa kabla hata siku moja kupita" (Zab. 139:13, 16). Mungu alikuumba na kupanga siku zako kwa uangalifu.

Wewe ni muhimu sana kwa Mungu kiasi kwamba anataka kuishi nawe milele.

Soma barua iliyo hapa chini kutoka kwa Baba yako wa mbinguni. Kila mstari unatoka katika Neno Lake. Sikiliza kwa makini, na utaanza kugundua hadithi yako ndani Yake.

Mwanangu wa thamani,

Ninajua kila kitu kukuhusu. Ninazifahamu njia zako zote.[2] Nimehesabu hata nywele zote za kichwa chako.[3] **Wewe ni mwanangu.** Nilikuumba kwa mfano wangu[4]–umeumbwa kwa namna ya kipekee na ya ajabu![5] Nilikujua kabla hujazaliwa,[6] nami nilikuchagua kabla ya kuumba ulimwengu.[7] Wewe si kosa. Siku zako zote tayari zimeandikwa katika kitabu Changu, zimepangwa kwa uangalifu.[8] Hata nilichagua siku yako ya kuzaliwa na kuamua mahali ambapo utaishi.[9]

---

1 Yoh. 15:9-11; Rum. 5:6-8; 8:38; Efe. 1:4-5; 1 Yoh. 3:16a; 4:8-10.
2 Zab. 139:3.
3 Lk. 12:7.
4 Mwa. 1:26.
5 Zab. 139:14.
6 Yer. 1:5.
7 Efe. 1:4.
8 Zab. 139:16.
9 Mdo. 17:26.

Watu ambao hawanijui wameniwakilisha vibaya. Siko mbali na mimi si mwenye hasira bali ni mwenye huruma na si mwepesi wa hasira.[1] Mimi ni dhihirisho kamili la upendo.[2] Ninakuonyesha upendo Wangu mwingi kwa sababu tu wewe ni mwanangu,[3] na Mimi ni Baba yako– Baba yako mkamilifu.[4] Ninakutolea zaidi ya vile baba yako wa duniani angeweza kukutolea.[5] Mimi ndiye nikutoshelezaye.[6] Mimi pia ni Baba mwenye huruma ambaye hukufariji katika shida zako zote.[7] **Ukiwa umevunjika moyo, nakaribia kwako hata zaidi.**[8] Siku moja, nitayafuta machozi yako yote na kukuondolea maumivu yako yote.[9]

Mpango wangu kwa ajili ya siku zako za usoni unafurika kwa tumaini[10] Kwa sababu upendo wangu kwako ni mkubwa sana na ni wa milele.[11] Huwezi kuukwepa upendo wangu.[12] Mawazo yangu ya upendo kwako ni mengi sana kama chembe za mchanga ufuoni mwa bahari.[13] Ninakufikiria kila wakati, nami nakushangilia kwa kuimba.[14] **Wewe ni mali Yangu yenye thamani;**[15] **unifanye kuwa wako.** Nitafute kama hazina.[16] Ukinitafuta kwa moyo wako wote, utaniona.[17] Ninakuahidi. Nifurahie Mimi, nami nitakupa matamanio ya moyo wako[18]–Mimi ndiye niliyekupa matamanio hayo, na Mimi peke yangu ndiye ninayeweza kuyakidhi kikamilifu. Ninaweza kukufanyia zaidi ya vile unavyoweza kufikiria.[19] Niamini.[20]

Je, unajua kwamba ninakupenda jinsi ninavyompenda Mwanangu, Yesu? Ni kweli. Nilimtuma ili kuthibitisha kwamba mimi niko upande wako, si kinyume chako.[21] Sizihesabu dhambi zako.[22] Singoji kukuonyesha makosa yako. Siko hivyo. Ndio maana nilimtuma Yesu kuchukua adhabu yako na kufuta dhambi zako.[23] Zimefutiliwa mbali! Hazihitaji kukutenganisha na Mimi tena. Kifo cha Yesu kilikuwa dhihirisho kuu la upendo Wangu kwako.[24] Ukipokea zawadi ya Mwanangu, Yesu, unanipokea Mimi, na hakuna kitakachokutenganisha na upendo Wangu tena.[25]

---

1 Kut. 34:6.
2 Yoh. 4:8.
3 Rum. 8:15.
4 Mat. 5:48.
5 Mat. 6:9-15.
6 Flp. 4:19.
7 2 Kor. 1:3-4.

8 Zab. 34:18.
9 Ufu. 21:4.
10 1 Pet. 1:3.
11 Yer. 31:3.
12 Rum. 8:38-39.
13 Zab. 139:17-18.
14 Sef. 3:17.

15 Kum. 7:6.
16 Mat. 6:33; 13:44.
17 Yer. 29:13.
18 Zab. 37:4.
19 Efe. 3:20.
20 Mit. 3:5-6.
21 Rum. 8:31-32.

22 2 Kor. 5:19.
23 2 Kor. 5:21.
24 1 Yoh. 4:10.
25 Mat. 10:40;
Rum. 6:23; 8:39.

Njoo nyumbani, na mbingu yote itasherehekea kuwasili kwako![1] Mimi nimekuwa Baba yako siku zote. Nitakuwa Baba yako daima. Swali langu ni, je utakuwa mwanangu?[2]

Kwa upendo,
Baba yako, Mungu Mwenyezi

1 Lk. 15:7, 24   (Barua ya Upendo ya   Communications,   ruhusa.
2 Imetolewa kutoka Baba) iliyoandikwa   1999. Imehaririwa
Father's Love Letter na Father Heart   na kutumiwa kwa

SIKU YA 8

Wacha Biblia Inene:
Zaburi 139 (Kwa Hiari: 1 Yohana 3:1–3)

Wacha Akili Yako Ifikirie:
1. Je, ni jinsi gani ulimwengu au adui hujaribu kuandika hadithi yako?

2. Je, ulihisije uliposoma barua ya Mungu kwako? Ni mambo gani mawili au matatu yalikuvutia zaidi kuhusu hisia za Mungu kwako?

3. Je, ni mawazo gani yalikuwa ya kutia moyo zaidi? Ikiwa wazo lolote lilikuwa gumu kwako kulikubali au haulifahamu, soma marejeo ya maandiko.

Wacha Nafsi Yako Iombe:
Baba, asante kwa kunichagua. Asante kwa kuniumba. Asante kwa kunijumuisha katika Hadithi Yako. Nisaidie nizidi kuwa karibu na Wewe tunapopitia hadithi hii inayojitokeza pamoja ... Katika jina la Yesu, amina.

Wacha Moyo Wako Utii:
(Mungu anakuongoza kujua, kuthamini au kufanya nini?)

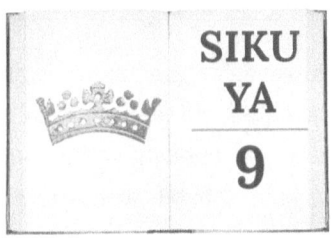

Wewe Ni Mwabudu

Kila mwenye pumzi na amsifu Bwana.
Zaburi 150:6

Muda ambao mbingu na dunia zilikuwa zinangoja ulikuwa unakaribia—wakati wa utaratibu mpya wa ibada kwa watu wote daima. Masihi aliyeahidiwa na Mungu, Yule Aliyetiwa mafuta, hatimaye alikuwa amewasili. Familia ya Yesu ilimsihi ajidhihirishe, lakini wakati wake ulikuwa bado haujafika (Yn. 2:4). Mpaka wakati huu usio wa kawaida, mahali hapa pasipo pa kawaida, Yesu atawageuza watendadhambi kuwa waabudu wa kweli wa Mungu.

Ilianza kama siku ya kawaida ya kusafiri, lakini Yesu alijua alikuwa anaingia kwenye mazungumzo ya kubadili maisha milele. Aliwatuma wanafunzi Wake watangulie kutafuata chakula na aliwangoja kisimani. Mwanamke Msamaria alikaribia kuteka maji, bila kujua kwamba atakutana na Yesu. Alikuwa akiendelea na shughuli zake za kawaida huku akihisi hayuko katika hali ya kawaida. Maisha yake yalikuwa yamejaa mateso na shida. Yesu alijua hilo, na ndio maana alitembea maili nyingi na kumngoja.

Alimuuliza maswali magumu kisimani.[1] Maneno yake yalimgusa mwanamke huyo ndani kabisa ya nafsi yake ili atoe yaliyokuwa moyoni. Kwa kila swali, alionyesha tatizo, lakini Yesu alionyesha ukweli. Hatimaye, aliuliza swali lililokuwa moyoni mwake: swali kuhusu ibada. Tunapaswa kuabudu wapi? Hapa au huko? Lakini Yesu alijua kuabudu hakuhusu eneo fulani la nje, au mfumo wa kidini, bali kunahusu hali ya ndani na kipaumbele.

---

1 Hadithi ya mwanamke Msamaria inapatikana katika Yn. 4:1–42

Yesu akamjibu, "Mwanamke, niamini, wakati unakuja ambapo hamtamwabudu Baba katika mlima huu, wala huko Yerusalemu. Ninyi Wasamaria mnaabudu msichokijua. Sisi Wayahudi tunamwabudu Mungu tunayemjua kwa sababu wokovu unatoka kwa Wayahudi. Lakini saa yaja, tena ipo, ambapo wale waabuduo halisi, watamwabudu Baba katika roho na kweli. Watu wanaoabudu namna hii, ndio Baba anawatafuta. Mungu ni Roho na wote wanaomwabudu imewapasa kumwabudu katika roho na kweli." (John 4:21–24)

Yule mwanamke akamwambia, "Ninafahamu kwamba Mesia (aitwaye Kristo) anakuja. Yeye akija, atatueleza mambo yote" (Yn. 4:25).

Kisha kwa kauli ya kushtua yenye utukufu mkubwa usioelezeka, Yesu akajibu kwa uwazi: "Mimi ninayesema nawe ndiye" (Yn. 4:26).

Wakati wa ibada ya kweli ulikuwa umefika! Lakini kwa nini Yesu adhihirishe uungu wake kwa *mwanamke* huyu kwa *njia* hii?

Baba alikuwa anawatafuta waabudu wa kweli watakao mwabudu katika roho na kweli. Jambo la muhimu katika kuabudu ni uhusiano, si sheria. Kuanzia na Yesu, Alianza kuvunja sheria zilizotungwa na wanadamu.

Kuzungumza na Msamaria.
Wayahudi waliwachukia Wasamaria.

Kuzungumza na mwanamke.
Wanawake hawakuongeleshwa hadharani.

Kuongea na mwanamke aliyeachwa na ambaye aliishi na mwanaume ambaye hakuwa mume wake.[1]

---

1 Historia kamili ya mazingira ya kinyumbani ya mwanamke huyu Msamaria hayajulikani. Hata hivyo, katika nyakati hizo wanaume waliruhusiwa kuwapa talaka wanawake kwa sababu yoyote ile. Wanawake hawakuwa na haki hiyo. Ukweli kwamba mwanamke huyu alikuwa na mabwana wengi kunamfanya mwandishi aamini kwamba mwanamke huyo alikuwa amepewa talaka nyingi na/au mabawana wake walikufa mapema mara nyingi na kumwacha kama mjane. Kama angezini, hangeweza kuwa na nafasi ya kuoleka tena au hata kubaki hai (Yn. 8:4-5). Wanawake wa kando hawakutambulika na Wayahudi kama wanawake walioolewa. ("Naye uliye naye sasa siye mume wako" (Yn. 4:18)). Tukizingatia utamaduni wa karne ya kwanza, fundisho la kwamba mwanamke huyo alikuwa kahaba, si la uhakika. Haijalishi ni jinsi gani ndoa zake ziliishia, mwanamke huyu alipitia mateso na shida nyingi.

Yesu alivunja kila kanuni ya kitamaduni kwa kuzungumza na mwanamke aliyekataliwa, mwenye hadhi ya chini.

Lakini njia za Mungu si nji zetu (Isa. 55:8-9). Kwa huruma na heshima, Yesu alimfundisha mwanamke huyo—na sisi—kwamba hakuna mtu asiyeonekana au asiyesikika. Haijalishi hali, nafasi, jinsia, kabila, au eneo letu, sote tumeundwa kama waabudu. **Hata hivyo, jinsi na kile tunachokiabudu vinasema zaidi kutuhusu.** Ndio maana Yesu alikuja kumwakilisha Baba (Mt. 11:27)—ili kutugeuza kuwa waabudu wa kweli. Ni "damu ya Kristo pekee ndio itakayosafisha dhamiri zetu kutokana na matendo ya dhambi ili tuweze kumwabudu Mungu aliye hai" (Ebr. 9:14).

Katika wiki zijazo, tutajifunza kuhusu jinsi ibada inavyoonekana katika vitendo na maana ya kuabudu katika roho na kweli. Kwa sasa, hebu tuelewe utambulisho wetu kama waabudu wa kweli.

Kuabudu ni suala la moyo. Sisi sote huabudu, kila wakati. Tunaabudu chochote kinachotawala mioyo yetu. Hata tukisema tunamwabudu Mungu wetu mioyo inaweza kuwa aminifu zaidi kwa mungu wa uongo au kwa sanamu, ambayo mara nyingi ni sisi wenyewe. Dhambi ya kwanza kabisa ilitokana na tamaa yetu kuwa "kama Mungu" (Mwa. 3:5). Tunapotaka kuishi maisha kwa njia yetu badala ya njia ya Mungu, tunajiabudu wenyewe. Tunapohangaika juu ya kile ambacho wengine wanafikiria juu yetu, tunaabudu sifa yetu. Wakati tuna wasiwasi, tunaabudu hofu. Hata Shetani huabudu, na alipomwasi Mungu, alianza kujiabudu.

> **Abudu:**
> Kukipatia kitu thamani. Yesu alisema kwamba waumini wa ukweli watamuabudu Mungu kwa roho na kweli (Yn. 4:24). Hii inamaanisha kwamba ibada hufanyika ndani ya mtu-ikitolewa kwa moyo mnyenyekevu na safi.

Jichunguze ili ujue unaabudu nani au nini:

- *Je, ninathamini nini zaidi?*

- *Je, ni nini kinachoathiri maamuzi yangu zaidi?*

- *Je, ninamtegemea nani kwa usaidizi wakati wa shida?*

- *Je, ninajitolea kwa dhati kwa ajili ya nani/nini?*

Mambo mazuri mara nyingi hugeuka kuwa miungu ya uongo. Mambo hayo yanaweza kuwa hata familia, kazi, urembo, afya, au kazi ya kujitolea. Ukijikuta unayataka mambo haya mazuri zaidi ya jinsi unavyomtaka Mungu, utakosa utulivu. Hakuna kitu kingine kinachokidhi kusudi letu kuliko kumpendeza na kumwabudu Mungu. Tunaporuhusu kitu chochote kitawale mioyo yetu badala ya Mungu, ni vigumu kumfurahia Mungu. Hata tunaona ni vigumu kufurahia mambo mazuri anayotupatia. Lakini Yesu anapokuwa kina cha maisha yako—**Kristo anapofanyika uhai wako** (Kol. 3:4)—kila kitu kinatiririka kupitia uhusiano wako wa karibu naye. Unaweza kumfurahia na mambo mazuri anayokupa. Ndio maana haishangazi kwamba Amri Kumi zinaanza kwa kuzingatia ibada:

Mimi ndimi Bwana Mungu wako, niliyekutoa Misri, kutoka nchi ya utumwa. Usiwe na miungu mingine ila mimi. Usijitengenezee sanamu katika umbo la kitu chochote kilicho juu mbinguni, au duniani chini, au ndani ya maji. Usivisujudie wala kuviabudu; kwa kuwa Mimi, Bwana Mungu wako, ni Mungu mwenye wivu, ninayewaadhibu watoto kwa ajili ya dhambi za baba zao hadi kizazi cha tatu na cha nne cha wanichukiao. (Kut. 20:2-5)

Mungu hataki tu kipande cha maisha yako, hata kama kipande hicho ndicho kipaumbele cha kwanza maishani mwako. **Anataka kuwa uhai wako.** Kwa pamoja, wewe na Mungu mnapitia kila kitu kinachotokea maishani mwako. Unapopitia siku yako, Mungu anafanya kazi ndani yako na kupitia kwako. Kupitia uhusiano huu wa karibu, ibada hutiririka kiasili kama dhihirisho la upendo, heshima, na kuabudu. Tunasalimisha yote–moyo, nafsi, akili, na nguvu– kwa Yule ambaye anastahili hayo yote (Mk. 12:29–30). Kila jambo tunalofanya–isipokuwa dhambi–linaweza kufanywa ili kumpendeza Mungu katika tendo la ibada.

Tatizo ni sisi sote tuna mioyo inayotangatanga. Tunahitaji mpango wa kusalia katika hali ya kujisalimisha kwa Mungu. Biblia inatuambia jinsi ya kufanya hivyo: Tunafanya upya nia zetu (Rum. 12:2)– kutupilia mbali uongo na kuamini ukweli–kuamini Neno la Mungu. Mawazo yetu yana nguvu sana. **Tunachozingatia hupanuka.** Kadiri tunavyomzingatia Mungu zaidi, ndivyo tutakavyozidi kumwabudu. Lakini adui na ulimwengu hutukengeusha. Tunahitaji "kuteka nyara kila fikira ipate kumtii Kristo" (2 Kor. 10:5).

Kama unavyojua, walioshikwa mateka hawapendi kubaki mateka. Kwa hivyo, tunahitaji kuchagua kuzingatia "mambo yote yaliyo ya kweli, yoyote yaliyo na sifa njema, yoyote yaliyo ya haki, yoyote yaliyo safi, yoyote ya kupendeza, yoyote yenye staha, ukiwepo uzuri wowote, pakiwepo chochote kinachostahili kusifiwa" (Flp. 4:8). Jaribu kuchuja mawazo *na maneno* yako yote kupitia Wafilipi 4:8. Unapofanya hivyo, utapata kwamba mafikira ya kiungu hukuongoza kwenye matendo ya kiungu, ambayo ni aina nyingine ya ibada. "Lolote mfanyalo, fanyeni yote kwa utukufu wa Mungu" (1 Kor. 10:31). Hata kazi za kawaida huwa takatifu zinapofanywa ili kumtukuza Mungu. Mwabudu Mungu kwa yote uliyo nayo na yote uyatendayo.

Tunamwabudu Mungu kwa sababu tunampenda, si kwa kulazimishwa au kwa sababu tunataka kitu kutoka Kwake. Hatumwabudu Mungu ili kupata upendeleo au kumshinikiza atubariki. Mungu hawezi kudanganywa. Hawezi kuhadaiwa na vitendo vya kidini na maneno matupu: "Bwana anasema: Watu hawa hunikaribia kwa vinywa vyao na kuniheshimu kwa midomo yao, lakini mioyo yao iko mbali nami. Ibada yao kwangu inatokana na maagizo waliyofundishwa na wanadamu" (Isa. 29:13). Mungu anataka moyo wako, si maneno yako. Ikiwa unahisi kulazimishwa kuabudu, mwombe Mungu ajidhihirishe kwako. Mwambie ajaze moyo wako na maswali. **Jikumbushe Mungu ni nani na amefanya nini.**

Mwanamke huyo Msamaria alipotambua ni nani alikuwa akizungumza naye, aliitikia kwa imani. Aliweka kila kitu chini ya miguu ya Yesu na kukimbia kumwambia kila mtu kuwa Masihi alikuwa amekuja (Yn. 4:28–29). Ibada ilimiminika kutoka moyoni mwake, na wengi katika mji wake wakaamini (Yn. 4:39). Hakuwa na mafunzo yoyote maalum au shahada za chuo cha Biblia. Lakini alikutana na Yesu. Na hiyo ilitosha kubadilisha maisha yake. Na maisha ya watu waliomsikiza. Alikuwa mwabudu wa kweli. Wewe pia unaweza kuwa mwabudu wa kweli. Mtazame Muumba *kupitia* uumbaji. Furahi katika Yule aliye mwema, anayependeza, mwenye hekima, aliye safi, mzuri, shujaa, na wa kweli. "Mioyo yetu humshangilia" (Zab. 33:21).

Wacha Biblia Inene:
Ufunuo 5 (Kwa Hiari: Zaburi 145)

Wacha Akili Yako Ifikirie:
1. Leo umejifunza kuwa kadiri unavyozidi kuzingatia kitu, ndivyo kinavyozidi kuathiri kila sehemu ya maisha yako. Kumzingatia Mungu katika ibada kunaathiri vipi mitazamo na matendo yako?

2. Ni mambo gani mazuri yanakukengeusha kutoka kwa Mungu?

3. Unafikiri inamaanisha nini kuabudu "katika roho na kweli"?

Wacha Nafsi Yako Iombe:
Baba, Wewe pekee ndiye unayestahili ibada yangu. Ninapokutafuta, nijaze furaha inayofurika na kuwa sifa ya kweli (Zab. 40:16). Tawala maisha yangu yote—matamanio, hisia, mawazo, na matendo yangu. Niongoze nami nitakufuata. Nisaidie kuona kila kitu ninachofanya kama fursa ya kukuabudu ... Katika jina la Yesu nimeomba, amina.

Wacha Moyo Wako Utii:
(Mungu anakuongoza kujua, kuthamini au kufanya nini?)

Umesamehewa na Umefanywa Upya

Tukiziungama dhambi zetu kwake, yeye ni mwaminifu na wa haki
hata atuondolee dhambi zetu, na kutusafisha na ubaya wote.
1 Yohana 1:9

Machozi yalitiririka usoni mwa mwanamke huyo na kuanguka
miguuni pa Yesu. Alilemewa na hisia alipotambua asivyostahili
akilinganishwa na Yesu. Maisha yake ya dhambi yalikuwa uvundo
kwa nafsi yake na uwepo mchafu chumbani. Kila mtu alimtazama
kwa dharau. Kila mtu isipokuwa Yesu. Alifungua chupa yake ya
alabasta iliojaa manukato ya bei ghali na kuyamimina miguuni pa
Yesu. Chumba kilipojaa harufu nzuri, Yesu aliona kile kilichokuwa
kimejaa mioyoni mwa watu waliokuwa hapo: karaha na fedheha.
Lakini Yesu aliitikia kwa neema. Akamgeukia Simoni na kusema:

"Palikuwa na mtu mmoja aliyewakopesha watu wawili fedha: Mmoja
alidaiwa dinari 500 na mwingine dinari hamsini. Wote wawili walipokuwa
hawawezi kulipa, aliyafuta madeni yao wote wawili. Sasa ni yupi kati yao
atakayempenda zaidi?" Simoni akajibu, "Nadhani ni yule aliyesamehewa
deni kubwa zaidi." Naye Yesu akamwambia, "Umehukumu visawa." Kisha
akamgeukia yule mwanamke, akamwambia Simoni, "Je, unamwona
mwanamke huyu? Nilipoingia nyumbani kwako, hukunipa maji ya
kunawa miguu yangu, lakini huyu ameninawisha miguu kwa machozi
yake, na kunipanguza kwa nywele zake. Hukunisalimu kwa busu, lakini
huyu mwanamke hajaacha kuibusu miguu yangu tangu nilipoingia.

Hukunipaka mafuta kichwani mwangu, lakini yeye ameipaka miguu yangu manukato. Kwa hivyo, nakuambia, dhambi zake ambazo zilikuwa nyingi zimesamehewa, kwani ameonyesha upendo mwingi. Lakini yule aliyesamehewa kidogo, hupenda kidogo." Kisha akamwambia yule mwanamke, "Dhambi zako zimesamehewa." Lakini wale waliokuwa wameketi pamoja naye chakulani wakaanza kusemezana wao kwa wao, "Huyu ni nani ambaye hata anasamehe dhambi?" Yesu akamwambia yule mwanamke, "Imani yako imekuokoa; nenda kwa amani." Dhambi zake ambazo ni nyingi zimesamehewa, kwa maana amependa sana. Lakini anayesamehewa kidogo, hupenda kidogo. Naye akamwambia, "Umesamehewa dhambi zako." Ndipo wale walioketi chakulani pamoja naye wakaanza kusema wao kwa wao, "Ni nani huyu ambaye asamehe hata dhambi?" Akamwambia yule mwanamke, "Imani yako imekuokoa; nenda kwa amani." (Luka 7:41-50)

Msamaha hutubadilisha kabisa.

Tunapotoka katika hali ya kutengwa na Mungu na kuwa na uhusiano naye, ni kama kufufuliwa kutoka wafu na kuwa hai. "Ninyi mlikuwa wafu kwa sababu ya dhambi zenu ... Ndipo Mungu aliwafanya hai pamoja na Kristo, kwa kuwa alitusamehe dhambi zetu zote" (Kol. 2:13). Hatuwezi kununua au kustahili msamaha; ni zawadi isiyokadirika na inatolewa kupitia Yesu Kristo. Katika Kristo, Mungu anakufanya kiumbe kipya kabisa.

Imani yetu katika Yesu Kristo *haituboreshi*. Hatui watu bora zaidi. **Tunafanywa upya** (Siku ya 5). Mungu anapokusamehe, hakufanyi upya tu bali pia anakupatanisha naye (2 Kor. 5:18)–akirejesha kikamilifu uhusiano wake nawe na kukukaribisha katika uwepo wake.

Hapo kwanza mlikuwa mmetengana na Mungu, na mlikuwa adui zake katika nia zenu kwa sababu ya mienendo yenu mibaya. Lakini sasa Mungu amewapatanisha ninyi kwa njia ya mwili wa Kristo kupitia mauti, ili awalete mbele zake mkiwa watakatifu, bila dosari wala lawama. (Kol. 1:21-22)

Hebu fikiria kuletwa katika uwepo wa Mungu. Unasimama mbele Zake bila kosa hata moja. Isitoshe, **Mungu anapokuona, anaona haki**

ya Yesu. Mungu hafuti tu rekodi yako ya dhambi, bali pia anakupa sifa ya haki kamilifu ya Kristo (2 kor. 5:21). Hii inaitwa **kuhesabiwa haki**, kipengele kingine cha kupendeza cha msamaha. "Mungu atatupa haki, sisi tunaomwamini" (Rum. 4:24). Rafiki, "kwa kuwa tumekwisha kuhesabiwa haki kwa imani, tuna amani na Mungu kwa njia ya Bwana wetu Yesu Kristo kwa kuwa tumekwisha kuhesabiwa haki kwa imani, tuna amani na Mungu kwa njia ya Bwana wetu Yesu Kristo" (Rum. 5:1). Ni fadhili tusiyostahili iliyoje! Ni neema ya ajabu iliyoje! "Nafsi yangu inashangilia katika Mungu wangu. Kwa maana amenivika mavazi ya wokovu, na kunipamba kwa joho la haki" (Isa. 61:10). Umehesabiwa haki na kufunikwa na haki ya Yesu ili uweze kuwa na amani na Mungu.

Fikiria mifano mizuri ambayo Biblia hutumia ili kufafanua msamaha:

- "Ingawa dhambi zenu ni kama rangi nyekundu, zitakuwa nyeupe kama theluji; ingawa ni nyekundu sana kama damu, zitakuwa nyeupe kama pamba" (Isa. 1:18). Mungu anapokusamehe, anakusafisha si tu kutokana na dhambi bali pia kutokana na doa la dhambi maishani mwako.
- "Kama mashariki ilivyo mbali na magharibi, ndivyo Mungu alivyoziweka dhambi zetu mbali nasi" (Zab. 103:12). Mungu anapokusamehe, anakutenga na dhambi ambayo hapo awali ilikutenganisha naye.
- "Utazikanyaga dhambi zetu chini ya nyayo zako na kutupa maovu yetu yote katika vilindi vya bahari!" (Mik. 7:19). Mungu anapokusamehe, anaziponda na kuziondoa dhambi zako milele.

Yesu pia anatupa picha ya msamaha katika hadithi ya mwana **mpotevu**. Kijana huyu muasi alimuasi baba yake kwa kudai urithi wake mapema. Alichukua pesa, na kuenda nchi ya mbali, na alitumia kila kitu kwa anasa. Kulikuwa na njaa, na kazi pekee ambayo mwana mpotevu angeweza kupata ilikuwa kuchunga nguruwe wachafu. Alikuwa na njaa, mchafu, na alihisi kukata tamaa. Alidhani baba yake bado alikuwa amemkasirikia, lakini hata hivyo,

> **Mpotevu:**
> Kutumia pesa au mali vibaya.

aliamua kurudi nyumbani ili aombe kufanya kazi kama mmoja wa watumishi. Mwana mpotevu alielekea nyumbani.

Lakini alipokuwa bado yuko mbali, baba yake akamwona, moyo wake ukajawa na huruma. Akamkimbilia mwanawe, akamkumbatia na kumbusu. "Yule mwana akamwambia baba yake, 'Baba, nimekosa mbele za Mungu na mbele yako. Sistahili kuitwa mwanao tena'. Lakini baba yake akawaambia watumishi, 'Leteni upesi joho lililo bora sana, tieni pete kidoleni mwake na viatu miguuni mwake. Leteni ndama aliyenona, mkamchinje ili tuwe na karamu, tule na kufurahi. Kwa maana huyu mwanangu alikuwa amekufa na sasa yu hai tena; alikuwa amepotea na sasa amepatikana!' Nao wakaanza kufanya tafrija." (Lk. 15:20-24)

Mungu hutupatia msamaha wa aina hiyo hiyo. Unapogeuka kuelekea Kwake, Anakutana nawe pale ulipo. Unasamehewa, unakumbatiwa, na kushangiliwa. Msamaha wa Mungu kweli ni **neema** ya ajabu isiyo na mwisho.

> **Neema:**
> Upendo usiostahili, fadhili; upendeleo usiostahili.

Kwa sababu hata kama sisi ni wafuasi wa Yesu, tunahitaji kusamehewa mara kwa mara. Mungu ni mwenye rehema na hutusamehe mara kwa mara. "Sisi si watumwa wa dhambi tena," lakini bado tunatenda dhambi (Rum. 6:6). "Tukisema kwamba hatuna dhambi, tunajidanganya wenyewe na hatuishi katika ukweli. Lakini tukiziungama dhambi zetu kwake, yeye ni mwaminifu na wa haki hata atuondolee dhambi zetu, na kutusafisha na uovu wote" (1 Yoh. 1:8-9). **Mwombe Mungu akuonyeshe dhambi zako.** Omba, "Ee Mungu, unichunguze, uujue moyo wangu; nijaribu na ujue mawazo yangu. Uone kama kuna njia iletayo machukizo ndani yangu, uniongoze katika njia ya milele" (Zab. 139:23-24).

Kutembea katika nuru—kuwa wazi kuhusu dhambi zetu—ndivyo tunavyokuwa karibu zaidi na Mungu na karibu zaidi na wengine: "Tukienenda nuruni, kama yeye alivyo nuruni, twashirikiana sisi kwa sisi na damu yake Yesu, Mwana wake, yatusafisha dhambi yote" (1 Yoh. 1:7). Tunaweza kuishi katika nuru—si kwa sababu hatuna dhambi, bali kwa sababu tumesamehewa.

Je, tunaitikiaje upendo na msamaha wa Mungu?

Tunawapenda na kuwasamehe wengine. **Upendo na msamaha havitokani na hisia; tunahitaji kuchagua kupenda na kusamehe**. Wakati mwingine, ni mchakato mrefu na wenye changamoto. Ndio maana Yesu aliona imani ya yule mwanamke akimiminia mafuta miguuni mwake na kumkumbusha Simoni–anatukumbusha–kwamba ili tupende sana, tunapaswa kukumbuka kwamba tumesamehewa sana (Lk. 7:47).

Chukua muda na utafakari juu ya msamaha wa Mungu katika maisha yako mwenyewe. Ni mara ngapi umetenda dhambi na ukahitaji msamaha? Msamaha ni zawadi ambayo sote tunahitaji kupokea, lakini huwa tunaona ni vigumu kuwapa wengine. Kukataa kuwasamehe wengine kwa kweli hutuumiza sisi wenyewe. Kukasirishwa kwa urahisi na kuweka kinyongo huharibu uhusiano. Mbegu za kinyongo huchipuka na kuwa shina la uchungu linalowasambua na kuwatia wengi najisi (Ebr. 12:15). Tunapokuwa na uchungu, huwa tunataka kuwaumiza wengine, lakini mwishowe huwa tunajiumiza wenyewe; tunakuwa mateka wa dhambi (Mdo. 8:23). Ndio sababu Mungu anatuamuru tuondoe uchungu na "tusameheane kama vile Bwana alivyowasamehe ninyi" (Kol. 3:13.)

Bwana hukusamehe haraka na kwa ukarimu.

Msamaha haimaanishi kwamba unasahau au kupuuza maovu ya wengine. Hupaswi kusalia katika hali ambayo ni hatari kwako. Msamaha inamaanisha tu kwamba **unapowasamehe wengine, unaachilia kosa ulilotendewa na kuamini kwamba Mungu atashughulikia dhambi zao, kwa njia yake ya neema, kama vile alivyoshughulikia dhambi zako.** Katika mchakato huo, Mungu atakuweka huru kutoka katika utumwa wa kutokusamehe unapompa maumivu yako. Unaweza kuona ni vigumu kusamehe, lakini Roho Mtakatifu ndani yako atakusaidia. Kama msemo unavyosema, unakuwa kama Yesu zaidi unaposamehe.

Petro, mmoja wa wafuasi wa karibu zaidi wa Yesu, alikana kuwa na ushirika na Yesu mara tatu. Yesu alimwonya Petro kwamba atafanya hivyo, na Petro alisisitiza kwamba hilo halitatokea kamwe. Kisha lilitokea, na Petro alilia kwa uchungu (Mt. 26). Kwa neema ya ajabu, Yesu alimsamehe Petro na kumrejesha katika huduma (Yn. 21:15–19).

Yesu huyu huyu aliyewasamehe waliomkana pia anakusamehe, na atakusaidia kuwasamehe wengine. Anajua maumivu yako kwa sababu yeye pia aliyapitia, lakini amri yake bado inasimama: "Wapendeni adui zenu na waombeeni wale wanaowatesa ninyi" (Mt. 5:44).

Ikiwa ni vigumu kwako kuwasamehe wengine wakati wamekukosea, mruhusu Mungu afanye kazi ndani yako (Flp. 2:13). Huenda ukahitaji kumsamehe mtu fulani mara kadhaa kwa siku, kadiri unavyomfikiria. Msamehe na umwachie Mungu kila wakati. Siku inayofuata fanya vivyo hivyo ... na siku inayofuata ... na siku inayouata mpaka hatimaye uwe umemsamehe kabisa. "Kama akikukosea mara saba kwa siku moja na mara saba kwa siku moja akaja kwako akisema, 'Ninatubu,' msamehe" (Lk. 17:4). **Mungu haweki mipaka juu ya msamaha wake, na sisi pia hatupaswi kufanya hivyo.**

Kama Yesu alivyomwambia yule mwanamke, anakuambia: "Imani yako imekuokoa; nenda kwa amani" (Lk. 7:50). Umesamehewa na kufanywa upya.

Wacha Biblia Inene:
Mathayo 18:15–35 (Kwa Hiari: Zaburi 32; Luka 15:11–32)

Wacha Akili Yako Ifikirie:
1. Ni hisia gani huja akilini mwako unapofikiria jinsi Mungu alivyokusamehe?

2. Ni lazima tuwasamehe wengine kama tulivyosamehewa (Efe. 4:32). Je, ni nani unahitaji kumsamehe? Msamehe leo. Kadiri unavyochelewesha msamaha, ndivyo utakavyochelewesha uponyaji wako mwenyewe. Mwachie Mungu. Unaweza–kwa nguvu za *Mungu*.

3. Zingatia Mathayo 18:21-35. Baada ya kumsamehe mtu, ukihisi moyo wako unaanza kuwa mgumu, msamehe tena, ukikumbuka kwamba Mungu pia hutusamehe tena na tena.

Wacha Nafsi Yako Iombe:
Baba, Neno lako linasema kwamba mbingu hufurahi mwenye dhambi mmoja akirudi katika njia ya Mungu (Luka 15:7). Nisaidie kukumbuka hilo wakati dhambi zangu zinanifanya nitake kujificha kutoka Kwako. Nisaidie nije Kwako kwa kujiamini na kutembea katika nuru, nikijua kwamba Wewe ni mwepesi wa kusamehe. Nikumbatie kama mtoto Wako. Nisaidie kuwasamehe wengine kama ulivyonisamehe mimi ... Katika jina la Yesu, amina.

Wacha Moyo Wako Utii:
(Mungu anakuongoza kujua, kuthamini au kufanya nini?)

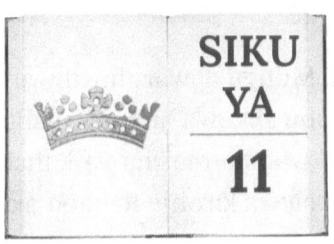

Umefanywa Mwana Wake

Hata ulipowadia utimilifu wa wakati, Mungu alimtuma
Mwanawe ambaye amezaliwa na mwanamke, amezaliwa
chini ya sheria, kusudi awakomboe hao waliokuwa chini
ya sheria, ili sisi tupate kupokea hali ya kuwa wana.
Wagalatia 4:4–7

Rahabu alikuwa mtu ambaye hungetarajia awe katika hadithi ya
mungu, au katika familia yake. Rahabu, ambaye alikuwa kahaba
katika jiji la Kanaani la Yeriko, alikuwa amesikia kuhusu kutoroka
kwa Waisraeli kutoka Misri. Alijua ni Mungu wao mmoja wa
kweli ndiye aliyewaokoa na kuwapigania katika safari yao mpaka
Kanaani. Na sasa wana wa Israeli walikuwa wanakaribia jiji lake.
Mungu alipowaongoza wapelelezi Waisraeli kwenye mlango *wake*,
alionyesha ujasiri mkubwa. Kwa imani, aliwalinda kutokana na
mfalme wake mwenyewe, akihatarisha maisha yake kwa ajili ya watu
wa Mungu. Akawaambia, "Mimi ninajua kwamba Mwenyezi-Mungu
amewapa nchi hii; tumekumbwa na hofu juu yenu na wakazi wote
wa nchi hii wamekufa moyo kwa sababu yenu" (Yos. 2:9, 11). Rahabu
aliwaficha wapelelezi Waisraeli, nao wakaepuka kutekwa. Kisha
Mungu akawaongoza katika ushindi mkuu dhidi ya jiji la Yeriko, na
kuangusha kuta zake. Lakini kabla ya hayo, alimwokoa Rahabu na
familia yake na kuwafanya kuwa Wake.[1]

Katika Hadithi ya Kweli ya Mungu, tunajifunza kwamba jiji la
Yeriko lilishindwa kwa urahisi. Mungu alibomoa kuta za jiji hilo
kimuujiza *bila mwanadamu yeyote kuhusika*. Hivyo, je, wapelelezi

---

1 Soma hadithi ya Rahabu inayopatikana katika Yoshua 2 na 6.

walihitajika? Kwa nini Mungu aliwaruhusu wahatarishe maisha yao? Je, ni kwa sababu Rahabu alikuwa huko? Rahabu alistahili kuokolewa. Tunajifunza baadaye kwamba maisha ya Rahabu hayakuokolewa tu kimwili, bali pia yaliokolewa kiroho. Rahabu akawa nyanya mkuu wa Mfalme Daudi na, muhimu zaidi, akawa sehemu ya ukoo wa Yesu (Mt. 1:5). Bila kujali maisha yake ya zamani yenye dhambi au watu wake wenye dhambi. Bila kujali kabila lake au dini yake. Alikata uhusiano wake na Wakanaani na kusalimisha maisha yake kwa Bwana. Hata leo, Rahabu anaendelea kuwa kielelezo cha imani kwa matendo: "[Rahabu] alionyeshwa kuwa mwadilifu kwa Mungu kwa matendo yake alipowaficha wajumbe hao na kuwapeleka salama kwa njia nyingine" (Yak. 2:25). Mungu alimpokea na kumpa heshima maalum (Ebr. 11:31). Alisamehewa, akafanywa upya, na akafanywa kuwa sehemu ya familia ya ya Mungu ya milele. Ni neema kubwa iliyoje!

Kati ya maajabu yote yanayokuja na wokovu, mojawapo ya kweli za kufariji, za kuimarisha, na za kutia moyo ni kujua kwamba tunakuwa wana wa Mungu. Kama Rahabu, tunaweza kupendwa na kukubaliwa na Baba na familia mpya hapa na mbinguni—bila kujali malezi yetu, mataifa yetu, au hata maisha yetu ya zamani ya dhambi. Kufanywa wana ni urafiki wa kweli, uhusiano wa kweli na Mungu, na ni kiini cha injili.

Mungu anataka kutufanya tuwe sehemu ya familia yake milele—tunazaliwa mara ya pili kama wana wake mwenyewe (Yn. 3:7). Na anatuchagua awali kwa kutuleta kwake kupitia Yesu Kristo (Efe. 1:5). Je, hii ina maana gani? **Umekubaliwa na unapendwa sana**. "Tazameni jinsi Baba alivyotupenda sana, kwamba tuitwe wana wa Mungu! Na ndivyo tulivyo!" (1 Yoh. 3:1).

Katika Kristo, tuna "haki ya kufanyika wana wa Mungu" (Yn. 1:12). Mungu anataka kuwa baba yako, yule unayemjua na kumwamini. "Sasa twamwita, 'Abba, yaani Baba,'" kama Yesu alivyomwita (Rum. 8:15). Uovu wako haumzuii Mungu kukufanya mwana. Hakuonei aibu. Haijalishi ni makosa gani umefanya au umetendewa nini, Baba yako **Abba** siku zote anakukaribisha na kukukubali jinsi ulivyo.

Fikiria juu ya baba yako wa hapa duniani. Je, alikuwa mwema au mkatili? Alijihusisha nawe au hakuwa na muda na wewe? Hata ikiwa ulikuwa na uhusiano mwema na baba yako wa duniani, uhusiano wako na Baba yako wa mbinguni ni bora zaidi. Yesu anataka tuhisi uhusiano wa karibu tulio nao na Baba yetu wa mbinguni. Anatuambia, "Nanyi msimwite mtu yeyote 'Baba,' hapa duniani, kwa maana mnaye Baba mmoja, naye yuko mbinguni" (Mt. 23:9). Yesu hatuambii tuwakane baba zetu wa duniani, bali anataka tuthamini uhusiano wetu na Baba yetu wa mbinguni zaidi. Tunafanyaje hivyo? Tunaanza kwa kujifunza yote tuwezayo kumhusu huyu Baba yetu mkamilifu.

> **Abba:**
> Katika lugha ya Kiaramaiki iliyozungumzwa katika enzi ya Yesu, neno *abba* lilitumika hasa katika maombi na katika familia.
>
> Chanzo: Robert H. Mounce, Romans, vol. 27, *The New American Commentary* (Nashville: Broadman & Holman Publishers, 1995).

Kwanza, tunapaswa kuelewa jinsi Baba yetu anavyotujali sana. Anatujumuisha katika familia yake tukiwa watoto wachanga wa kiroho kisha anatusaidia "kukua katika kila njia ... ndani ya Kristo" (Efe. 4:15). "Kama watoto wachanga wanaozaliwa, [sisi] twatamani maziwa ya neno yasiyoghoshiwa, ili kwa hayo [sisi] tukue" (1 Pet. 2:2). Kadiri tunavyokua na kuwa kama Yesu, tunasikia na kuiga sauti ya Baba yetu. Tunaiga matendo yake (Efe. 5:1). Hata Yesu alifanya tu kile ambacho alimwona Baba yake akifanya (Yn. 5:19) na alisema yale tu aliyomsikia Baba akisema (Yn. 8:28). Hakutii kwa sababu ya wajibu au hitaji lisilofaa la kupata kibali. Utiifu wa Yesu Kristo ulitokana na uhusiano wa upendo aliokuwa nao na Baba Yake. Unapompenda mtu kikweli, ni furaha yako kuu *kudhihirisha* upendo huo—kupitia taadhima, heshima na utiifu.

Mungu anatupenda vya kutosha kiasi kwamba yuko tayari kutuadhibu. Kama wana waliofanywa kuwa wake, tunahitaji nidhamu Yake ya upendo mara kwa mara. Hakuna hata mmoja wetu anayeifurahia, lakini sote tunaiihitaji. Kwa sababu Mungu anatupenda, yeye huturekebisha tunapopotoka kutoka kwenye mapenzi yake katika mawazo, mitazamo, au matendo yetu: "BWANA humrekebisha ampendaye, kama vile baba anavyomrudi mtoto anayependezwa naye" (Mit. 3:12). Mungu anatupenda, na "Adhabu ya Mungu ni njema kwetu siku zote, ili tuushiriki utakatifu wake" (Ebr. 12:10). Mungu huturekebisha ili kutulinda kutokana na madhara mabaya ya dhambi.

Kama vile mzazi anavyofurahia ukuaji wa mtoto, Mungu hufurahi kutuona tukifanikiwa katika yale ambayo ametupangia (Efe. 2:10).

Baba yetu ndiye Mtoshelezi wetu mkamilifu. "Anajua nini hasa unahitaji hata kabla ya kumwomba" (Mt. 6:8). Kwa hiyo, "msiwe na wasiwasi kuhusu nini cha kula na nini cha kunywa. Usijali kuhusu mambo kama hayo. Mambo haya yanatawala mawazo ya wasioamini katika ulimwengu wote, lakini Baba yenu anajua mahitaji yenu" (Lk. 12:29–30). Tulia ukijua kwamba "Naye Mungu wangu atawajaza nyinyi na kila mnachohitaji kwa kadiri ya utajiri wake" (Flp. 4:19). "Ikiwa ninyi basi mlio waovu mnajua kuwapa watoto wenu vitu vizuri, si zaidi sana Baba yenu aliye mbinguni atawapa vitu vizuri wale wamwombao?" (Mt. 7:9–11).

Mungu pia anajua kwamba tunahitaji jamii—mahali pa kujumuishwa. Mungu humfanya mwana kila mtu anayeokolewa na Yesu, kwa hivyo tuna ndugu na dada wengi katika familia yetu ya imani (Rum. 8:29). Ni jambo jema kwamba "nyumba ya Baba yetu ina vyumba vingi" (Yn. 14:2). Lakini hakuna nafasi ya ushindani wa kindugu kwa sababu watoto wote wa Mungu wanachukuliwa kuwa sawa (Mt. 23:8; Gal. 3:28). Mungu hana upendeleo katika familia yake (1 Pet. 1:17). Hatushindani na ndugu zetu wala hatuwabagui; tunawajali. Tunatambua sehemu yao katika Hadithi ya Mungu (1 Kor. 12). "Muhurumiane. Mpendane kama ndugu na dada. Muwe na mioyo nyororo, na muwe na tabia ya unyenyekevu" (1 Pet. 3:8). Tunahimizwa kutoa maisha yetu kwa ajili ya ndugu na dada zetu katika Kristo kama vile Yesu alivyotoa maisha yake kwa ajili yetu (1 Yoh. 3:16). Tunapowapenda ndugu na dada zetu, tunawapa upendo wa Baba yetu. **Upendo usio na kifani upo katika familia**.

Kama vile familia za duniani hutamani kutunza vizazi vyao vya siku za usoni, **Baba yetu huwapa watoto Wake, "warithi" Wake urithi** (Rum. 8:17). "Ahimidiwe Mungu, Baba wa Bwana wetu Yesu Kristo! Kwa rehema zake kuu ametuzaa sisi mara ya pili katika tumaini lenye uzima kupitia kwa kufufuka kwa Yesu Kristo kutoka kwa wafu, ili tuupate urithi usioharibika, usio na uchafu, ule usionyauka: uliotunzwa mbinguni kwa ajili yenu" (1 Pet. 1:3–4). Mbinguni, tutafurahia utukufu wa Mungu milele, tutasheherekea wema Wake, na kupumzika katika upendo Wake. Zaidi ya yote, tutafurahia uwepo wake kwa raha na furaha isiyo na kifani (Zab. 16:11). "Urithi mzuri uliyoje!" (Zab. 16:6).

Wacha Biblia Inene:

Yohana 14 (Kwa hiari: Warumi 8:15–17)

Wacha Akili Yako Ifikirie:

1. Rafiki, umefanyika mwana na unapendwa sana. Milele. Nafasi yako katika familia ya Mungu iko salama (Yn. 10:29). Je, kuna jambo lolote linalokuzuia kuhisi uko salama kabisa na unapendwa na Mungu?

2. Kufanywa kwako mwana–kuchaguliwa kama Rahabu– kunakuambia nini kuhusu upendo wa Mungu kwako?

3. Je, kuona waumini wengine kama wanafamilia wanaopendwa na kuthaminiwa kwa njia sawa kunaathirije mahusiano yako ya sasa na ya siku zijazo (Gal. 3:28–29)? Unawezaje kumtia moyo dada au ndugu leo?

Wacha Nafsi Yako Iombe:

Bwana, asante kwa kunipokea. Neno lako linasema, "Kama vile baba anavyowahurumia watoto wake, ndivyo Bwana anavyowahurumia wamchao" (Zaburi 103:13). Nisaidie kukuona kama Baba yangu mwenye huruma. Nisaidie kukua ili nifanane na Yesu, na unisaidie kupumzika nikijua kwamba utakidhi mahitaji yangu yote. Nifanye kuwa mshiriki wa kutia moyo wa familia yangu ya milele ... Katika jina la Yesu, amina.

Wacha moyo wako utii:

(Mungu anakuongoza kujua, kuthamini au kufanya nini?)

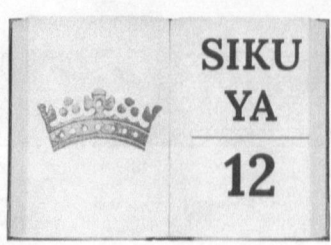

Hauko Peke Yako Kamwe

Umenizunguka nyuma na mbele; umeweka mkono wako juu
yangu. Maarifa haya ni ya ajabu mno kwangu, ni ya juu sana
kwangu kuyafikia. Niende wapi nijiepushe na Roho yako?
Niende wapi niukimbie uso wako? Kama nikienda juu mbinguni,
wewe uko huko; nikifanya vilindi kuwa kitanda changu, wewe
uko huko. Kama nikipanda juu ya mbawa za mapambazuko,
kama nikikaa pande za mbali za bahari, hata huko mkono wako
utaniongoza, mkono wako wa kuume utanishika kwa uthabiti.

Zaburi 139:5–10

Moto ulikuwa umeshuka kutoka mbinguni, na kuwashinda maadui
wa nabii Eliya. Wingu la kwanza la mvua baada ya miaka mingi ya
ukame lilikuwa likitokea angani. Taifa la Israeli lilikuwa linabadilika
kiasili kwa mvua na kiroho kwa toba (1 Wafalme 18). Eliya alikuwa
akitafutwa; wanaume walikuwa wakimtafuta ili wamuue. Ingawa
Eliya alikuwa ameshuhudia Mungu akikidhi mahitaji yake, akimlinda,
na akidhihirisha nguvu zake kwa miaka mingi ya uasi wa taifa hilo,
alikuwa amechoka. Alikuwa amefika mwisho—au hivyo ndivyo
alivyomwambia Mungu:

"Yatosha sasa, Bwana, ondoa roho yangu ... Nimeona wivu mwingi
kwa ajili ya Bwana Mungu Mwenye Nguvu Zote. Waisraeli wamelikataa
Agano lako, wamevunja madhabahu zako na kuwaua manabii wako kwa
upanga. Ni mimi, mimi peke yangu, niliyebaki, nao sasa wananitafuta ili
waniangamize." (1 Wafalme 19:4, 14)

Lakini Eliya hakuwa peke yake. Mungu alikuwa pamoja naye. Eliya hakuwa muumini pekee wa kweli aliyebaki kwa sababu Mungu alikuwa amehifadhi waumini elfu saba ambao hawakusujudia sanamu (1 Wafalme 19:18). Alichohitaji Eliya ni kupumzika, kujihuisha, na kukumbuka. Mungu aliandaa chakula kwa ajili ya mwili wake na pumziko kwa ajili ya nafsi yake. Na wakati ulipofika, Mungu alimpa Eliya maagizo yaliyofuata.[1]

Wakati mwingine kama muumini unaweza kutumiwa na Mungu kwa njia za ajabu, na kisha adui atajaribu kulipiza kisasi. Shaka, kuvunjika moyo, au kukata tamaa kunaweza kutokea. Unaweza kuhisi upweke, ukiamini uongo kwamba Mungu amekuacha au kwamba manufaa yako kwa Mungu yamekwisha. Kama Eliya, unahitaji kujazwa tena. Unahitaji "pumziko la Eliya." Unahitaji kujua haya:

Kamwe hauko peke yako. Mungu—Baba, Mwana, na Roho Mtakatifu—yu pamoja nawe siku zote. Kila dakika ya kila siku siku zote Ametamani kuwa karibu nawe. Ndio maana alikuumba kwa uangalifu mkubwa. Ndio maana alimtuma Mwokozi ili kuangamiza dhambi iliyokutenganisha naye. Ndio maana alimtuma Roho wake akae ndani yako. Kamwe hakuachi peke yako ili usihisi umetelekezwa.

Tunapotafuta msaada kwa wengine na wakose kutusaidia, tunaweza kuhisi kama tumeachwa peke yetu. Lakini hilo si kweli. Mungu yuko *wakati wote* (Zab. 46:1; 139:7–10). *Kamwe hauko peke yako.*

Yesu ni Mungu *pamoja nawe*. Pia anaitwa *Imanueli*, "Mungu pamoja nasi" (Mt. 1:23), kwa sababu aliishi kama mwanadamu na kukaa kati yetu. Alihisi njaa na uchovu. Alijaribiwa kutenda dhambi. Alidhulumiwa na kushtakiwa kwa uwongo. Na hatimaye, alisalitiwa, aliteswa, na kuuawa. Kwa sababu hii, haijalishi tunakabiliwa na magumu gani, Yesu anajua mateso yetu: "Huyu Kuhani Mkuu wetu anaelewa udhaifu wetu, kwa maana yeye alikabili majaribu yaleyale sisi" (Ebr. 4:15). Yesu alipitia mateso kama yale tunayoyapitia—na zaidi—hivyo anajua jinsi ya kutuombea, na Yeye daima hutuombea (Ebr. 7:25). Kama Kuhani wetu Mkuu mkamilifu, Yesu anasimama katika uwepo wa Mungu kwa niaba yetu (Ebr. 9:24). Hatuhitaji tena

---

1 Soma hadithi kuhusu matukio ya Eliya juu ya mlima inayopatikana katika 1 Wafalme 18 na 19.

hekalu huko Yerusalemu au kuhani maalum kusimama kati yetu na Mungu.[1] Yesu pia anaahidi kuwa pamoja nasi "siku zote, hata ukamilifu wa dahari" (Mt. 28:20). Kamwe hauko peke yako.

Roho Mtakatifu ni Mungu *ndani* **yako.** Yesu anasema, "Nitamwomba Baba, naye atawapa Msaidizi mwingine, ili akae nanyi hata milele, ndiye Roho wa kweli ... Ninyi mnamjua, kwa kuwa anakaa kwenu, naye atakuwa ndani yenu" (Yn. 14:16–17). Yuko *pamoja nawe* na *ndani yako* ...

- **unaposoma na kutafakari Neno la Mungu:** "Roho Mtakatifu ... atakufundisha mambo yote na kukukumbusha yote niliyowaambia" (Yn. 14:26).
- **unapoomba:** "Roho Mtakatifu hutusaidia udhaifu wetu. Hatujui Mungu anataka tuombe nini. Lakini Roho Mtakatifu hutuombea" (Rum. 8:26).
- **unapojaribiwa:** "Mnapojaribiwa, [Roho Mtakatifu] atawaonyesha njia ya kutokea ili mweze kustahimili" (1 Kor. 10:13).
- **unapoteseka:** Mungu kamwe *hatatuma* tu faraja na nguvu katika wakati wako wa hitaji—badala yake, *Atajitokeza kama chanzo* cha faraja na nguvu. Uwepo wake unatoa uponyaji kwa moyo wako uliovunjika. "Bwana yu karibu nao waliovunjika moyo; huwaokoa wale waliopondwa roho" (Zab. 34:18). Atakuwa msaada wetu na mfariji wetu milele (Yn. 14:16–17).

Kamwe hauko peke yako.

Pia hauko peke yako kwa sababu Mungu amekupa mahali pa kujumuishwa: kanisa. (Tazama "Jinsi ya Kupata Kanisa Bora" katika ukurasa unaofuata.) Sisi sote ni washiriki wa familia ya milele ya Mungu, na Anatujenga ili tuwe jamii ambapo Roho Wake anakaa (Efe. 2:19–22). "Familia yetu ya waumini" (1 Pet. 2:17) imeunganishwa kwa karibu sana kiasi kwamba Mungu anatuita mwili wa Kristo (1 Kor. 12:27). Unaweza kuwa muumini pekee katika familia yako au mji, lakini katika Kristo wewe ni sehemu ya familia kubwa ya waumini

1 Wayne Grudem, *Systematic Theology: An Introduction to Biblical Doctrine* (Grand Rapids, MI: Zondervan, 1994), 626-627.

duniani kote. Kama vile Mungu alivyohifadhi waumini wakati wa Eliya, Anahifadhi waumini leo. "Mwili wa mwanadamu una viungo vingi, lakini viungo vingi hufanyiza mwili mmoja mzima. Ndivyo ulivyo na mwili wa Kristo... . Wanachama wote wanajali kila mmoja. Kiungo kimoja kikiumia, viungo vyote huumia nacho, na kiungo kimoja kikitukuzwa viungo vyote hufurahi" (1 Kor. 12:12, 25–26). Kamwe hauko peke yako katika maumivu yako. Si tu kwamba Yesu anajua uchungu wako, bali pia "familia yako ya waaminio ulimwenguni kote inapitia mateso yale yale uliyo nayo wewe" (1 Pet. 5:9). Mungu anaunganisha hadithi yako na hadithi ya kila mfuasi wa Yesu katika hadithi yake mwenyewe. *Kamwe hauko peke yako.*

Kwa sababu hauko peke yako kamwe, huhitaji kuogopa–hayo si mapenzi ya Mungu kwetu. "Uwe hodari na ushujaa. Usiogope;

Jinsi ya Kupata Kanisa Bora

Ikiwa wewe ni mfuasi wa Kristo mwenye uwezo wa kupata kanisa, kujiunga na familia ya imani ni mojawapo ya vipaumbele vyako vikuu zaidi kwa ajili ya maombi, mafundisho ya Biblia, ushirika, ibaada, na zaidi. Ikiwa huna uwezo wa kupata kanisa, mnaweza kukusanyika nyumbani kwako (mengi zaidi kuhusu hili baadaye). Neno la Mungu linatuamuru tusiache kukusanyika pamoja (Ebr. 10:25). Tunahitaji familia ya kanisa, na haya ndio mambo unayopaswa kutafuta katika familia nzuri:

1. **Mchungaji Ambaye ni – Kiongozi Mtumishi:** Ameitwa na Mungu, mchungaji mwenye moyo wa kuwajali watu na hufundisha na kutii Biblia. Si dikteta au mtu wa kufurahisha watu. Mchungaji anamwinua Yesu, si mtu.

2. **Ukuaji wa Kiroho:** Kanisa linakupa changamoto ya kukua kiroho, likikufundisha jinsi ya kuwa mwanafunzi anayekaa ndani ya Yesu na anayewafanya wengine kuwa wanafunzi wa Yesu.

3. **Mazingira ya Kushiriki:** Watu wa kanisa wanapendana na kujaliana. Kuna hisia ya umoja wa familia.

4. **Utumishi wa Nje:** Kanisa halizingatii tu watu walio ndani bali hufikia jamii na ulimwengu ili kueneza upendo wa Mungu kwa maneno na matendo.

Hakuna kitu kama kanisa kamilifu (Yesu pekee ndiye mkamilifu). Ukipata kanisa zuri, uwe mwaminifu kwa familia yako ya imani. Kuwa mwaminifu kwa wakati wako, ukihudhuria mikutano ya ibada mara kwa mara na kutimiza ahadi zako kwa njia bora. Uwe mwaminifu kwa talanta zako, ukijihusisha na shughuli za kanisa pasipo kutafuta watu wengine ili wafanye kila kitu. Uwe mwaminifu katika utoaji wako, usiwe mchoyo. Chukua hatua ya kukutana na watu na kushiriki. Utabarikiwa.

usifadhaike, kwa kuwa Bwana, Mungu wako, yu pamoja nawe kila uendako" (Yos. 1:9). Lakini tunapoogopa, Mungu hutufariji, kama alivyofanya na Eliya. Haijalishi ni taabu gani zinazokuja, "Mungu kwetu sisi ni kimbilio na nguvu, Msaada utakaoonekana tele wakati wa mateso. Kwa hiyo hatutaogopa" (Zab. 46:1–2). Mungu alikuwa nasi jana. Yuko pamoja nasi sasa, na atakuwa nasi katika siku zetu zijazo. *Hatuko peke yetu kamwe.*

Wacha Biblia Inene:

Isaya 41:10–20 (Kwa Hiari: Kumbukumbu la Torati 31:6)

Wacha Akili Yako Ifikirie:

1. Je, unawezaje kujikumbusha kwamba Mungu yuko pamoja nawe hata unapohisi upweke au hofu?

2. Je, uwepo wa Mungu unawezaje kukufanya uwe jasiri na kukupa furaha (Kum. 31:6)?

3. Je, unamjua mtu yeyote anayehisi upweke? Kuwa rafiki yake. Mwonyeshe kwamba hayuko peke yake. Muelezee uwepo wa Mungu leo.

Wacha Nafsi Yako Iombe:

Mungu, nakushukuru kwa kuwa Wewe u pamoja nami kila wakati, hata ninapojihisi mpweke. Unaahidi kwamba hutaniacha kamwe wala hutanisahau (Ebr. 13:5). Nipe ufahamu mkubwa zaidi wa uwepo Wako. Uwepo Wako na unifanye jasiri na kunijaza furaha. Nionyeshe watu wapweke wanaohitaji kuona uwepo Wako na fadhili zako kupitia kwangu ... Katika jina la Yesu nimeomba, amina.

Wacha Moyo Wako Utii:

(Mungu anakuongoza kujua, kuthamini au kufanya nini?)

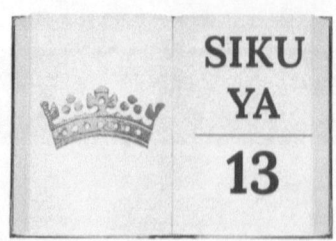

Wewe Ni Mtakatifu

Mtakuwa watakatifu kwangu, kwa sababu
Mimi, Bwana, ni mtakatifu, nami nimewatenga
kutoka mataifa kuwa wangu mwenyewe.
Mambo ya Walawi 20:26

Hivi sasa, hata unaposoma maneno kwenye ukurasa huu, madhihirisho ya ajabu ya ibada yanaendelea mbinguni. Nabii Isaya alipata kuona tukio hili, na limeandikwa kwa ajili yetu katika Isaya 6. Katika maono yake ya chumba cha kiti cha enzi cha Mungu, Isaya aliona malaika wakitangaza kwa sauti kubwa, "Mtakatifu, mtakatifu, mtakatifu ni Bwana Mwenyezi; dunia yote imejaa utukufu wake" (Isa. 6:3).[1] Zaidi ya miaka mia nane baadaye, mtume Yohana anaandika kuhusu tukio kama hilo: "Mchana na usiku hawakomi kusema: 'Mtakatifu, mtakatifu, mtakatifu ni Bwana Mungu Mweza-Yote, aliyekuwako na aliyeko na atakayekuja'" (Ufu. 4:8). "Ni nani asiyekucha, Ee Bwana, na kulitukuza jina lako? Kwa maana ni wewe peke yako uliye mtakatifu" (Ufu. 15:4). Wangeweza kumweleza Mungu kuwa "Upendo, upendo, upendo" au "Neema, neema, neema," lakini badala yake, wanarudia, "Mtakatifu, mtakatifu, mtakatifu." Haitoshi kusema kwamba Mungu ni mtakatifu. Haitoshi kusema kwamba Mungu ni mtakatifu, mtakatifu. Hapana ...

Mungu ni *mtakatifu, mtakatifu, mtakatifu.*

Jambo linaporudiwa mara nyingi katika Biblia, kwa kawaida humaanisha kuwa kauli hiyo ni nzito na muhimu. Mungu ni *mtakatifu, mtakatifu, mtakatifu.* Kwa hivyo je, **mtakatifu** inamaanisha nini?

---

1 Soma kuhusu mwito wa Isaya katika Isaya 6.

Ukiwa umewahi kusoma neno muhimu usilolijua katika Biblia, tafuta mahali neno hilo linajitokeza kwa mara ya kwanza katika Maandiko.[1] Huenda ukagundua maana yake katika muktadha. Neno *takatifu* linajitokeza kwa mara ya kwanza katika kitabu cha Mwanzo kuelezea siku ambayo Mungu alitenga kwa ajili ya kupumzika. "Mungu akaibariki

> **Takatifu:**
> Iliyotengwa au iliyotolewa kwa ajili ya Mungu ikiwa safi kwa matumizi ya heshima.

siku ya saba na kuifanya kitakatifu, kwa sababu juu yake alistarehe, akaacha kufanya kazi yake yote kuumba alichokuwa amefanya" (Mwa. 2:3). Kuwa *takatifu* inamaanisha kutengwa. Kila kitu kumhusu Mungu ni kitakatifu na safi: Upendo wake, rehema zake, haki yake–hata hasira yake. Hakuna kitu chochote katika uumbaji wote ambacho kinaweza kulinganishwa na utakatifu wa Mungu, ukamilifu wake usio na kifani. Mungu ametengwa na kila kitu ambacho ni cha dhambi (1 Yoh. 1:5).

Ni watu wachache tu katika Biblia ambao waliona maono ya utakatifu wa Mungu, na wote waliogopa walipoyaona. Musa alificha uso wake (Kut. 3:6). Ezekieli alianguka kifudifudi kwa hofu (Eze. 1:28). Yohana alianguka chini "kama mtu aliyekufa" (Ufu. 1:17). Isaya akapaza sauti, "Yote yamekwisha! Nimehukumiwa, kwa kuwa mimi ni mtu mwenye dhambi. Nina midomo michafu, na ninaishi kati ya watu wenye midomo michafu. Lakini nimemwona Mfalme, Bwana wa Majeshi ya Mbinguni" (Isa. 6:5).

Kwa sababu sisi ni wenye dhambi, usafi wa Mungu hutushinda kustahimili. Mungu anasema, "Hakuna mtu awezaye kuniona na kuishi" (Kut. 33:20). Utakatifu wa Mungu hauwezi kuvumilia doa lolote la dhambi (Hab. 1:13). "Ni nani awezaye kuupanda mlima wa Bwana? Ni nani awezaye kusimama katika patakatifu pake? Ni wale tu ambao mikono na mioyo yao ni safi" (Zab. 24:3-4). Ni wale walio safi pekee ndio wanaoweza kuona utakatifu wa Mungu na kuokoka (Mt. 5:8). Hilo ni tatizo kwetu kwa sababu sote tunatenda dhambi; hakuna hata mmoja wetu aliye mwadilifu (Zab. 143:2;

---

1 Konkodansi inaorodhesha maneno yote muhimu yanayopatikana katika maandishi. Wakati mwingine Biblia hujumuisha konkodansi kama zana. Ikiwa Biblia yako haina konkodansi, unaweza kupata zana za Biblia katika tovuti nyingi tofauti, zikiwemo Bible Gateway (biblegateway. com), Bible Study Tools (biblestudytools.com), Bible Hub (biblehub.com), na Blue Letter Bible (blueletterbible.org).

Rum. 3:23).

Lakini Yesu anatukomboa kutoka katika hukumu hii ya kifo kwa kutufanya watakatifu. Ili tumwone Bwana, tunahitaji kuwa watakatifu. Mungu "amewafanya ninyi watakatifu kwa njia ya Kristo Yesu" (1 Kor. 1:2). Kwa kuchukua adhabu yetu, "Kristo alitufanya waadilifu mbele za Mungu; alitufanya kuwa safi na watakatifu, akatuweka huru na dhambi" (1 Kor. 1:30).

> Kristo alilipenda Kanisa, akajitoa kwa ajili yake kusudi alifanye takatifu, akilitakasa kwa kuliosha kwa maji katika Neno lake, apate kujiletea Kanisa tukufu lisilo na doa wala kunyanzi au waa lolote, bali takatifu na lisilo na hatia. (Efe. 5:25–27)

Ni Yesu pekee ndiye angeweza kufanya hivyo kwa sababu Yeye pekee ndiye "aliye mtakatifu, asiye na lawama, asiye na dosari" (Ebr. 7:26). Ulipoweka imani yako katika Kristo, "ulitakaswa; ulifanywa watakatifu; ulifanywa kuwa wenye haki mbele za Mungu" (1 Kor. 6:11). "Kwa sababu hiyo amewaleta ninyi mbele zake mwenyewe, nanyi ni watakatifu na hamna hatia mnaposimama mbele zake bila kosa hata moja" (Kol. 1:22). Ni katika Kristo tu ndipo tunaweza kutii amri ya Mungu: "Iweni watakatifu kwa sababu mimi, Bwana, ni mtakatifu" (Law. 20:26). Ni katika Kristo pekee ndipo tunaweza kuingia katika uwepo wa Mungu na kuishi.

Mungu ni mtakatifu; kwa hivyo katika Kristo wewe ni mtakatifu. Utakatifu ni uhai wa Mungu *ndani* yetu. Baada ya wokovu huja maisha ya utakaso—mchakato wa kuwa mtakatifu. (Tutajifunza zaidi kuhusu utakaso katika Wiki ya 7.) Kama vile mwalimu mmoja Mkristo anavyoeleza, "Nafasi yetu ya uadilifu hupatikana mara tunapokuwa na imani ya kweli, lakini haki yetu–kufananana na Yesu–hukua kwa kina katika maisha yetu yote ya kutafuta mambo ya Mungu."[1] Mungu anatuamuru "tuwe watakatifu" katika Biblia yote ili kusisitiza umuhimu wa utakatifu.

Lakini maisha matakatifu yanafananaje? Tunaonyesha utakatifu wetu wa ndani kwa nje kupitia "maisha matakatifu, si

---

1 Francis & Lisa Chan, *You and Me Forever: Marriage in Light of Eternity* (San Francisco: Claire Love Publishing, 2014), 34.

maisha machafu" (1 Thes. 4:7). Biblia inarejelea mara kwa mara mavazi kama ishara ya nje ya maisha ya ndani. Kwa mfano, mabibi harusi huvaa mavazi maalum, lakini mavazi yao *hayawafanyi* wawe mabibi harusi; *yanaonyesha* tu kwamba wao ni mabibi harusi. Vivyo hivyo tunavaa utakatifu wetu. Utakatifu huu wa nje hautufanyi kuwa watakatifu, lakini unawaonyesha wengine kwamba tunaishi tukiwa tumetengwa katika Kristo. "Kwa kuwa Mungu amewachagua ninyi kuwa watu watakatifu anaowapenda, lazima jivike rehema, utu wema, unyenyekevu, upole na uvumilivu" (Kol. 3:12). Tunapaswa kuvaa sifa hizo kama za Kristo kila siku, na "mvue kwa habari ya mwenendo wa kwanza utu wa zamani, unaoharibika kwa kuzifuata tamaa zenye kudanganya; na mfanywe wapya katika roho ya nia zenu; mkavae utu mpya, ulioumbwa kwa namna ya Mungu katika haki na utakatifu wa kweli" (Efe. 4:22–24).

Unapofikiria maisha matakatifu, je, yanaonekana kuwa ya kutisha? Labda unaona hayawezekani au yanahusu kufuata sheria? Watu wengi wanapofikiri juu ya utakatifu, wanapata taswira ya tabia za kumcha Mungu na taratibu za kidini. Utakatifu hauhusu kanuni na taratibu za kidini. Unahusu kuchunguza moyo wako kwa uaminifu na kumwalika Mungu kutakasa mtazamo wako na matendo yako. Unahusu kuishi katika uhuru kutokana na dhambi. Mungu anapofichua dhambi, tunaweza kuiungama mara moja na kutubu, tukiiacha na kuelekea katika njia ya Mungu ya kuishi ambayo ni sahihi na ya kuridhisha.

Roho Mtakatifu atakuza utakatifu katika maisha yako siku baada ya siku. Baada ya wiki, miezi, na miaka ya kumwamini Mungu na kufanya kile anachosema, utaona utakatifu ukijikuza katika mitazamo na matendo yako. Kwa mfano, huenda kukawa na mabadiliko katika jinsi unavyochagua vitabu unavyosoma, muziki unaosikiliza, au sinema unazotazama kadiri Roho Mtakatifu anavyokuonyesha jinsi ya kulinda moyo wako (Mit. 4:23). Matendo yako, maneno, na mawazo yako yatabadilika kadiri anavyokufundisha jinsi ya kumheshimu Mungu kwa maisha yako (Kol. 3:17). Roho Mtakatifu anarekebisha kila sehemu ya maisha yako. Dhambi zilizokufunga zinapungua nguvu. Tunda la roho–upendo, furaha, amani, na nyinginezo–yanakuwa mengi zaidi (Gal. 5:22–23). Mabadiliko haya hutokea baada ya muda kadiri tunavyojivika utakatifu kila siku.

Siku zingine, tunaweza kuhangaishwa na majaribu na mafadhaiko ambayo wakati mwingine hufanya juhudi zetu za kutafuta utakatifu zihisi kama kupanda mlima milele, tusiweze kufika kilele. Siku hizo ngumu zikija—na zitakuja—bado tunaweza kuchagua kupiga hatua huku Yesu akiwa kiongozi wetu. Siku moja, hatutalazimika kujivika utakatifu kwa sababu Mungu mwenyewe atatuvisha utakatifu wa kudumu na mkamilifu. Mbinguni, Mungu atatupa "'kitani bora zaidi cheupe cha kuvaa.' Kwa maana kitani safi kinawakilisha matendo mema ya watakatifu wa Mungu" (Ufu. 19:8).

Naam, rafiki, *katika Kristo* wewe ni mtakatifu. Hutii juhudi ili uwe mtakatifu kwa nguvu zako mwenyewe. Mungu alikuchagua kabla ya kuumbwa kwa ulimwengu na kukutenga kwa kusudi lake (Efe. 1:4). Vaa utakatifu ili upate kuwa "chombo cha matumizi ya heshima, kilichowekwa wakfu, chenye kumfaa mwenye nyumba, tayari kwa kila kazi njema" (2 Tim. 2:21). Mungu anatamani utakatifu kwa ajili yako ili uweze kuwa na uhusiano naye, ujazwe na yeye zaidi, na kutengwa kwa ajili ya kazi zote nzuri alizopanga kwa ajili yako. Wiki ijayo, tutajifunza zaidi kuhusu mipango hiyo.

Wacha Biblia Inene:
1 Petero 1:13–25 (Kwa Hiari: 1 Petero 2:1–11)

Wacha Akili Yako Ifikirie:
1. Je, kutafakari juu ya utakatifu wa Mungu kunaathirije mtazamo wako katika ibaada?

2. Je, ni nini katika maisha yako ambacho huenda hakijatengwa kwa ajili ya Mungu?

3. Je, unawezaje kujivika utakatifu kila siku?

Wacha Nafsi Yako Iombe:
Mungu, Wewe ni mtakatifu. Asante kwa kunifanya kuwa mtakatifu kupitia Kristo. Neno lako linasema kwamba ulituokoa na kutuita kuishi maisha matakatifu—si kwa sababu tulistahili, bali kwa sababu huo ulikuwa mpango wako wa kutuonyesha neema yako kupitia Yesu (2 Tim 1:9). Ninashukuru sana kwamba uliniita. Tafadhali nisaidie kuvaa utakatifu kila siku ... Katika jina la Yesu nimeomba, amina.

Wacha Moyo Wako Utii:
(Mungu anakuongoza kujua, kuthamini au kufanya nini?)

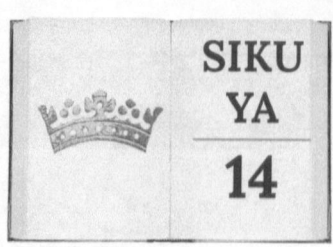

Wewe Ni wa Mungu

Na tukiteka nyara kila fikira ipate kumtii Kristo.
2 Wakorintho 10:5

Wewe ni nani?

Kabla ya wiki hii, huenda ungejibu swali hilo kwa kusema jambo kuhusu familia yako, kazi yako, taifa lako, na zaidi. Maelezo hayo yanaweza kuwa sahihi, lakini hayaonyeshi utambulisho wako mpya. Unapokuwa mfuasi wa Yesu, hayo yanakuwa maelezo yasiyokuwa na umuhimu katika hadithi yako mpya.

Hadithi yako ya kweli inazingatia utambulisho wako ndani ya Yesu Kristo, kwa hivyo linda utambulisho wako kwa uangalifu. Hebu tukumbuke kile kinachokufafanua sasa:

- Umeumbwa ili umwabudu Mungu.
- Umesamehewa na kufanywa upya.
- Umechaguliwa na kufanywa mwana katika familia ya Mungu milele.
- Hutawai kuwa peke yako, kamwe.
- Wewe ni mtakatifu na umetengwa kwa kusudi la Mungu.

Maisha yako mapya yana maana na kusudi—na yanakufanya ulengwe na adui. Shetani anajua wewe ni wa Mungu, na hawezi kukunyakua kutoka kwenye mikono ya Mungu (Yn. 10:28-29). Lakini atafanya lolote awezalo ili kukuzuia usifurahie uhusiano wako pamoja na Mungu na kuushiriki na wengine. Shetani (pia anaitwa "mshtaki" katika Maandiko) atashambulia utambulisho wako katika

Yesu kwa kuleta mawazo mabaya katika akili yako au kuleta migogoro kati yako na wengine watakaopinga utambulisho wako. Je, umewahi kupitia mambo kama hayo?

- Tumeumbwa ili tumwabudu Mungu, lakini adui anatuhimiza tujiabudu sisi wenyewe au sanamu za uongo.
- Tumesamehewa, lakini adui anatuambia tuna hatia.
- Tumechaguliwa na kufanywa wana wake, lakini adui anatuambia hatutakwi.
- Hatuko peke yetu kamwe, lakini adui anatuambia kwamba tumeachwa.
- Sisi ni watakatifu, lakini adui anatuambia hatuna thamani.

Ikiwa umesikia mojawapo ya mambo hayo ya uongo yanayopingana na Neno la Mungu, unahitaji kuwacha kuyasikiliza na kujikumbusha wewe ni nani. Yazime majaribio ya adui ya kukuzuia kunufaika na mipango bora ya Mungu kwako kwa kujikumbusha kweli za Neno la Mungu. Kariri kifungu rahisi kilicho katika mwanzo wa somo la leo: "Na tukiteka nyara kila fikira ipate kumtii Kristo" (2 Kor. 10:5). **Adui anataka kutufanya tutilie shaka upendo wa Mungu. Kwa sababu tukifanya hivyo, uhusiano wetu na Mungu utahisi kama hauna maana na kumtii Mungu kutahisi kama mzigo.** Tusimwache adui atudanganye! Hakuna kitu kinachoweza kututenganisha na upendo wa Mungu (Rum. 8:38–39). Tutajifunza mengi zaidi kuhusu vita vya kiroho baadaye. Kwa sasa, kaa macho uepuke mashambulizi ya adui dhidi ya utambulisho wako kama mwana mpendwa wa Mungu. "Mpingeni shetani naye atawakimbia" (Yak. 4:7).

Ukianza kuhisi hauko salama, soma Warumi 8. Katika sura hii, utapata kwamba *hakuna hukumu* kwa wale walio katika Kristo. **Zingatia hisia za kukuwa salama kama mwaliko kutoka kwa Mungu wa kupata amani yako katika *jinsi alivyo* na *kile ambacho amekufanyia*.** Kwa sababu kile tunachofikiri huathiri kile tunachofanya. Tuchunge mawazo yetu kwa uangalifu. Kumbuka, Mungu hakutuokoa tu *kutokana na* dhambi; bali Pia alituokoa kwa ajili ya makusudi yake. "Maana tu kazi yake, tuliumbwa katika Kristo Yesu, tutende matendo mema, ambayo tokea awali Mungu aliyatengeneza ili tuenende nayo" (Efe. 2:10). **Naam, wewe ni kazi ya mikono yake, chombo chake**. Alikuchagua na ameandika hadithi nzuri kwa ajili ya maisha yako—ambayo hakuna mtu mwengine anayeweza kuiishi. Kumbuka utambulisho wako katika Kristo.

Watie moyo ndugu na dada zako katika Kristo pia. **Sisi sote tumeumbwa kwa mfano wa Mungu.** Katika familia ya Mungu, hakuna nafasi ya ubaguzi wala vyeo. "Hakuna mwanamume wala mwanamke. Maana ninyi nyote mmekuwa kitu kimoja katika Kristo Yesu" (Gal. 3:28). Usiache kabila, utamaduni, umri, elimu, jinsia, au tabaka la kijamii ziathiri jinsi unavyowaona au kuwatendea watu wengine. "Mungu hana upendeleo," na sisi pia hatupaswi kuwa nao (Rum. 2:11). **Wapende ndugu na dada zako kama Mungu anavyowapenda. Waone jinsi Mungu anavyowaona—kazi ya mikono yake.**

Bado tuna mengi ya kujifunza kuhusu utambulisho wetu mpya katika Yesu. Bado kuna mambo mengi mazuri ya kugundua. Lakini yote yanaweza kufupishwa na kukumbukwa kwa kifungu kimoja: *Nipo* **kwa sababu ya** *Yeye aliye mkuu* **AMBAYE YUKO.**

Mungu alipojieleza kwa Musa, alisema, "Mimi NIKO AMBAYE NIKO. Hivyo ndivyo utakavyowaambia Waisraeli: 'MIMI NIKO amenituma kwenu'" (Kut. 3:14). Katika Injili ya Yohana, Yesu anasema: "Ninawaambia nyinyi kweli, kabla hata Abrahamu hajazaliwa, mimi niko!" (Yn. 8:58).

"MIMI NIKO" ni kauli kuu zaidi la uwepo wa Mungu ulio toshelevu zaidi, mkuu zaidi, na wenye uwezo wote. Mungu yupo, alikuwepo, na atakuwepo milele. Yeye ndiye Sababu Isiyosababishwa.[1] Yeye ni mjua yote yupo kila pahali na mwenye uwezo wote. Yeye ndiye mkuu AMBAYE YUKO! *Tupo* **kwa sababu ya** *jinsi Alivyo!*

- Umechaguliwa kwa sababu ya upendo mkuu wa Mungu kukuumba kwa ajili ya furaha yake.
- Wewe ni mwabudu wa kweli kwa sababu Mungu anastahili kuabudiwa na alikupa Roho wake akuonyeshe kweli.
- Umesamehewa na kufanywa upya kwa sababu Mungu alikusamehe na akakupa uzima mpya wa milele.

---

1 Norman L. Geisler, *Systematic Theology: In One Volume* (Minneapolis, MN: Bethany House Publishers, 2011), 25.

- Umefanywa mwana wake kwa sababu Mungu ni Baba na alikuchagua uwe mwana wake.
- Kamwe hauko peke yako kwa sababu Mungu yuko pamoja nawe kila wakati.
- Wewe ni mtakatifu kwa sababu Mungu ni mtakatifu.

Tafakari juu ya yale uliyojifunza wiki hii kuhusu thamani yako na utambulisho wako. Una sifa hizo zote na zaidi kwa sababu ya jinsi Mungu alivyo. Jikumbushe kila siku:

Mimi nipo kwa sababu ya Yeye Aliye mkuu AMBAYE YUKO!

Wiki hii, tumejua sisi ni akina *nani*. Wiki ijayo, tutajifunza kile *tunachofanya*.

Wacha Biblia Inene:
Warumi 8 (Kwa Hiari: Waefeso 2:1–10)

Wacha Akili Yako Ifikirie:
1. Je, kuna tofauti gani kati ya "utambulisho wangu" na "utambulisho wangu katika Kristo"?

2. Jibu Maswali ya Majadiliano ya Wiki ya 2.

Wacha Nafsi Yako Iombe:
Baba, asante kwa utambulisho wangu mpya katika Kristo. Nisaidie kuulinda. Mshtaki atakaposhambulia utambulisho wangu katika Wewe, nikumbushe kwamba mimi ni mtoto wa Mungu aliyechaguliwa, anayeabudu, aliyesamehewa, aliyefanywa mwana, aliyekubaliwa, na aliye mtakatifu. Asante kwa kunipenda sasa na hata milele ... Katika jina la Yesu, amina.

Wacha Moyo Wako Utii:
(Mungu anakuongoza kujua, kuthamini au kufanya nini?)

MASWALI YA KUJADILI YA WIKI YA 2:

Pitia masomo ya wiki hii na ujibu maswali yafuatayo.
Shiriki majibu yako na marafiki zako mtakapokutana wiki hii.

1. Wiki hii, tulijifunza sehemu za utambulisho wako katika
   Kristo. Wewe (1) umechaguliwa, (2) uliumbwa ili uabudu, (3)
   umesamehewa na kufanywa upya, (4) umefanywa mwana wake,
   (5) kamwe hauko peke yako, na (6) ni mtakatifu. Ni ipi kati ya
   sifa hizi inakutia moyo zaidi? Kwa nini?

2. Ni ipi kati ya sifa hizi ni ngumu kwako kuikubali? Kwa nini?
   Je, Neno la Mungu au rafiki zako wanawezaje kukusaidia
   kukumbatia sehemu hiyo ya utambulisho wako katika Kristo?

3. Tumeumbwa ili tuabudu. Msamaha wetu, kufanywa wana, na
   utakatifu katika Kristo unaathirije ibada yetu?

4. Waabudu mbinguni huimba kwamba Mungu ni "mtakatifu,
   mtakatifu, mtakatifu." Hii ndio sifa pekee ya Mungu inayorudiwa
   kwa njia hii katika Biblia. Kwa nini unafikiri utakatifu wa Mungu
   ni muhimu sana?

5. Shetani, mshtaki, hushambulia kila sehemu ya utambulisho
   wetu katika Kristo. Je, uongo wa adui umekuzuiaje kupata
   uhuru na amani ambayo Kristo anataka kukupa? Ni kweli gani
   za Neno la Mungu zinazokusaidia kunyamazisha mashtaka ya
   uongo ya adui?

WIKI YA TATU

HADITHI YAKO, KUSUDI LAKO

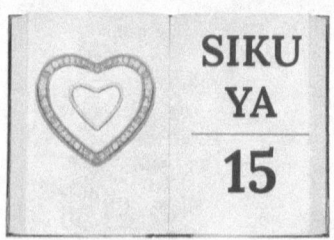

Kumbatia Kusudi Lako Jipya

Kwa maana sisi ni kazi ya mikono ya Mungu, tulioumbwa
katika Kristo Yesu, ili tupate kutenda matendo mema, ambayo
Mungu alitangulia kuyaandaa tupate kuishi katika hayo.
Waefeso 2:10

Hapo awali kabla hujazaliwa, Mungu alikujua (Yer. 1:5). Alikuumba
kwa namna ya kipekee kwa ajili ya kusudi linalopaswa kutimizwa
katika kila *msimu* wa maisha yako. Wiki iliyopita, ulijifunza Mungu
alikuumba kuwa nani. Wiki hii, utajifunza Mungu alikuumba kufanya
nini. Una kusudi la kiungu, na si kukaa tu na kungojea kwenda
mbinguni. Mungu ana kazi anayotaka *ufanye pamoja Naye hapa*-
kusudi lako linaathiri mbinguni na huleta furaha na mafanikio ya
kweli.

Wakati mwingine tunashawishiwa kuona mafanikio ya kidunia
kama kusudi[1]. Tunaweza kufanikiwa katika kazi au shughuli
tunazopenda lakini bado tusitimize kusudi letu. Mafanikio pia
hayahusu kutimiza uwezo wetu. Yesu hakutimiza uwezo wake
duniani. Ingawa Alikuwa Mfalme wa mbinguni, akawa mtu maskini
mnyenyekevu (Flp. 2:5–8). Lakini alitimiza kusudi lake (Yn. 17:4).
Hilo ndilo lengo letu: kutimiza kusudi la Mungu katika maisha yetu.
Mwishoni mwa maisha yako, na isemwe juu yako kile kilichosemwa

---

1 Jifunze kutoka kwa Mfalme Sulemani, mtu mwenye hekima zaidi aliyewahi kuishi. Aliandika
kuhusu matukio aliyopitia na mahitimisho ya kina aliyofikia kuhusu mafanikio katika kitabu cha
Agano la Kale kiitwacho, Muhubiri.

juu ya Mfalme Daudi: "Daudi alipokwisha kulitumikia kusudi la Mungu katika kizazi chake, alilala usingizi" (Mdo. 13:36).

Huenda unajiuliza, *Kusudi langu ni nini, na nitalitimizaje?* Sehemu iliyosalia ya safari hii ya imani inahusu kukusaidia katika jambo hilo. Kwa sasa, jua tu kwamba **kusudi letu kuu ni kumtukuza Mungu na kufurahia uhusiano wetu naye milele.**[1] Tunaishi kulingana na kusudi hili kila siku kwa njia tatu za kuridhisha:

1. **Kumpenda na kumtii Mungu.**
2. **Kupenda kila mtu.**
3. **Kufanya wanafunzi.**

Sote tuna kusudi hili, lakini kila mmoja wetu analitimiza kwa njia yake ya kipekee. Mungu amempa kila mmoja wetu mahusiano, ujuzi, rasilimali, na maeneo tofauti, hivyo kutimiza kusudi hili kutaonekana tofauti katika maisha ya kila moja wetu, kama ilivyokuwa kwa kila **baba wa imani** kutoka kwa Abrahamu hadi Musa.

> **Baba:**
> Baba wa kiroho au kiongozi mwanamume wa familia.

Katika wiki yetu ya kwanza, tuliangazia hadithi kuu ya Mungu. Leo, tuzingatie kwa kina zaidi mwanzo wa mpango wa Mungu wa kuokoa binadamu. Matukio ya Mwanzo 1–11 hutokea kwa miaka mingi na katika vizazi vingi, lakini katika Mwanzo 12, hadithi hupunguza kasi ghafla na inazingatia baba wa imani: Abrahamu, Isaka na Yakobo. Kasi hii ya taratibu inaturuhusu tujifunze umuhimu wa uhusiano wa kipekee wa Mungu na kila mtu. Hadithi zao zinapoendelea, tunajifunza jinsi Mungu hujihusisha na watu wake:

- Mungu anatupenda na anatupa kusudi.
- Tunaonyesha upendo wetu kwa Mungu kwa kutimiza kusudi lake kwetu.
- Tunapotimiza kusudi letu, Mungu huwabariki wengine kupitia sisi.

---

1 Westminster Assembly (1643–1652). *The Assembly's Shorter Catechism, with the Scripture Proofs in Reference: with an Appendix on the Systematick Attention of the Young to Scriptural Knowledge* by Hervey Wilbur (Newburyport, MA: Wm. B. Allen & Co., 1816).

Hebu tuanze. Tutaanzia pale tulipomalizia Siku ya 3 wakati Mungu alipowafukuza Adamu na Hawa kutoka katika bustani ya Edeni ...

Baada ya uhamisho kutoka Edeni, watu waliongezeka. Dhambi pia iliongezeka pamoja nao. Kadiri Mungu alivyoshindwa kabisa kuvumilia uovu wa wanadamu, alihuzunika na akaleta gharika duniani ili kuwaangamiza wanadamu waovu na kuanza upya. Familia moja tu ndio iliyookolewa: familia ya Nuhu. Mungu alimweka Nuhu, familia yake, na kila aina ya wanyama kwenye safina (nyumba kubwa inayofanana na mashua) ambayo alimwagiza Nuhu ajenge (Mwa. 5–9). Kadiri wazao wa Nuhu walivyozidi kuongezeka katika nchi kavu, dhambi iliongezeka tena. Mungu alichanganya lugha ya watu ili kuwazuia wasiungane na kumuasi (Mwa. 10–11).

Mungu alimchagua mtu mmoja–Abrahamu[1]–kuanzisha mpango wa ukombozi (Mwa. 12:1–3). Tunaweza kudhani kwamba Abrahamu alikuwa mtu mwadilifu ambaye alikabidhiwa kazi hiyo. Cha kushangaza, hakuwa mwadilifu. Alikua akiabudu sanamu (Yos. 24:2). Hakustahili kuchaguliwa kama sisi. Mungu alimwambia Abrahamu:

> "Ondoka katika nchi yako, acha jamaa yako na nyumba ya baba yako, uende katika nchi nitakayokuonesha. Nitakufanya wewe kuwa taifa kubwa, nitakubariki na ... kupitia kwako wewe, nitayabariki mataifa yote ya dunia." (Mwa. 12:1–3)

Abrahamu alijua kwamba angesafiri kuelekea Kanaani, lakini hakuambiwa ni wapi hasa yeye na familia yake wangekaa. Mungu alimwalika kumwamini hatua moja baada ya nyingine. Abrahamu hakuwa na majibu yote, lakini alimtii Mungu kwa ujasiri. Kupitia uhusiano huo wa imani, Mungu alimbariki Abrahamu na sisi sote pia. Utiifu wa Abrahamu ulipelekea kuzaliwa kwa Mwokozi wetu (Mt. 1:1).

Mungu aliahidi kutuma Mwokozi kupitia kizazi cha Abrahamu, lakini Sara, mke mzee wa Abrahamu, alikuwa tasa. Licha ya hali

---

1 Wakati huo, Abrahamu (kama tunavyomwtia kwa kawaida) bado aliitwa Abramu. Baadaye, Mungu alibadilisha jina lake kuwa "Abrahamu," akitangaza wito wa Mungu juu ya maisha ya Abrahamu: "Jina lako hutaitwa tena Abramu, bali jina lako litakuwa Abrahamu, kwa maana nimekufanya wewe baba wa mataifa mengi" (Mwa. 17:5).

hiyo, Abrahamu alichagua kuamini kwamba Mungu angebaki kuwa mwaminifu kwa ahadi yake. Haikuwa rahisi wakati mwingine, na alijitahidi kutii katika jambo hilo. Hatimaye, tumaini bora la Abrahamu lilikuwa kuiamini ahadi ya Mungu. Hatimaye Sara alipata mimba na akajifungua mtoto wa kiume aliyeitwa Isaka (Mwa. 21).

Kisha familia ya Abrahamu ikaanza kuongezeka, kama vile Mungu alivyoahidi. Isaka alikua na akapata wana mapacha: Yakobo na Esau (Mwa. 25). Ndugu hawa wawili walikuwa na uhusiano mgumu. Kwa kweli kila mtu katika familia yao alitatizwa na dhambi na udhaifu. Hata hivyo, Biblia haifichi mapungufu yao. Kumbuka, hii ni Hadithi ya Kweli ya Mungu kuhusu uaminifu wa Mungu kwa ajili ya utukufu wa Mungu. Anatimiza ahadi zake hata tunapokosa kuzitimiza ahadi zetu kwake.

Sasa tumebaki na vizazi vichache kabla hatujamfikia Mwokozi, lakini matatizo ya familia yalitokea tena. Mjukuu wa Abrahamu Yakobo, ambaye baadaye aliitwa Israeli, alikuwa na wana kumi na wawili ambao walikuja kuwa waanzilishi wa makabila kumi na mawili ya Israeli. Dhambi ya Yakobo ya kumpendelea mwana mmoja, Yusufu, ililleta wivu mbaya miongoni mwa wale wana wengine wa Yakobo. Uchungu na hasira zao ziliwafanya kumuuza ndugu yao Yusufu utumwani Misri. Yusufu alipata mateso mengi huko na alifungwa kwa uhalifu ambao hakufanya (Mwa. 37; 39–40). Lakini Mungu hakuwa ameacha kutekeleza mpango wake, na alimpa Yusufu hekima kuu iliyookoa Misri yote kutokana na janga la njaa (Mwa. 41). Farao, mfalme wa Misri, alitambua uhusiano wa Yusufu na Mungu na akampandisha cheo kutoka kuwa mfungwa hadi kuwa waziri mkuu.

Kupitia hayo yote, **Mungu alibadilisha hali za Yusufu ili abadilishe moyo wake**. Miaka mingi baadaye, ndugu za Yusufu walienda Misri kutafuta chakula. Jambo hilo lilimpa Yusufu fursa ya kulipiza kisasi, lakini badala ya kutumia mamlaka yake dhidi yao, Yusufu aliwasamehe. Kupitia mojawapo ya kauli za msamaha zilizojaa imani zaidi Yusufu aliwaambia kwa hekima ni: "Nanyi kweli mlinikusudia mabaya, bali Mungu aliyakusudia kuwa mema, ili itokee kuokoa taifa kubwa, kama ilivyo leo" (Mwa. 50:20). Imani ya Yusufu haikubariki tu familia yake yote, ambayo sasa inaitwa Waisraeli, bali pia inatubariki sisi. Tunaweza kujifunza kutokana na mfano wake.

Rafiki, **Mungu ni mwema siku zote**, na hufanya kazi katika hali zetu zote—hata zile ngumu zaidi—kwa utukufu Wake na kwa wema wetu (Rum. 8:28-29).

Kwa sababu ya njaa na mwaliko wa Yusufu, Waisraeli walihamia Misri. Familia ya Abrahamu ilikua na ikawa taifa kubwa huko. Walikuwa wengi sana kiasi kwamba farao mwingine—ambaye hakujua lolote kumhusu Yusufu—alihisi kutishiwa na Waisraeli. Kwa sababu aliogopa uasi, aliwafanya Waisraeli kuwa watumwa. Watu wa Mungu sasa walikuwa watumwa, na walimlilia Mungu awasaidie kwa muda wa miaka mia nne.

Wakati mwafaka ulipowadia, **Mungu alimchagua mtu mmoja— Musa—kuendeleza mpango wa ukombozi.** Musa alikataa mwaliko wa Mungu mwanzoni kwa sababu alihisi hana uwezo wa kutosha. (Musa hakutambua kwamba hakuna mtu mwenye uwezo wa kutosha wa kutekeleza mpango wa Mungu peke yake. Ni Mungu pekee ndiye anayeweza kufanya hivyo.) Musa aliogopa, lakini alimwamini Mungu na kumkabili Farao: "Waruhusu watu wangu waende zao" (Kut. 9:1). Kama vile Mungu alivyofanya na Abrahamu, Isaka, Yakobo na Yusufu, Mungu aliubadilisha moyo wa Musa na kumjaribu.

Farao aliwaachilia Waisraeli mara kwa mara na kisha kuwashika mateka tena. Mungu alionyesha nguvu na mamlaka yake kwa kutuma mapigo ya kutisha ili kuwatesa watu wa Misri na kuaibisha miungu yao ya uongo. Mwishowe, Farao aliwaruhusu watu wa Mungu waende zao. Na Farao alipobadili mawazo yake na kuwafuata, Mungu aliwakomboa kwa kufanya njia kavu katika Bahari ya Shamu ili wavuke na kuwa huru (Kut. 1-15).

Watu hao wenye imani—Abrahamu, Isaka, Yakobo, Yusufu, na Musa—kila mmoja wao alikuwa na kazi kutoka kwa Mungu. Walitimiza kusudi lao *pamoja na* Mungu. Utiifu wao ulitokana na uhusiano huo wa imani, na baraka zilitokana na utiifu huo—baraka kwao binafsi na pia kwa wengine wengi. Kupitia Yusufu, Mungu aliokoa Misri yote kutonana na njaa. Kupitia Musa, Mungu aliwaokoa watu wake wote kutoka utumwani. Kupitia uzao wa Abrahamu—Yesu Kristo—Mungu anatuokoa sisi sote kutokana na dhambi.

Mungu aliyewaita baba wa imani yetu anakuita. Je, utaitikia mwaliko Wake na mpango Wake kwa ajili ya maisha yako?

Mungu amekuchagua na kukuweka hapo ulipo kwa sababu nzuri na ili utimize kusudi lake jema kwa ajili yako. Baba wa imani walikuwa watu dhaifu, wenye mapungufu, kama sisi. Mtume Paulo aliandika hivi: "Ndugu zangu, kumbukeni mlivyokuwa mlipoitwa. Kwa kipimo cha kibinadamu, si wengi wenu mliokuwa na hekima. Si wengi mliokuwa na ushawishi, si wengi mliozaliwa katika jamaa zenye vyeo. Lakini Mungu alivichagua vitu vipumbavu vya ulimwengu ili awaaibishe wenye hekima, Mungu alivichagua vitu dhaifu vya ulimwengu ili awaaibishe wenye nguvu" (1 Kor. 1:26–27). Hatuhitaji pesa, elimu, muda, au umaarufu zaidi ili kuitikia wito Wake. Tukiamini na kutii tu, Mungu atatimiza kusudi lake kupitia sisi. Unaweza kuanza sasa hivi. **Mpende na umtii Mungu, wapende wengine, na ufanye wanafunzi (anza kwa kushiriki nao Hadithi ya Mungu) popote ulipo, kwa sababu ni *wewe* tu ndiye unayeweza kufanya hivyo.**

Wacha Biblia Inene:
Isaya 43:1–21 (Kwa hiari: Mwanzo 12:1–7)

Wacha Akili Yako Ifikirie:
1. Unafikiri Mungu anakuongoza wapi leo? Je, uko tayari kumfuata Mungu kama Abrahamu alivyofanya? Mungu anaweza kukuongoza kote ulimwenguni kufanya kazi ya utume, au anaweza kukuongoza kuvuka barabara ili kuzungumza na jirani yako. Je, utaenda?

2. Unawezaje kumwamini Mungu kufanya kila kitu—hata uovu— kwa wema? Je, umemwona akileta mema kutoka kwa mabaya katika maisha yako kama Yusufu alivyoona?

3. Je, uko tayari kumwamini Mungu na udhaifu wako kama Musa alivyofanya? Kwa nini unafikiri nguvu za Mungu hufanya kazi vizuri zaidi katika udhaifu (2 Kor. 12:9)?

Wacha Nafsi Yako Iombe:
Baba, nisaidie kutimiza kusudi lako katika kizazi changu (Mdo. 13:36). Nisaidie kukuletea utukufu kwa kukamilisha kazi uliyonipa niifanye (Yn. 17:4). Badilisha hofu yangu kuwa ujasiri. Badilisha shaka yangu kuwa imani. Badilisha hisia zangu za kutojiamini kuwa imani katika wewe. Mapenzi yako yatimizwe na jina lako litukuzwe maishani mwangu ... Katika jina la Yesu, amina.

Wacha Moyo Wako Utii:
(Mungu anakuongoza kujua, kuthamini au kufanya nini?)

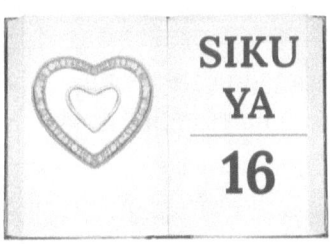

Mwakilishe Yesu Kristo kama Balozi Wake

Basi tu wajumbe kwa ajili ya Kristo, kana kwamba
Mungu anasihi kwa vinywa vyetu; twawaomba ninyi
kwa ajili ya Kristo mpatanishwe na Mungu!
2 Wakorintho 5:20

Kuna mtego tunaotakiwa kujihadhari nao katika safari yetu ya imani—mtego hatari wa uongo. Adui anaweza kukuambia kwamba utambulisho wako unatokana na kile unachofanya au unahitaji kutia juhudi ili upate upendo wa Mungu. Hayo yote si kweli. Unapoweka imani yako katika Kristo, unakuwa kitu kimoja na Kristo, uliyeumbwa ili kutimiza kusudi lako pamoja naye. Unafanya kazi ukiwa na mtazamo kwamba tayari ushakubalika badala ya kuwa na mtazamo kwamba unapaswa kutia juhudi ili ukubalike. Utambulisho wako ndani ya Yesu kama mwana wa Mungu aliyesamehewa uko salama (Yn. 10:28). Na unapokubali ukweli kwamba neema ya Mungu inakutosha (2 Kor. 12:9), utataka wengine pia wapate kuhisi upendo wa Mungu usio na masharti. **Utambulisho wako mpya katika Yesu unakusukuma kuujulisha ulimwengu utambulisho wa Mungu.**

Kabla ya Yesu kupaa mbinguni, alitukabidhi sisi **wanafunzi** Wake utume wake, kwamba tufanye wengi zaidi wawe wanafunzi. Utume huu, unaoitwa **Agizo Kuu**, ni muhimu sana kiasi

> **Mwanafunzi:**
> Mfuasi anayeamini anayejifunza na kisha anashikamana na mwalimu wake na mafundisho yake na mwenendo wake wa maisha.

kwamba umetajwa mara tano katika vitabu vitano tofauti vya Biblia.[1] Kwa kweli, inafungamana na utambulisho wetu mpya:

> Hata imekuwa, mtu akiwa ndani ya Kristo amekuwa kiumbe kipya; ya kale yamepita, tazama! Yamekuwa mapya. Lakini vyote pia vyatokana na Mungu, aliyetupatanisha sisi na nafsi yake kwa Kristo, naye alitupa huduma ya upatanisho; yaani, Mungu alikuwa ndani ya Kristo, akiupatanisha ulimwengu na nafsi yake, asiwahesabie makosa yao; naye ametia ndani yetu neno la upatanisho. Basi tu wajumbe kwa ajili ya Kristo, kana kwamba Mungu anasihi kwa vinywa vyetu; twawaomba ninyi kwa ajili ya Kristo mpatanishwe na Mungu. (2 Kor. 5:17–20)

Haijalishi umefanya nini au umetendewa nini, unafanywa upya katika Kristo na kutumwa duniani kutimiza utume wako. Umekua raia wa mbinguni (Flp. 3:20), na wewe sasa ni balozi wa ufalme wa Mungu hapa duniani. Kama Yusufu na Musa, unamwakilisha Mungu katika nchi ya kigeni.

Ili kuwakilisha ufalme wowote vizuri, tunahitaji kuujua vizuri ili tuweze kuuwakilisha kwa uadilifu. Tunaweza kuanza kwa kujua mambo ambayo hayahusishi

Agizo Kuu

Yesu akawajia na kusema, "Nimepewa mamlaka yote mbinguni na duniani. Kwa sababu hii, enendeni mkawafanye mataifa yote kuwa wanafunzi, mkiwabatiza kwa Jina la Baba na la Mwana na la Roho Mtakatifu, nanyi wafundisheni kuyashika mambo yote niliyowaamuru ninyi. Hakika mimi niko pamoja nanyi siku zote, hadi mwisho wa nyakati." Mathayo 28:18-20

ufalme wa Mungu; ufalme wa Mungu si ufalme wa kidunia (Yn. 18:36) au ufalme wa kisiasa (Mk. 12:13–17) unaolenga kuchukua nafasi ya kubadilisha mifumo yetu ya sasa ya kiserikali. Bado tunahitaji kutii sheria za utawala isipokuwa ziwe zinakiuka sheria ya Mungu (Rum. 13:1). Yesu aliwaambia Wanafunzi wake walipe kodi (Mt. 22:21). Hakutafuta mamlaka ya kisiasa. Alifanya kinyume cha hilo kabisa– Alikimbia wakati umati ulijaribu kumfanya kuwa mfalme kwa nguvu (Yn. 6:15). Lakini Yesu alitumia nguvu za kiroho. Kama Mabalozi wa

---

1 Mt. 28:19–20; Mk. 16:15; Lk. 24:47; Yn. 20:21; Mdo. 1:8. Maelezo zaidi yanapatikana badaye katika sehemu ya kutimiza Agizo Kuu.

Yesu, **sisi ni vyombo vya uwezo wake** vya kuleta athari bora na halisi katika hali ya kiroho ya jamii. Tunaweza kulinda maisha na kuendeleza haki kwa usaidizi na mwongozo wa Mwenyezi Mungu. Kwa kuchochoewa na upendo, tunamwakilisha vyema.

Tunafanyaje hivyo? Tunaanza kwa kukumbuka kwamba Mungu tunayemtumikia ni mwema, mzuri, na jasiri. Katika historia, watu wengi wamekufa ili kuokoa wafalme wao, lakini Mfalme wetu alikufa ili kutuokoa. Kabla hajatuita kumwakilisha, alituwakilisha kwa kupokea adhabu ya dhambi zetu. "'Yeye mwenyewe alizichukua dhambi zetu' katika mwili wake juu ya mti, ili tuwe wafu kwa mambo ya dhambi, tuwe hai kwa mambo ya haki" (1 Pet. 2:24). Kwa sababu anatupenda, tunampenda pia na tunataka kumwakilisha vizuri. Kama mabalozi wa Yesu, tunaonyesha ulimwengu kwamba katika ufalme wa Mungu

- upendo (si chuki) ndio unatawala;
- msamaha (si kulipiza kisasi) ndio unaoponya ;
- unyenyekevu (si kiburi) ndio unaoleta baraka; na
- neema (si matendo) ndio inatamalaki.

Kama mabalozi wa Yesu, tunawakilisha hekima yake. Hekima ya Mungu huonekana kuwa ya ajabu, hata upumbavu, kwa ulimwengu (1 Kor. 1:20-25). Lakini tunapomfuata Mungu kwa imani, ulimwengu utaona matokeo yake: "Na hekima imejulikana kuwa ina haki kwa watoto wake wote" (Lk. 7:35). Wakati mwingine hata wasioamini wanaishi kulingana na kanuni za Biblia bila kujua. Ukweli ni ukweli bila kujali kama mtu anaamini Neno la Mungu au la. Neno la Mungu linatuita tuwaelekeze watu kwenye chanzo cha hekima yote na kutangaza ukweli wa Mungu "kwa upendo" (Efe. 4:15). Watu wenye akili nyingi zaidi wanaweza kupata majibu ya maswali yao mazito zaidi katika Neno la Mungu.[1]

Tunawakilisha upendo wa Yesu. Kwa kuwapenda na kuwatumikia wengine kwa matendo, tunaeneza upendo wa Mungu kwa ulimwengu wenye kiu kikubwa cha upendo. Upendo wa Mungu hupitia kwetu hadi kwa wengine (Yn. 15:12). Hatupendi "kwa maneno au kauli bali

---

1 Pata majibu ya maswali ya Biblia yanayoulizwa sana katika GotQuestions.org.

kwa matendo na kweli" (1 Yoh. 3:18). Hatufanyi tu kuwatakia watu mema; tunakidhi mahitaji yao ya kimwili (Yak. 2:16). Yesu huchukulia vitendo vyote vya upendo kibinafsi. Tunapowatumikia wengine, tunatumikia Yeye pia:

"Kwa maana nilikuwa na njaa, mkanipa chakula; nilikuwa na kiu, mkaninywesha; nilikuwa mgeni, mkanikaribisha; nilikuwa uchi, mkanivika nilikuwa mgonjwa, mkaja kunitazama; nilikuwa kifungoni, mkanijia.

Ndipo wenye haki watakapomjibu, wakisema, Bwana, ni lini tulipokuona ukiwa na njaa, tukakulisha, au ukiwa na kiu tukakunywesha?

Tena ni lini tulipokuona ukiwa mgeni, tukakukaribisha, au ukiwa uchi, tukakuvika? Ni lini tena tulipokuona ukiwa mgonjwa, au ukiwa kifungoni, tukakujia?

Na Mfalme atajibu, akiwaambia, Amin, nawaambia, kadiri mlivyomtendea mmojawapo wa hao ndugu zangu walio wadogo, mlinitendea mimi!" (Mt. 25:35–40)

Madhihirisho yetu ya upendo kwa vitendo humfanya Mungu asiyeonekana aonekane. "Hakuna mtu aliyemwona Mungu wakati wowote. Tukipendana, Mungu hukaa ndani yetu, na pendo lake limekamilika ndani yetu" (1 Yoh. 4:12). Ufalme wa Mungu unahusu upendo wa kweli—si hisia tu bali pia matendo. Ufalme wa Mungu unahusu upendo unaozingatia wengine na kisha kufanya jambo kuwahusu.

Hata sheria za ufalme wa Mungu hutokana na upendo Wake mkuu kwetu. Katika **Amri Kuu**, Mfalme wetu anatufundisha kwamba tunapaswa kumpenda Mungu kikamilifu—kwa moyo, nafsi, akili, na nguvu zetu. Na, tunapaswa kuwapenda wengine kama tunavyojipenda wenyewe (Mk. 12:29–31). Amri Kumi zinatoa mwongozo maalum wa jinsi ya kufanya hivyo. Nne za kwanza zinatuonyesha jinsi ya kumpenda Mungu (Kut. 20:1–11), na sita za mwisho zinatuonyesha jinsi ya kuwapenda wengine (Kut. 20:12–17). (Mungu anaposema, "Usifanye ..." Anasema, "Usijidhuru wewe mwenyewe au wengine.") Tunapoanza kwa kumpenda Mungu kwa njia ya kweli, tunaweza kumimina upendo huo katika mahusiano yetu. Hivyo ndivyo tunavyowaalika wengine katika ufalme wa Mungu ili wajionee upendo wa Mungu *kibinafsi*. "Sisi tu mabalozi wa Kristo; Mungu anawaita wenginekupitia sisi. Tunaongea kwa niaba ya Kristo tunapowasihi, 'Rudini kwa Mungu!'" (2 Kor. 5:20).

Waruhusu wengine waone nguvu, hekima, na upendo wa Mungu kupitia wewe.

Amri kuu:

Yesu akajibu, "Ya kwanza ndio hii, Sikia, Israeli, Bwana Mungu wetu ni Bwana mmoja; nawe mpende Bwana Mungu wako kwa moyo wako wote, na kwa roho yako yote, na kwa akili zako zote, na kwa nguvu zako zote. Na ya pili ndio hii, Mpende jirani yako kama nafsi yako. Hakuna amri nyingine iliyo kuu kuliko hizi."

Mark 12:29–31

Wacha Biblia Inene:

2 Wakorintho 5 (Kwa Hiari: Kutoka 20:1–17)

Wacha Akili Yako Ifikirie:

1. Je, kufahamu kuwa wewe ni balozi kunabadilishaje mtazamo wako wa maisha yako?

2. Soma tena Agizo Kuu (Mt. 28:18–20). Taja amri za Yesu. Yesu aliwapa wanafunzi ahadi gani?

3. Unawezaje kushiriki upendo wa Mungu na mtu leo? Je, unaweza kushiriki chakula na rafiki mgonjwa, kutabasamu na kumsalimia mtoto mpweke, au kumtia moyo mtu aliyechoka?

Wacha Nafsi Yako Iombe:

Yesu, asante kwa kuniita kama balozi wako. Ni furaha iliyoje kushiriki upendo unaonionyesha! Nisaidie kuwakilisha upendo Wako kwa uwazi kwa ulimwengu huu wenye kiu cha upendo. Neno lako linasema kwamba unatuvuta Karibu nawe kwa upendo usio na kikomo (Yer. 31:3). Tafadhali wavute wale waliopotea karibu nawe ninaposhiriki upendo Wako nao ... Katika jina la Yesu, amina.

Wacha Moyo Wako Utii:

(Mungu anakuongoza kujua, kuthamini au kufanya nini?)

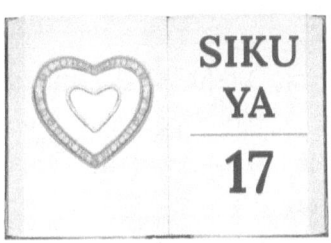

Tazama Chini Ili Kufanya Vizazi Vijavyo Kuwa Wanafunzi

Kizazi kimoja kitasifia kazi zako kwa kizazi kingine,
watasimulia matendo yako makuu.
Zaburi 145:4

Hebu turudi kwenye hadithi ya Musa na Waisraeli. Baada ya dhihirisho kubwa la nguvu ya Mungu, Farao aliwaachilia Waisraeli kutoka katika vifungo vya utumwa wa Misri. Mara baada ya kuondoka kwao, alibadili mawazo yake, na wanajeshi wapanda farasi wa Misri wakawafuata. Wakizuiliwa na Bahari ya Shamu, Waisraeli takriban milioni mbili waliingiwa na hofu. Walifikiri walikuwa wamenaswa, hadi Mungu alipopasua bahari kimuujiza na kuwatengenezea njia kavu ya kupitia. Kisha Mungu aliachilia maji juu ya wanajeshi wapanda farasi na magari ya vita ili kuwalinda watu wake waliochaguliwa (Kut. 14).

Safari ya kwenda nchi ambayo Mungu aliahidi ingewachukua takriban siku kumi na nne. Badala yake, iliwachukua miaka arobaini. Siku chache tu baada ya kuokolewa, walilalamika, "Tuna kiu! Tuna njaa!" Walitamani hata kurudi Misri (Kut. 15–16). Mungu alipokidhi mahitaji yao ya kila siku kupitia tukio la kustaajabisha zaidi la chakula cha kiungu kujitokeza ghafla (kiitwacho mana), watu bado walilalamika. Walisahau Mungu alikuwa nani. Walisahau upendo na fadhili zake. Waliamini uongo wa kale wa Shetani kwamba Mungu alikuwa akiwanyima vitu vizuri, akiwadanganya, na kuwaongoza katika kushindwa (Mwa. 3:1-5). Shaka na hofu viliwalemaza, na walikataa kwenda katika Nchi ya Ahadi (Hes. 13-14). Kwa hivyo, walipoteza fursa hiyo na iliwabidi watangetange nyikani kwa miongo minne. **Kusahau ni hatari.**

Wakati ulipofika kwa watoto wao kuingia katika Nchi ya Ahadi, **Mungu aliwalinda Waisraeli kutokana na kusahau kwao** (Yos. 3-4). Aligawanya maji tena, wakati huu katika Mto Yordani, kwenye sehemu yake yenye nafuriko hatari. Baada ya Waisraeli kuvuka Yordani kwenye nchi kavu, Mungu aliwaagiza wajenge ukumbusho wa mawe kumi na mawili yaliyochaguliwa kutoka katikati ya mto huo. Yoshua alieleza kusudi la ukumbusho huu wa mawe:

> Akawaambia Waisraeli, "Wazao wenu watakapowauliza baba zao siku zijazo wakisema, 'Mawe haya maana yake ni nini?' Basi waambieni, 'Israeli ilivukia mahali pakavu katika Mto Yordani.' Kwa maana Bwana Mungu wenu alikausha maji ya Yordani mbele yenu, hadi mlipomaliza kuvuka. Bwana Mungu wenu alifanya haya kwa Mto Yordani sawasawa na kile alichoifanyia Bahari ya Shamu wakati alipoikausha mbele yetu hadi tulipomaliza kuvuka. Alifanya hivi ili kwamba mataifa yote ya dunia yapate kujua kuwa mkono wa Bwana ni wenye nguvu, na ili kwamba kila wakati mpate kumcha Bwana Mungu wenu." (Yos. 4:21-24)

Mungu alijua kwamba nyakati ngumu zilikuwa zinakuja na watu wake wangeweza kukosa tumaini. Suluhu yake yenye upendo haikuwa kuwakemea kwa kukosa imani bali kuwakumbusha kwa nini wangeweza kumtumainia. Mawe kumi na mawili yaliyorundikwa yalikuwa ukumbusho halisi wa uaminifu wa Mungu kwa watu wote kwa nyakati zote. Hakuna tena kusahau Mungu ni nani au yale alioyfanya. Hakuna tena kuhoji wema na upendo wa Mungu, bali kukumbuka uaminifu Wake kamili. Kwa njia nyingine, ukumbusho huu wa mawe unatusaidia leo kutimiza kusudi letu. Tukisoma kifungu hicho kwa makini, tunaona kwamba ukumbusho huo ulikuwa wa vikundi vitatu vya watu:

1. **Vizazi vyote vijavyo.**

   "Katika siku za usoni wazao wako watakapowauliza wazazi wao ... waambie" (Yos. 4:21–22). Kila mtu anaamua kumpenda Mungu au kumkataa (Yos. 24:15). Imani ya mama haiwaokoi watoto wake. Imani ni ya kibinafsi, na kila mtu katika kila kizazi anakabiliwa na chaguo lilelile. Ndio maana Mungu aliwaagiza waumini wafundishe kizazi kijacho imani yao (Kum. 6:7). Na njia bora zaidi ya kufanya hivyo ni kuonyesha mfano wa imani ya kweli. Yesu alituagiza tufundishe utiifu kwa yote aliyoamuru, si tu kufundisha yale aliyoamuru (Mt. 28:20).

2. **Mataifa yote.**

   "Alifanya hivi ili mataifa yote ya dunia wajue ya kuwa mkono wa Bwana una nguvu" (Yos. 4:24). Kama mabalozi wake, tunashiriki upendo wa Mungu na watu wote, wawe wanaishi ng>ambo ya pili ya barabara au katika nchi zingine (Mdo. 1:8). Mungu haweki mipaka juu ya upendo wake. Kwa hivyo, hatuweki mipaka juu ya jinsi, wapi, au ni nani Mungu anachagua kummiminia upendo Wake. Kesho, tutajifunza jinsi tunavyowafikia majirani wetu na mataifa.

3. **Waumini wote.**

   "... ili mpate kumcha Bwana, Mungu wenu siku zote" (Yos. 4:24). Mungu anatamani kwamba tumpende kwa mapenzi ya kweli na kumheshimu kwa stahi kuu ya ndani. Kwa sababu ya uhusiano mzuri na wa heshima na Mungu, "tunaogopa" kumhuzunisha. Kutokana na shukrani ya dhati, tunamwabudu na kumtii. Siku ya 19, tutajifunza zaidi kuhusu jinsi tunavyomtukuza Mungu.

Kwa hivyo hata leo, mawe haya ya ukumbusho ya Waisraeli wa kale yanaweza kutuonyesha *jinsi* ya kuishi kulingana na kusudi letu la kumpenda na kumtii Mungu, kumpenda kila mtu, na kufanya wanafunzi. Njia rahisi ya kukumbuka mabadiliko yetu *katika* nafasi ni kubadili mtazamo *wetu*: kutazama chini, kutazama nje, na kutazama juu. *Tunatazama chini* ili kufanya kizazi kijacho kuwa wanafunzi, *tunatazama nje* ili kufikia majirani wetu na mataifa, na *tunatazama juu* ili kumtukuza Mungu.

Leo, tujifunze jinsi tunavyoweza kuchukua hatua za kufanya kizazi kijacho kuwa wanafunzi. Tangu mwanzo, Mungu aliweka jambo hili kuwa kipaumbele kwa sababu kila mtu ana chaguo la kumtumainia. Alimchagua Abrahamu kwa sababu angefundisha kizazi kijacho (Mwa. 18:19). Hata kama hujapata mtoto wako mwenyewe, Mungu atakupa watoto wa kiroho wa kuwalea. Wafunze na uwapende ili wawe kama watoto wako. Mtume Paulo hakuwa na watoto wa kibayolojia, lakini aliwaita waumini wengi aliowafundisha (kama vile Timotheo na Tito) "watoto" wake. Paulo alijua moja kwa moja kwamba watu wasio na familia huwa na uhuru wa kuwekeza katika maisha ya wengi (1 Kor. 7:32–34).

Watu wengi wanafikiri kufanya wengine kuwa wanafunzi ni jambo gumu, lakini angalia mifano wa mitume. Waliwafanya waumini kuwa wanafunzi kwa kuwatembelea watu, kuwaandikia barua, na kuwaombea. Tunaweza kufanya hivyo pia. Njia bora ya kuwashauri wengine ni kuwapa wakati wako. Mikutano ya kila wiki kwa ajili ya kuwatia moyo na kuwawajibisha waumini kwa upendo ni kitendo chenye nguvu na ufanisi—kwa ukuaji wako pia. (Tazama "Mikutano ya Kila Wiki" kama mfano.)

Hauhitaji kuwa mtaalamu ili kuwafanya wengine kuwa wanafunzi. Someni kifungu cha Maandiko pamoja na mjibu maswali. Shirikini kile mnachojifunza, lakini fanyeni hivyo kwa unyenyekevu na upole (si kwa kiburi au kwa kuonyesha mamlaka). Ikiwa huwezi kujibu swali, ni sawa kukubali kuwa hujui. Tafuta vifungu vya Maandiko na umwombe Roho Mtakatifu akuongoze kwa hekima yake. Ingawa kushiriki hekima ni muhimu, ni muhimu pia kutiana moyo. Watie moyo wengine kadiri wanavyotembea na Mungu. Njia moja bora ya kumsaidia mtu ni kwa kumweleza mapambano yako. Mwambie jinsi Mungu ameponya moyo wako na kujibu maombi yako.

Ili kusimulia hadithi zetu, tunahitaji kukumbuka jinsi Mungu amefanya kazi ndani na kupitia maisha yetu. Lakini inaweza kuwa vigumu kukumbuka. Ili kushiriki hadithi zetu, tunahitaji kukumbuka jinsi Mungu amefanya kazi ndani na kupitia maisha yetu. Lakini inaweza kuwa vigumu kukumbuka. Huwa tuna mwelekeo wa kusahau kuhusu upendo mkubwa wa Mungu ambao alituonyesha katika Yesu. Badala yake, huenda tukazingatia tu mahitaji ambayo hayajatimizwa au maombi ambayo hayajajibiwa. Mungu anatuambia mara kwa mara tukumbuke–kama alivyofanya na Waisraeli. "Kumbuka mambo niliyofanya zamani. Kwa maana ni mimi peke yangu ndiye Mungu!" (Isa. 46:9). **Yesu alijua kwamba tungejitahidi kukumbuka. Ndio maana Alituamuru kwa upendo tuadhimishe ukumbusho–Pasaka, ambayo pia huitwa Meza ya Bwana.** Tunapokula pasaka, divai (au sharubati) hutukumbusha damu ya Yesu, ambayo ilimwagwa kwa ajili yetu. Mkate unatukumbusha mwili wa Yesu, ambao uliteswa kwa ajili yetu (Lk. 22:17–20; 1 Kor. 11:23–26). Ingawa pasaka ni kwa ajili ya waumini pekee (1 Kor. 11:27), wasioamini wanapoona na kutuuliza kuhusu desturi hii, tuna nafasi ya kueleza dhabihu ya Yesu kwa ajili yao pia.

Unaweza kutengeneza hazina ya familia kwa ajili ya watoto wako kwa kuunda "mawe ya ukumbusho" yako mwenyewe. Weka shajara ya imani au onyesha ishara zinazokukumbusha juu ya uaminifu wa Mungu katika maisha yako. Kumbukumbu hizi zitakusaidia kujumuisha

Mikutano ya Kila Wiki

Iwe mnakutana kwenye simu, mtandaoni, au ana kwa ana, mikutano ya kila wiki ni ya manufaa kwa ukuaji wa kiroho. Jaribu kutumia ajenda hii rahisi kwa kila mkutano:

1. **Wakati Uliyopita**—Unaweza kushukuru kwa ajili ya kitu gani katika wiki iliyopita? Ni kitu gani kinakutatiza? Kila mtu anaeleza kwa ufupi. Mtu mmoja anaomba na kumwalika Mungu aongoze wakati huo wa kuwa pamoja. Kisha, pitieni malengo yaliyowekwa katika wiki iliyotangulia ili muwajibishane kwa upendo.

2. **Wakati wa Sasa**—Mungu anakufundisha nini leo? Someni kifungu cha maandiko pamoja mara mbili na mujibu maswali yafuatayo kutoka katika kifungu:

   a. Je, tunajifunza nini kuhusu Mungu?

   b. Je, tunajifunza nini kuhusu watu? Mambo mema? Mambo mabaya?

   c. Mungu anataka tujue, tuthamini au tufanye nini?

3. **Wakati Ujao**—tunawezaje kutekeleza kwa vitendo yale tuliyojifunza leo? Kila mtu aweke malengo yake. Maliza kwa maombi.

(Tazama Kiambatisho kwa Muhtasari)

mafunzo ya imani katika mazungumzo ya kila siku na kizazi kijacho. Mazungumzo hayo ya kawaida ya kila siku–"unapokuwa nyumbani, na unapokuwa njiani, unapolala na unapoamka" (Kum. 6:7)–mara nyingi ndipo hekima kubwa zaidi ya kiroho inaposhirikiwa. Imani inapitishwa katika mazungumzo ya mara kwa mara na kutekelezwa kwa vitendo kila siku katika mahusiano yetu sisi kwa sisi (1 Thes. 2:8). Kizazi kijacho kinahitaji maarifa ya Mungu kuliko kitu kingine chochote tunachoweza kuwapa.

Kumbukumbu yenye kushawishi zaidi ya nguvu za Mungu ni maisha yako mwenyewe yaliyobadilika.

Wacha Biblia Inene:

Kumbukumbu la Torati 6:1–7 (Kwa Hiari: Zaburi 145)

Wacha Akili Yako Ifikirie:

1. Tunapaswa kuwafundisha wengine kutii yote ambayo Yesu aliamuru (Mt.28:20). Ni kipi muhimu kwetu kukumbuka tunapofundisha?

2. Mungu amefanya kazi gani katika maisha yako? Tengeneza "orodha ya kumbukumbu" ya matukio au maombi yaliyojibiwa yanayokukumbusha juu ya uaminifu wa Mungu katika maisha yako.

3. Mikutano ya kila wiki ni muhimu kwa ajili ya ukuaji, kutiana moyo, na kuwajibishana. Ikiwa wewe si sehemu ya mkutano wa kila wiki, omba ili upate mkutano wa kujiunga nao au uanzishe kikundi. Ni nani unayeweza kumshauri?

Wacha Nafsi Yako Iombe:

Baba, unaita kila kizazi (Isa. 41:4). Neno lako linasema, "Vizazi vijavyo vitaambiwa habari za Bwana. Watatangaza uadilifu wake, wakiwatangazia watu ambao bado hawajazaliwa: Yeye ndiye aliyefanya hivyo!" (Zab. 22:30–31). Ninapotazama chini kwa kizazi kijacho, nionyeshe watu ninaoweza kuwashauri. Nisaidie kuwapitishia maarifa yangu juu Yako na niishi kulingana na imani ya kweli mbele yao ... Katika jina la Yesu, amina.

Wacha Moyo Wako Utii:

(Ni nini ambacho Mungu anakuongoza kujua, kuthamini au kufanya?)

Tazama Nje ili Kufikia Majirani na Mataifa

Basi, nendeni, mkawafanye mataifa yote kuwa wanafunzi, mkiwabatiza kwa jina la Baba, na Mwana, na Roho Mtakatifu; na kuwafundisha kuyashika yote niliyowaamuru ninyi; na tazama, mimi nipo pamoja nanyi siku zote, hata ukamilifu wa dahari.

Mathayo 28:19–20

Mungu alikuwa na mpango mkubwa zaidi na ukumbusho wa mawe kando na Waisraeli na vizazi vyao kukumbuka wema wake. Watu wa mataifa jirani waliona ukumbusho huo pia. Rundo hilo la mawe kumi na mawili lilikuwa ukumbusho wa uduni wa miungu yao hafifu. Mungu wa Israeli alikuwa ametenganisha Bahari ya Shamu na Mto Yordani, "ili mataifa yote ya dunia yapate kujua ya kuwa mkono wa Bwana una nguvu" (Yos. 4:24). Mungu alipokausha Mto Yordani katika sehemu iliyofurika, alimwabisha mungu wa mto ambao watu wa huko waliaubudu. Wakati huo, Mungu alidhihirisha kwa mataifa kwamba, "mimi ndimi Mungu, wala hakuna mwingine; mimi ndimi Mungu, wala hakuna mwingine aliye kama mimi" (Isa. 46:9). "Kwa kuwa Bwana ni mkuu mwenye kustahili kusifiwa kuliko wote; yeye ni wa kuogopwa kuliko miungu yote" (Zab. 96:4). Mungu mmoja wa kweli aliaibisha miungu yote ya uongo alipowakomboa watu wake.

Kama mabalozi wa Mfalme Yesu, tunatangaza ukombozi wa kusisimua zaidi: ukombozi kutokana na dhambi (Siku ya 3 na ya 4). Nguvu za Mungu za kuyagawanya maji hazikuwa chochote ikilinganishwa na nguvu ambazo Mungu "alidhihirisha alipomfufua

Kristo kutoka kwa wafu" (Efe. 1:20). Kufanya njia kwa mto ili watu wavuke ni muujiza. Kufanya njia ili watu wenye dhambi wamrudie Mungu ni jambo la ajabu zaidi. Lakini Mungu alifanya hivyo, na si kwa ajili ya taifa moja tu, bali kwa ajili ya mataifa yote, hata mataifa yaliyoabudu miungu ya uongo. Kwa sababu Mungu alimtoa Mwanawe kwa ajili ya mataifa yote, tunayaambia mataifa yote kuhusu dhabihu ya Mwana wake.

Tunauambia ulimwengu mpaka pasiwe na eneo lolote ambalo halijasikia (Mt. 24:14). "Kwa maana jinsi hii Mungu aliupenda *ulimwengu* hata akamtoa Mwanawe wa pekee" (Yn. 3:16, msisitizo umeongezwa). **Yesu alikuja kwa ajili ya ulimwengu wote, si kwa ajili ya Israeli pekee,** "Ni neno dogo sana wewe kuwa mtumishi wangu ili kuyainua makabila ya Yakobo ... nitakutoa uwe nuru ya mataifa, upate kuwa wokovu wangu hata mwisho ya dunia" (Isa. 49:6). Yesu alikuja kuwaokoa watu wote, kwa hiyo sisi sote—wanaume kwa wanawake—tunaenda kwa watu wote. Tunaenda bila kujali taifa, jinsia, au tabaka la kijamii. Sisi sote tumeumbwa kwa mfano wake, sote tumetenda dhambi na tunahitaji neema. Hatuwezi kuruhusu ubaguzi, aibu, au hofu ya jamii vituzuie kumjulisha mtu yeyote kuhusu Kristo. Tafakari juu ya watu ambao ni ngumu zaidi kuwapenda, watu walio tofauti zaidi na wewe. Yesu anawapenda kama vile anavyokupenda wewe. Alikufa kwa ajili yao na anatamani kuwaokoa. *Kwa hivyo waambie.* Kwa jinsi gani? *Unasikiliza, unajifunza na unapenda.*

SIKILIZA

Msiklize *Roho Mtakatifu* ili akuongoze. Unaweza kuomba:

- Bwana, nipe nafasi ya kushiriki upendo wako na_____. Fungua moyo wake. Nipe maneno yako (Lk. 12:12).
- Bwana, je, kuna mtu yeyote anayekutafuta karibu nami? Tusaidie kuungana.

Sikiliza *mahitaji.*

- Mapito maishani mara nyingi huwa ni nyakati katika maisha ya watu ambapo wanatafuta mwongozo na wako tayari kusikia Hadithi ya Kweli ya Mungu.
- Wakati wa majaribu, watu mara nyingi hufahamu zaidi kuwa wanamhitaji Mungu. Tilia maanani shida, uchungu, usongo wa mawazo, wasiwasi au maamuzi makubwa.

JIFUNZE

Ulisikiliza, na Roho Mtakatifu akakushauri kushiriki upendo wa Yesu. Sasa unapaswa kufanya nini? Uliza maswali. Jifunze zaidi kuhusu hadithi ya mtu huyo na umwombe ruhusa ya kushiriki hadithi yako.

1. Jifunze *hadithi yake,* pamoja na kile anachoamini.

Njia bora zaidi ya kuelewa mtu, au kuanzisha mazungumzo ya kiroho, ni kwa kuuliza maswali. Chukua muda usikilize majibu unayopata. Usikosoe kile anachosema anapokujibu. Kusikiliza vyema ni aina ya kupenda vyema. Uliza swali moja au zaidi kati ya yafuatayo:

- Je, una imani yoyote ya kiroho?
- Je, unaamini kwamba kuna Mungu?
    - Iwapo atajibu "ndio," muulize, "Mungu ni nani kwako?"
    - Iwapo atajibu "hapana," muulize, "Je, kumewahi kuwa na wakati ambapo ulifikiri kwamba kunaweza kuwa na Mungu?" (Hata akisema hapana, unaweza kuuliza swali linalofuata ili kuendeleza mazungumzo katika mwelekeo wa kiroho.)
- Unafikiri Yesu ni nani? Majibu ya kweli dhidi ya yale ya uhusiano yanaweza kudhihirisha hali hali ya kiroho ya mtu ("Yesu ni Mwana wa Mungu" ni tofauti na "Yesu ni Mungu *wangu*").
- Je, kuna mtu yeyote ambaye ameshiriki nawe habari njema ya Yesu hapo awali?
- Je, umewahi kuwa na hamu ya kwenda mbinguni? Je, unajua jinsi ya kufika huko?

2. Sikiliza kuona kama kuna uhusiano na uombe ruhusa ya kushiriki hadithi yako.

Tafakari kwa makini jinsi unavyoweza kuunganisha hadithi yako na hadithi yake. Kusudi lako si kuzungumza juu yako mwenyewe au kufanya mazungumzo juu yako. Kusudi lako ni kutafuta njia ya kuwaambia, "Ninakuelewa" au "Nilifikiria hivyo pia." Kisha, eleza jinsi maisha yako yalivyobadilika baada ya mtu kushiriki nawe Hadithi ya Mungu.

Unaweza kuuliza mojawapo ya maswali yafuatayo ya kuomba ruhusa ili kubaini kama utaendelea:

- Je, ninaweza kushiriki nawe habari njema iliyobadilisha maisha yangu?
- Je, ninaweza kushiriki nawe jinsi nilivyopata uhusiano wa kibinafsi na Mungu?
- Kwa mtu anayepitia hali ngumu, muulize, "Je, ninaweza kushiriki nawe kitu kilichonisaidia nilipokuwa napitia wakati mgumu maishani mwangu?"

> **Kushiriki Hadithi yako kwa sekunde**
>
> Je, unajua jinsi ya kushiriki Hadithi yako ya Mungu (pia inaitwa Ushuhuda wako)?
>
> Eleza maisha yako kwa maneno mawili kabla ya kumfuata Yesu, kisha eleza maisha yako kwa maneno mawili au kwa sentensi moja baadaye. Mfano:
>
> "Kuna wakati katika maisha yangu nilipokuwa [na hofu] na nilihisi maisha [hayana matumaini].
>
> Kisha nikasamehewa na Yesu na nikachagua kumfuata. Maisha yangu yalibadilika.
>
> Sasa nina [amani] na [kusudi] katika maisha yangu. Bora zaidi, nina urafiki na Mungu. Je, una hadhithi kama hiyo?"
>
> Chanzo: #NoPlaceLeft

Iwapo hutapewa ruhusa ya kuendelea, usilazimishe mazungumzo. Mtie moyo tu na umjulishe kuwa unapatikana ikiwa atataka kuzungumza nawe wakati mwingine. Hujashindwa; umefanya kile ambacho Mungu alikuitia kufanya. Mwombee mtu huyo kimya kimya na ungojee wakati ambapo maneno yako yanaweza kukaribishwa. Vuta pumzi ndefu na ukumbuke ni jukumu la Mungu kuwavuta watu kwake (Yohana 6:44). Wajibu wako ni kuwa shahidi Wake.

PENDA

Kusimulia hadithi yako hupelekea kushiriki Hadithi ya Mungu–hadithi kuu zaidi ya upendo. Njia ya asili zaidi ya kufanya hivyo ni kwa kushiriki hadithi yako na Hadithi ya Mungu *kwa pamoja*. Mungu alikupa hadithi ya kipekee inayoweza kuwasaidia wengine, kwa hivyo usiogope kuishiriki. Hadithi yako inaweza kujumuisha uponyaji kutokana na dhuluma, furaha katika mateso, au kugundua makusudi ya Mungu kwa ajili yako. Unaposhiriki hadithi yako na hadithi ya Yesu ya wokovu, kumbuka kujumuisha vipengele vinne muhimu. Ujumbe wa injili unafanana na sehemu nne za Hadithi ya Mungu tulizojifunza katika Wiki ya 1. Ili kuzikumbuka kwa urahisi, hebu tuzichukulie kama resipe. **Mkate wa Injili** unahitaji viungo vinne ili maana kamili ya ujumbe ijitokeze kwa usahihi. Wacha tuangazie kila kiungo kwa kina:

1. **Mungu anatupenda:** Shiriki jinsi tulivyoumbwa na Mungu ili tumtukuze na kupata upendo Wake kamili. Mungu anatamani tumjue na tuwe na uhusiano wa karibu naye–sasa na hata milele. "Kwa maana jinsi hii Mungu aliupenda ulimwengu hata akamtoa Mwanawe wa pekee, ili kila mtu amwaminiye asipotee, bali awe na uzima wa milele" (Yn. 3:16).

2. **Dhambi hututenganisha:** Shiriki jinsi dhambi ilivyovunja uhusiano wetu wa upendo na Mungu. Dhambi inamaanisha kwenda kinyume cha mapenzi ya Mungu katika mitazamo au matendo yetu. Kuishi maisha kwa njia yetu wenyewe, badala ya kwa njia ya Mungu, hututenganisha naye na kusababisha kifo (Isa. 59:2; Rum. 6:23). Hakuna asiye na dhambi. "Wote wamefanya dhambi na kupungukiwa na utukufu wa Mungu" (Rum. 3:23).

3. **Yesu anatuokoa:** Shiriki jinsi Mungu anavyotupenda sana kiasi kwamba hakutaka tutenganishwe na upendo wake. Mungu alimtuma Mwanawe wa pekee, Yesu, ili atuokoe kutokana na adhabu ya dhambi na kutupa uzima mpya wa milele. "Lakini Mungu anaudhihirisha upendo wake kwetu

kwamba: Tulipokuwa tungali wenye dhambi, Kristo alikufa kwa ajili yetu" (Rum. 5:8). Wokovu ni kwa neema ya Mungu kupitia Yesu Kristo, si kwa juhudi zetu au matendo mema (Efe. 2:8-9).

4. **Toba na imani hutubadilisha:** Shiriki kwamba tunapojitenga na dhambi zetu na kumwamini Yesu pekee kama Yule Anayasamehe na Kiongozi wa maisha yetu, anatufanya wapya (2 Kor. 5:17). Mungu anarejesha uhusiano wetu Naye sasa, na siku moja tutakuwa pamoja Naye mbinguni—makao yetu kamili. "Kwa sababu, ukimkiri Yesu kwa kinywa chako ya kuwa ni Bwana, na kuamini moyoni mwako ya kuwa Mungu alimfufua kutoka kwa wafu, utaokoka. Kwa maana kwa moyo mtu huamini hata kupata haki, na kwa kinywa hukiri hata kupata wokovu" (Rum. 10:9-10). Imani na toba huenda sambamba.

Ni sawa na mfumo wa sehemu nne za Hadithi ya Mungu katika Wiki ya 1. Tofauti kubwa zaidi ambayo huenda uligundua ilikuwa katika kiungo cha nne. Toba na imani ndio chaguo unalopaswa kufanya ili kupokea zawadi ya bure ya Yesu ya wokovu, ambayo inakuongoza kwenye maisha mapya (kuumbwa upya). Kama kutengeneza mkate bila unga, injili bila sehemu hizi nne hujitokeza vibaya. (Fikiria kuhusu kuondoa kipengele kimoja ili uone jinsi kufanya hivyo kutaathiri ujumbe.) Roho Mtakatifu anaweza kukuongoza kushiriki ujumbe wa Yesu kwa njia tofauti na watu tofauti kutoka sehemu mbalimbali. Haijalishi jinsi unavyoushiriki, unapaswa kujumuisha viungo vyote. (Kumbuka maneno muhimu: *upendo, dhambi, Yesu, toba na imani*.)

Kushiriki ujumbe wa Yesu kunahitaji ujasiri. Mara chache za kwanza huenda ikaonekana kuwa changamoto kidogo kwako kuelezea wengine injili, lakini itazidi kuwa rahisi kila wakati unapowatambulisha wengine kwa Yesu. Ikiwa kushiriki imani yako kunakuogopesha, kumbuka Waisraeli. Waliingia kwenye mto uliokuwa umefurika ili kuuvuka *kabla ya* Mungu kutengeneza njia kavu ndani yake. Mungu aliitikia hatua yao ya imani, na atafanya vivyo hivyo kwa ajili yako. Hivyo usiamini uongo kwamba watu hawataki kusikia habari za Yesu. Kwa vile dini nyingi za ulimwengu zinaongozwa na hofu, ujumbe wa Yesu unaoongozwa na upendo, kwa kweli ni habari njema— habari njema zaidi—unayoweza kushiriki na ulimwengu wenye maumivu.

Mbinguni, tutaona "umati mkubwa sana usiohesabika, kutoka katika kila taifa na kabila na jamaa na lugha, wamesimama mbele ya kile kiti cha ufalme na mbele ya Mwana-Kondoo ... wakipiga kelele kwa kishindo kikubwa, 'Wokovu unatoka kwa Mungu wetu aketiye juu ya kiti cha enzi na kutoka kwa Mwana-Kondoo!'" (Ufu. 7:9–10). Hebu tuwaalike watu wengi tuwezavyo ili wakusanyike pamoja nasi siku hiyo.

> **Zana za Kushiriki Imani yako**
> Katika kiambatisho, utapata zana zinazoitwa **Duara 3**, na **Sikiliza, Jifunze, Penda, Bwana** za kukusaidia na hatua hizi. Matoleo yanayofanana ya zana hizi hutumiwa duniani kote. (Pakua nakala za kidijitali kwenye allinmin.org.)

Wacha Biblia Inene:
Warumi 10:9–17 (Kwa Hiari: 1 Petro 3:15)

Wacha Akili Yako Ifikirie:
1. Yesu alikuja kwa ajili ya wote. Je, kuna mtu au kikundi chochote cha watu unaoona vigumu kuwapenda? Chukua muda kukiri na kutubu kwa ajili ya chuki hiyo. Unawezaje kuwaonyesha upendo wa Mungu?

2. Kamilisha zana ya Sikiliza, Jifunze, Penda, Bwana inayopatikana katika kiambatisho ili kujitayarisha na kujizoeza kushiriki habari za Yesu na wengine. Pitia zana hii katika mikutano yako ya kila wiki kwa ajili ya uwajibikaji, mazoezi, na maombi.

3. Jizoeze kushiriki hadithi yako pamoja na Hadithi ya Mungu mara tatu au zaidi na rafiki.

Wacha Nafsi Yako Iombe:
Baba, Wewe ndiwe Muumba wa mipaka yote ya dunia. Unataka kuokoa mataifa yote. Neno lako linasema, "Mavuno ni mengi, lakini watenda kazi ni wachache. Basi mwombeni Bwana aliye juu ya mavuno; mwambie atume wafanyakazi zaidi katika mashamba yake" (Mt. 9:37–38). *Tafadhali tuma wafanyakazi zaidi kushiriki upendo Wako, ukianza na mimi. Nionyeshe mahali pa kwenda na kile ninachopaswa kusema ... Katika jina la Yesu, amina.*

Wacha Moyo Wako Utii:
(Mungu anakuongoza kujua, kuthamini au kufanya nini?)

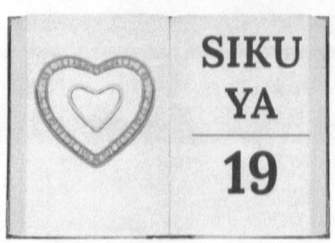

Tazama Juu Ili Kumtukuza Mungu

Ee Bwana wangu, nitakusifu kwa moyo wote;
nitaliadhimisha jina lako milele.
Zaburi 86:12

Leo tutagundua kusudi kuu kuliko zote, kusudi la mwisho la mawe ya ukumbusho ya Waisraeli, kusudi linalotusukuma kufikia vizazi, majirani, na mataifa,
kusudi la uumbaji wote,
kusudi la viumbe vyote, na
kusudi la Kristo Yesu Mwenyewe:
Kumtukuza Mungu.

Kama tulivyojifunza mwanzoni mwa safari hii ya imani, **Hadithi ya Mungu na hadithi yako yote ni kuhusu *utukufu* wa Mungu**. Umuhimu ambao Mungu ameweka juu ya utukufu wake unaweza kuonekana kuwa ni kiburi, ubinafsi, au hata udhalimu—lakini sivyo. Mungu si mmoja wetu; njia zake zi juu kuliko njia zetu, na mawazo yake yako juu kuliko mawazo yetu (Isa. 55:9). Tunapojiwekea umuhimu sisi wenyewe kwanza, tunakuwa na kiburi, lakini Mungu anapojiwekea umuhimu yeye kwanza, ana haki. Yuko mbali kabisa na kuwa mdhalimu.

- Mdhalimu huchukua, lakini Mungu hutoa (Mdo. 17:25).
- Mdhalimu hudai kazi ifanywe, lakini Mungu hutoa pumziko (Mt. 11:28).

- Mdhalimu hukwamilia mamlakani, lakini Mungu aliachilia mamalaka yake (Flp. 2:5-11).
- Mdhalimu huwaua adui zake, lakini Mungu (katika umbo la kibinadamu la Yesu) alikufa ili kuokoa adui zake (Rum. 5:10).

Mungu si dhalimu. Huo ni uongo kutoka kwa adui ambaye amesema uongo juu ya Mungu tangu mwanzo. Anatuambia uongo unaofanana na huu. Tafadhali usiuamini. Mungu hatuhadai, hatunyimi vitu vizuri, wala kututumia vibaya (Hes. 23:19). **Tunapotazama juu ili kumtukuza Mungu, hatumwinamii mdhalimu; tunafurahia Baba mwenye fadhili**. Tunasherehekea upendo Wake, tunasimama kwa heshima ya nguvu zake, na kupumzika katika amani Yake. Yeye ni mwema sana na anastahili sifa zetu. Hebu tuchukue muda ili tutafakari kwa kina Mungu wa pekee na wa kweli ni nani. **Soma vifungu hivi kwa sauti** ili kuongoza mawazo yako. Chini ya vifungu hivi, utapata nafasi ya kuongeza maelezo unaoypenda zaidi kumhusu Mungu kutoka katika Biblia.

Mungu wangu ni ...

- *Alfa na Omega, wa kwanza na wa mwisho, mwanzo na mwisho* (Ufu. 22:13).

- *Mungu mwenye huruma na neema, si mwepesi wa hasira, mwingi wa rehema na uaminifu* (Kut. 34:6).

- *Mungu wa miungu na Bwana wa mabwana, Mungu mkuu, mwenye nguvu na wa kutisha* (Kum. 10:17).

- *Mshauri wa Ajabu, Mungu Mwenye Nguvu, Baba wa Milele, Mfalme wa Amani* (Isa. 9:6).

-

-

Je, unajihisi kunyenyekezwa? Mwenye shukrani? Kushangazwa? Chukua muda ukae kimya na umwabudu Mungu. Yeye pekee ndiye anayestahili sifa zetu zote (Kum. 10:21). Yeye ni kila kitu kilicho chema, cha kupendeza, cha hekima, safi, cha kuvutia, cha kishujaa na cha kweli. Kama mtungazaburi alivyoandika, "Wewe ni Bwana wangu; isipokuwa wewe sina jema" (Zab. 16:2).

Kwa nini tunamtukuza Mungu? Mungu alituumba kwa ajili ya utukufu wake mwenyewe (Isa. 43:7). Yeye pekee ndiye anayestahili sifa zetu (Zab. 145:3).

Je, tunamtukuza Mungu kwa jinsi gani? Tunamtukuza Mungu kwa kumpenda, kumsifu, kumtii, na *kumcha*.

Tunaweza kujiuliza jinsi kumcha Mungu kunavyomtukuza. Neno *ogopa* ndani ya Biblia lina maana nyingi, lakini katika muktadha huu *woga* unamaanisha heshima na kicho cha nafsi, nguvu, na mamlaka ya Mungu. Tunawezaje kumpenda mtu tunayemuogopa au kumuogopa mtu tunayempenda? Kumpenda Mungu na kumcha vinafanya kazi kwa pamoja.

> **Kumcha Mungu:** Heshima na kicho cha nafsi, nguvu, na mamlaka ya Mungu. Waumini wenye upendo wa kweli kwa Mungu, "huogopa" kumhuzunisha.

Tafakari kuhusu matokeo tunayoweza kupata tunapofanya moja bila nyingine. Fikiria nini kinaweza kutokea ikiwa tutamcha Mungu lakini hatumpendi. Tutaendelea kukaa mbali naye. Tutafanya kile ambacho Mungu anataka, lakini huenda hatutatafuta kuwa na si uhusiano naye. Tunaposikia kwamba Mungu ni mkuu katika utakatifu na wa kupendeza katika matendo (Kut. 15:11), huenda tukahisi kana kwamba hatufai. Tunajua kwamba mamlaka ya Mungu yanamruhusu kuhukumu dhambi, kwa hivyo huenda tukawa na wasiwasi juu ya kile atakachofanya tukikosea.

Tunaona katika kurasa za Maandiko kwamba Mungu hatukuzwi kwa kumwogopa bila upendo. Mwalimu wa sheria anamkabili Yesu na swali kuu: "Ni amri gani iliyo kuu kuliko zote?" Sheria ya Kiyahudi ilikuwa na amri[1] 613 za ziada ambazo ziliongezwa kwenye Amri Kumi

---

1 "Nambari 613 ilitolewa kwa mara ya kwanza katika karne ya tatu BK na Rabi Simlai, ambaye aligawanya mitzvot 613 katika amri 248 chanya (kile unachopaswa kufanya) na amri 365 hasi (kile usichopaswa kufanya). Tangu takwimu hii ilipotangazwa kwa mara ya kwanza, wengi wamejaribu

kadiri muda ulivyopita, na mwalimu huyu wa sheria pengine alikuwa amechoka kujaribu kuzitii zote. Alimcha Mungu, lakini je, alimpenda? Tafakari jibu la Yesu:

> Yesu akajibu, "Amri iliyo kuu ndiyo hii: 'Sikia ee Israeli. Bwana Mungu wetu, Bwana ndiye mmoja. Mpende Bwana Mungu wako kwa moyo wako wote, kwa roho yako yote, kwa akili zako zote, na kwa nguvu zako zote.'" (Marko 12:29–30)

Ingawa mwalimu huyo aliyemwogopa Mungu alitii sheria, Yesu alimwambia kumpenda Mungu ndilo jambo la maana zaidi. Alisema hivyo kwa sababu kumwogopa Mungu bila kumpenda hakukuzi uhusiano. **Kumbuka kwamba kusudi la kumpenda na kumcha Mungu si kuingia mbinguni bali ni kuingia katika uhusiano na Baba yako wa mbinguni.** Hofu ya kuishi milele mbali na Mungu huenda imekuongoza kumfuata Yesu. Lakini unapompokea na kumjua, upendo hukua na hofu hubadilika. Humuogopi tena Mungu kwa sababu pendo lililo kamili huitupa nje hofu (1 Yoh. 4:18). Badala yake, heshima kuu kwa Mungu hujaa ndani yako, na kukufanya umpende na kumwabudu Mungu kikamilifu.

Hebu tuangazie kile kinachotokea ikiwa tutampenda Mungu lakini hatumwogopi: Tunamtendea Mungu kikawaida, bila kujali mamlaka Yake au amri Zake na kupuuza matokeo ya maamuzi yenye dhambi. Tunaweza kumchukulia kwa kawaida. Mara nyingi tunaona hili katika mahusiano ya kibinadamu. Wakati mwingine tunawatendea watu tunaowapenda vibaya zaidi kuliko tunavyowatendea watu tusiowajua.

Hiyo inaeleza kwa nini kusudi la mwisho la mawe ya ukumbusho ya Waisraeli lilikuwa "ili mpate kumcha Bwana, Mungu wenu milele" (Yos. 4:24). Mungu alitaka kuwa na uhusiano sahihi na watu wake wateule na vizazi vilivyokuja baada yao. Baraka kuu–hazina– ziliahidiwa kwa wale wanaomcha Mungu (Isa. 33:6) wakati huo na hata sasa.

---

kuorodhesha amri hizo 613. Orodha iliyo na umuhimu wa kudumu zaidi ni ile orodha ya karne ya 12 ya Maimonides katika Kitabu chake cha Amri." "Mitzvot," ReligionFacts.com, June 22, 2017, www.religionfacts.com/mitzvot.

- **Kumcha Mungu hutulinda kutokana na kujipendekeza kwa watu.** Yesu aliwaelekeza wanafunzi wake wamche Mungu badala ya kuogopa binadamu (Mt. 10:28). Kumcha Mungu kunaweza kukuepusha na mtego hatari wa kutafuta kibali au sifa kutoka kwa watu badala ya utukufu kwa Mungu (Mit. 29:25; Yn. 5:44).
- **Kumcha Mungu hutufanya tuwe jasiri.** Hofu nyingine hufifia tunapomcha Mungu kikweli (Mt. 10:28; Ebr. 13:6).
- **Kumcha Mungu hutufanya tuwe na hekima.** "Kumcha Bwana ni mwanzo wa hekima" (Mit. 9:10).
- **Kumcha Mungu hutulinda kutokana na dhambi.** Tukimcha Mungu, tutachukia dhambi kwa sababu inakiuka asili yake na kuzuia uhusiano wetu naye. Tunapomcha Mungu, tunakimbia kutoka kwa dhambi (Mit. 16:6). Kumcha Mungu na kukimbia kutoka kwa dhambi kutatulinda kutokana na matokeo hatari ya dhambi na kunaweza hata kurefusha maisha yetu (Mit. 10:27).

Lakini kumcha Mungu na kumheshimu si jambo tunalofanya kwa urahisi siku zote. Asili yetu ya dhambi hutuelekeza kuupuuza utukufu wa Mungu na kujipa utukufu sisi wenyewe. Kwa hivyo tunaweza kuchukua hatua gani ili kukuza mtazamo wa kumwogopa Mungu kwa upendo?

- **Kumwomba Mungu usaidizi.** Mwombe akufanye uwe na heshima kwa kukufundisha njia zake (Zab. 86:11).
- **Tafakari Neno la Mungu kwa makini,** hasa vifungu, kama vile vilivyoorodheshwa hapo juu, vinavyoeleza tabia Yake. Ufunuo wa Mungu katika Neno lake unapaswa kutufanya tutetemeke (Zab. 119:120).
- **Furahia uzuri na nguvu ya uumbaji.** Soma Zaburi 19 na uone jinsi utukufu wa Mungu katika uumbaji unavyosukuma mioyo yetu kumwogopa.[1]

---

1 Kwa dhihirisho la kunyenyekeza la ukuu wa Mungu katika ulimwengu, soma jibu la Mungu kwa Ayubu likielezea muundo na usimamizi wa uumbaji (Ayu. 38–42).

- **Kumbuka matendo makuu ya Mungu.** Kama Waisraeli, kumbuka yote ambayo Mungu amekutendea. Tafakari kuhusu kazi Zake kuu−katika uumbaji, katika historia ya wanadamu, na katika maisha yako mwenyewe−kila siku (Zab. 77:11−12).

Kumpenda na kumcha Mungu hufanya kazi kwa nguvu pamoja ili kumtukuza na kumtii Mungu. Yesu alisema, "Yeyote aliye na amri zangu na kuzishika, huyo ndiye anipendaye. Yeye anipendaye atapendwa na Baba yangu, nami pia nitawapenda na kujionyesha kwao" (Yn. 14:21). Tunapotii amri za Mungu ili kufikia vizazi, majirani, na mataifa kwa upendo wa Mungu ...

Utukufu wa Mungu ndio msukumo wetu,
Utukufu wa Mungu ndio ujumbe wetu,
Utukufu wa Mungu ndio lengo letu, na
Utukufu wa Mungu ndio thawabu yetu!

Wacha Biblia Inene:

Zaburi 19 (Kwa Hiari: Zaburi 128)

Wacha Akili Yako Ifikirie:

1. Soma Zaburi ya 19 na uone mahali na wakati ambapo utukufu wa Mungu unafunuliwa. Kumcha Mungu ni utakatifu (mstari wa 9) na ni itikio sahihi kwa utukufu wake. Kwa nini unafikiri Mungu anastahili utukufu?

2. Kwa nini ni muhimu kumpenda Mungu na kumcha?

3. Je, kumpenda na kumcha Mungu kunakusukumaje kutimiza makusudi yako?

Wacha Nafsi Yako Iombe:

Bwana, Yesu alikulilia, "Baba, ulitukuze jina lako!" (Yn. 12:28). Mimi, pia, nataka kukutukuza. Nifundishe kukupenda kwa heshima kuu na kufanya kazi Yako ... kwa nguvu Zako ... kwa ajili ya utukufu wako pekee. "Utukuzwe, Ee Mungu, juu ya mbingu! Utukufu wako na uwe juu ya dunia yote!" (Zab. 108:5) ... Katika jina la Yesu, amina.

Wacha Moyo Wako Utii:

(Mungu anakuongoza kujua, kuthamini au kufanya nini?)

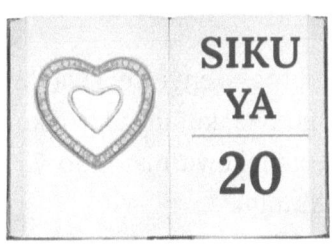

SIKU YA 20

Mtukuze Mungu Kwa Kumwabudu

Ee Bwana, mataifa yote uliyoyafanya yatakuja na
kuabudu mbele zako; watal'iletea utukufu jina lako.
Zaburi 86:9

Ikiwa ushawahi kukaa katika ibada ya kanisa, labda ushawahi
kuongozwa katika kuabudu. Mtu fulani hutangaza, "Njooni,
tumwabudu Bwana." Katika mikutano kote ulimwenguni, muziki
huanza, na kila mtu husimama ili kuimba kwa pamoja. Ingawa ibada
ya muziki inahusisha ala na kuimba, kuna mengi zaidi yanayotendeka.
Kuabudu si matayarisho ya mahubiri. Si wakati wa kuburudika.
Tunaunganisha mioyo na sauti zetu kama toleo la sifa kwa ajili ya
thamani kuu ya Mungu. Lakini kuabudu ni zaidi ya ibada ya *muziki*
tu. Ni zaidi ya kuimba wimbo. Tunapomwabudu Mungu, tunajileta
mbele za Mungu. Jinsi tulivyo. Vyote tunavyofanya. Tunavitoa–
vyote–kwa Mungu ili kumtukuza.

Jana tulijifunza jinsi kumpenda na kumcha Mungu vinavyofanya
kazi kwa pamoja ili kumtukuza–**kicho chetu kikuu na upendo wetu
mkuu Kwake–hufurika katika ibada**. Siku ya 9, tulijifunza:

- Kuabudu ni kupendezwa na chochote kinachotawala mioyo
  yetu.
- Kuabudu ni kufufurahia jinsi Mungu alivyo na yale
  aliyoyafanya.

- Kuabudu ni kujitoa wenyewe kwa Mungu. Mambo yote–kuimba, kuzungumza, kufanya kazi, kucheza, kuhudumu, na hata kuteseka–yanakuwa matendo ya ibada tunapoyafanya ili kumtukuza Mungu.
- Ibada imetengwa kwa ajili ya Mungu pekee.

Sasa kwa kuwa tumefafanua ibada, hebu tueleze jinsi ibada–ibada ya *kumtukuza Mungu*–inavyoonekana kwa matendo. Unawezaje kumtukuza Mungu katika kumwabudu?

Abudu kwa shauku. Ibada yetu inatokana na uhusiano wetu wa karibu na Mungu, tukikumbatia ukweli, kile tunachojua kumhusu, na Roho–ambaye hutuwezesha kumfurahia Mungu kikamilifu (Yn. 4:23–24). Biblia inatualika tumsifu Mungu kwa shangwe na shukrani. Lakini *Biblia inapotaja ibada*, toni inabadilika. "Njooni, tuabudu na kusujudu. Na tupige magoti mbele za Bwana aliyetuumba, kwa maana yeye ndiye Mungu wetu" (Zab. 95:6–7). Kuabudu mara nyingi huelezwa na kitendo cha kupiga magoti au kuinama, ambacho ni dhihirisho la mabadiliko ya ndani ya moyo yanayoleta unyenyekevu na kujisalimisha. Tunajinyenyekeza tukitambua yule tunayemwabudu–Yule ambaye nyota zinatangaza utukufu Wake. Yule Ambaye mbele yake milima hutetemeka. Yule ambaye mbele yake dunia hutetemeka (Nah. 1:5). Ikiwa vitu vya asili vyote vinaabudu kwa shauku, sisi pia tunaweza kufanya hivyo. Ibada ya kibinafsi yenye shauku, ni ishara ya kumtambua Mungu kama Bwana halali wa maisha yetu.

Abudu kwa makini. Tunaweza kumtukuza Mungu kwa kupuuza au kunyamazisha vinavyotukengeusha fikra na kuelekeza usikivu wetu wote kwa Yule tunayemwabudu. Fumba macho yako. Inamisha kichwa chako. Fanya kile unachohitaji kufanya ili kuelekeza mawazo yako kwa Mungu. Mwalike Roho Mtakatifu ili akusaidie kuutambua uwepo wake zaidi. Jifunze kutambua mawazo yake yanayoelekeza mawazo yako unapoabudu na kusoma Neno la Mungu. Mruhusu Mungu akusadikishe, akutie moyo, na kukufariji kadiri unvyokua katika uhusiano wako Naye. "[Mtazamie] Yesu, mwenye kuanzisha na mwenye kutimiza imani yetu" (Ebr. 12:2) ili umtukuze Mungu katika kumwabudu.

Abudu kwa ukarimu. Tunaabudu chochote kinachotawala mioyo yetu, lakini pia tunaweza kukishawishi kile kinachotawala mioyo yetu kupitia rasilimali tulizonazo. "Kwa maana hazina yako ilipo, ndipo utakapokuwapo na moyo wako" (Mt. 6:21). Kutoa ni fursa tunayoifurahia kwa sababu tunampenda Bwana na tunataka kuona ufalme Wake ukisonga mbele. "Jambo la Muhimu ni: Apandaye haba atavuna haba; na apandaye kwa ukarimu atavuna kwa ukarimu. Kila mtu atoe kama alivyokusudia moyoni mwake, si kwa huzuni wala si kwa kulazimishwa, maana Mungu humpenda yeye atoaye kwa moyo wa ukunjufu" (2 Kor. 9:6–7).

Mungu anataka tufurahie mambo mazuri anayotupa, lakini pia anatuamuru kutumia rasilimali hizo kuwasaidia wale wanaohubiri Neno Lake.[1] Kama tulivyojifunza katika Siku ya 16, tunapotimiza mahitaji ya wengine, tunamtumikia Yesu mwenyewe (Mt. 25:40). Tumia pesa zako kufanya mema na kuwasaidia wale walio na shida (2 Kor. 8–9; 1 Tim. 6:17–19). Lakini ni kwa kiasi gani na mara ngapi? "Siku ya kwanza ya kila wiki, kila mmoja wenu unapaswa kutenga kiasi cha fedha kulingana na kipato chako" (1 Kor. 16:2). Toa kibinafsi, mara kwa mara na kulingana na mapato yako. Kumbuka kwamba Mungu anamiliki vitu vyote (Zab. 24:1; 50:10).[2] **Tunapaswa kuwa mawakili wazuri, wenye kumuwajibikia kwa jinsi tunavyotumia kile ambacho ametukabidhi.** "Toa bure kama vile umepokea!" (Mt. 10:8). Mungu anaelewa hali zetu na huzingatia moyo wa yule anayetoa.

---

1   Mt. 10:10; Lk. 10:7; 1 Kor. 9:6-14; na 1 Tim. 5:17-18.
2   Ron Blue, *Never Enough? Three Keys to Financial Contentment* (Nashville: B&H Publishing Group, 2017), 20.

Kutoa ni jambo kati yako na Mungu. Anaelewa hali yako na huzingatia moyo wa yule anayetoa. Yesu alitambua ukarimu wa waabudu wawili: mmoja alitoa kidogo, na mwingine alitoa nyingi, lakini **wote** wawili walitoa kwa kujinyima. Wa kwanza, mjane maskini, alitoa senti chache tu, lakini hizo pekee ndizo alizokuwa nazo kukidhi mahitaji yake. Yesu aliona na kusifu toleo lake alilolitoa kwa kujinyima (Lk. 21:3–4). Mwanamke wa pili alimimina chupa nzima ya manukato yenye bei ghali kama tendo la kumwabudu Mwokozi wake (Yn. 12:3–9). Wengine waliona ukarimu wake kama ubadhirifu wa kupita kiasi, lakini Yesu alitambua moyo wake wa kujinyima uliomfanya atoe dhabihu yake. **Mungu hazingatii ukubwa wa dhabihu yako; Anazingatia moyo wako.**

Pesa si rasilimali pekee tunayomiliki. **Pia tuna muda wa kutoa na vipaji vya kushiriki.** "Muwe matajiri katika matendo mema ... wakarimu na tayari kushiriki" (1 Tim. 6:18). Kama balozi wa Mungu, tumia muda wako kuwekeza kwenye mahusiano. Tunapowajali wagonjwa, kunena tumaini kwa watu wenye roho zilizochoka, na kumtambulisha Yesu kwa wengine, tunatoa kwa njia zinazojenga ufalme wa Mungu.

Abudu ukiwa mkweli. Mungu anatujua zaidi kuliko tunavyojijua. Anajua unapohisi ukavu, kutojali, au hata kukasirika. Kuwa mkweli kwake na umueleze hisia zako kwa maombi. (Soma kitabu cha Zaburi kwa mifano ya kutia moyo.) Katika safari yetu ya imani, tutapitia majira mbalimbali maishani ambayo yataathiri ibada kuabudu yetu. Fikiria jinsi unavyoweza kumwabudu Mungu katika majira matatu iyaliyoorodheshwa hapa chini[1]:

- **Majira ya Kuridhika: Je, unamfurahia Mungu?** Je, umeridhika kabisa na Mungu na umejaa furaha? Mshukuru na umshangilie kwa ajili ya hilo. "Unanishibisha zaidi ya karamu tajiri zaidi. Nitakusifu kwa nyimbo za shangwe" (Zab. 63:5). "Nitashangilia katika Bwana, nitashangilia katika Mungu Mwokozi wangu" (Hab. 3:18).

- **Majira ya Kutamani: Je, unamtamani Mungu?** Je, unamtamani lakini unakosa hisia ya furaha ya kina katika uwepo wake kwa sababu hali zako zinakulemea? "Kama paa anavyoonea shauku maji ya mito, ndivyo nafsi yangu inavyokuonea shauku, Ee Mungu. Nafsi yangu ina kiu ya

---

1 Imetolewa kutoka katika Dr. Michael Sharp and Dr. Mike Miller, "Worship Leadership" Intensive Class Notes: Three Stages of Worship, New Orleans: New Orleans Baptist Theological Seminary, May 2014.

Tunachozingatia hupanuka (Siku ya 9).
Tilia maanani kile kinachotawala mawazo yako ili usipoteze muda wako, talanta, na pesa katika vitu visivyo na maana. Unaweza kujipata unaabudu vitu hivyo badala ya Mungu. Ukiabudu kitu, utafanana nacho (Zab. 115:8). Ukiabudu pesa, utakuwa mchoyo. Ukiabudu urembo, utajisifu kupita kiasi. Kwa hivyo, kaa mbali na sanamu (1 Yoh. 5:21). Usiabudu miungu ya uongo (vitu na mafundisho ya uongo).

Mungu, Mungu aliye hai" (Zab. 42:1-2). Omba ili Mungu akujaze furaha katika uwepo wake (Zab. 16:11) ili ufurahie kumwabudu (Zab. 43:4).

- **Majira ya Kuvunjika Moyo Zaidi: Je, unajihisi mkavu?** Je, unajihisi tasa kiroho, ingawa umetubu? Kukubali matatizo yako na kumwomba Mungu usaidizi ni kumwabudu kwa njia ya kweli: "Kisha nikatambua kwamba moyo wangu ulikuwa na uchungu, na nilipasuliwa kabisa ndani. Nilikuwa mpumbavu sana na mjinga—lazima nilionekana kwako kama mnyama asiye na akili" (Zab. 73:21-22). Mwombe Mungu akurejeshee upendo wako Kwake, autie nguvu tena uhusiano wako Naye, na akusaidie kumtii: "Unirudishie furaha ya wokovu wako, na unifanye niwe tayari kukutii" (Zab. 51:12).

Abudu pamoja na wengine. Tunapojikuta katika majira ya kuvunjika moyo zaidi, tunaweza kujaribiwa kujitenga na wengine. Upweke na kimya ni aina nzuri za ibada. Lakini kujitenga kwa muda mrefu kunatuweka katika hatari zaidi ya mashambulizi ya adui. Njia iliyo kinyume na hiyo ndio suluhisho: kuabudu pamoja na waumini wengine. Mungu hutupa kundi la karibu la waumini ili tujikusanye pamoja na kumwabudu na kusaidiana sisi kwa sisi. Mungu anatuagiza "tufikirie jinsi ya kuhimizana katika upendo na matendo mema, bila kusahau kukutana pamoja, kama ilivyo desturi ya wengine, bali tuonyane" (Ebr. 10:24-25). Tunapokusanyika pamoja kumwabudu Mungu, tunajitoa kwa Mungu na pia kwetu sisi kwa sisi. Kanisa la kwanza lilikuwa kielelezo chema cha ibada ya pamoja, na Bwana aliongeza idadi yao (Mdo. 2:42-47). Kujitolea kwa dhati katika kanisa la eneo letu ni muhimu kwa afya yetu ya kiroho na ni kipaumbele muhimu kwa Yesu.[1] "Kristo alilipenda kanisa, akajitoa kwa ajili yake" (Efe. 5:25). Tumeumbwa ili tuabudu pamoja kama sehemu ya familia ya Mungu—hapa na mbinguni.

---

1 Soma "Jinsi ya Kupata Kanisa Bora" Siku ya 12.

Rafiki, haijalishi uko katika majira gani ya ibada leo ...

mwabudu Mungu kwa shauku, bila kuzuia chochote;
mwabudu Mungu kwa makini, ukimtazama Yesu;
mwabudu Mungu kwa ukarimu, ukitoa yote uliyo nayo kwa ajili
ya kumtumikia;
mwabudu Mungu ukiwa mkweli, ukionyesha hali halisi ya moyo
wako;
abudu Mungu pamoja na wengine, tukihimizana kumpenda
Mungu, kuwapenda watu wote, na kufanya wanafunzi.

Hiyo ndio ibada inayomtukuza Mungu.

Wacha Biblia Inene:
Zaburi 103 (Kwa Hiari: Zaburi 100)

Wacha Akili Yako Ifikirie:
1. Je, unaabudu kwa shauku, kwa makini, kwa ukarimu, na ukiwa mkweli? Ni lipi kati ya mambo hayo ni rahisi zaidi kwako? Ni lipi ngumu zaidi kwako? Tafakari juu ya sababu za urahisi au ugumu unaopata katika kufanya mambo hayo.

2. Eleza uko katika majira gani ya ibada kwa sasa: Majira ya Kuridhika, Kutamani, au Kuvunjika Moyo Zaidi?

3. Je, unaabudu pamoja na waumini wengine kama sehemu ya kanisa lako? Ikiwa sivyo, omba Mungu akuongoze kwenye kanisa linalofundisha mafundisho sahihi ya Biblia (Siku ya 12) au uanzishe mkutano wa kila wiki (Siku ya 17).

Wacha Nafsi Yako Iombe:
Baba, ninapokuabudu, fanya kila kitu kingine—watu wote karibu nami, matatizo yote niliyonayo—kufifia. Nisaidie kuweka macho yangu Kwako, moyo wangu Kwako, na kutoa rasilimali zangu Kwako, kwa utukufu Wako pekee ... Katika jina la Yesu, amina.

Wacha Moyo Wako Utii:
(Mungu anakuongoza kujua, kuthamini au kufanya nini?)

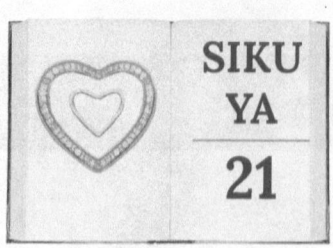

Abudu Mungu Wakati wa Maumivu

Ee nafsi yangu, kwa nini unasononeka? Kwa nini unafadhaika
hivyo ndani yangu? Weka tumaini lako kwa Mungu, kwa
sababu bado nitamsifu, Mwokozi wangu na Mungu wangu.
Zaburi 42:5–6

Kuabudu kunaweza kuonekana kuwa rahisi maisha yakiwa matulivu
na yanaenda vizuri, lakini maisha yanapokuwa magumu, kuabudu
kunaweza kuwa kugumu pia. Tunapoteseka, huenda tusihisi wema
wa Mungu. Wakati mwingine, yote tunayohisi ni maumivu tu. Lakini
maumivu hayo hayo hufanya sifa ya mioyo inayoteseka kuwa safi
kwa sababu inaonyesha uaminifu imara kwa Mungu—uaminifu
Kwake pekee wala si uaminifu tu kwa sababu ya kile Anachoweza
kutufanyia. Ibada inayotolewa licha ya kukosa utulivu mara nyingi
huwa haina nia ya ubinafsi, na humfukuza adui.

Shetani hupiga ibada vita. Alifukuzwa kutoka mbinguni kwa
sababu alijaribu kuiba utukufu wa Mungu, kana kwamba hilo
lilingewezekana. Amekuwa akilipiza kisasi tangu wakati huo (Siku ya
3). Anaendelea kupiga vita utukufu wa Mungu kwa kujaribu kuiba
ibada yetu. Mateso hutuweka kwenye mstari wa mbele wa vita hivi
vya utukufu; adui hujaribu kufaidika na udhaifu wetu (1 Pet. 5:8).
Anatudanganya kuhusu Mungu ili kutuzuia tusiabudu (Yn. 8:44).
Anahoji wema wa Mungu, anakashifu nia za Mungu, na kupuuza
utukufu wa Mungu (2 Kor. 4:4). "Naye [Shetani] anajua moyo wa
upendo ambao Mungu anao kwa wanadamu, kwa hivyo anataka

kulishinda kusudi la Mungu la kuwageuza wawe waabudu Wake waliojawa na furaha, wakuu na wazuri. Anataka kukatisha tamanio kuu la moyo wa Mungu."[1]

Ibada hushinda giza. Giza linapokufunika na uovu unavunja moyo wako, jambo la mwisho unaloweza kuhisi kufanya ni kuabudu. Lakini kumwabudu Mungu ndilo jambo unalopaswa kufanya.

Unamwambia Mungu unamwamini jinsi alivyo kama alivyosema:

Mlinzi wako (Zab. 91).

Mfariji wako (2 Kor. 1:3–4).

Mtoshelezi wako (Flp. 4:19).

Mponyaji Wako (Zab. 103:2–4).

Mwamuzi Wako Mwaminifu na wa Kweli (Ufu. 19:11).

Mchungaji wako Mwema (Yn. 10:11).

Bwana wako na Mungu wako (Yn. 20:28).

Adui akikushambulia kwa kukujaza na wasiwasi, mwabudu Mungu kwa kumshukuru, kumwomba msaada, na kumtumainia kwa matokeo. Omba, "Yesu, Wewe ndiye unayeamua kile kilicho bora zaidi kwangu," na umkabidhi mizigo yako yote kwa sababu anakujali (1 Pet. 5:7). "Msijisumbue kwa jambo lolote, bali *katika kila jambo kwa kuomba* na kusali pamoja na *kushukuru*, haja zenu na zijulikane na Mungu" (Flp. 4:6, msisitizo umeongezwa). **Kifungu hiki kina suluhu la kushinda wasiwasi, hofu, na msongo wa mawazo–sala za shukrani.** Shukrani hutukumbusha Mungu ni nani na kile alichofanya. Kifungu kinachofuata kinaendelea kusema, "Nayo amani ya Mungu, inayopita fahamu zote, itailinda mioyo yenu na nia zenu katika Kristo Yesu" (mstari wa 7). Tunapoitikia kwa kuabudu, tukiushukuru kwa ajili ya ukuu wa Mungu, matatizo yetu huonekana madogo yakilinganishwa na ukuu Wake.

Adui akikukandamiza na sonona, mwabudu Mungu kwa kupaza sauti yako kwake. Utaacha kujizingatia wewe mwenyewe na badala yake utamzingatia Mungu mwenye nguvu zote na mwenye upendo wote. Mwamini Mungu kukuinua kutoka gizani na kubadilisha "roho

---

1 Tim Keller, *Walking with God through Pain and Suffering* (New York: Dutton, Published by the Penguin Group, 2013), 273.

yako ya kukata tamaa" na "vazi la sifa" (Isa. 61:3). "Akanipandisha kutoka shimo la uharibifu, kutoka matope na utelezi; akaiweka miguu yangu juu ya mwamba na kunipa mahali imara pa kusimama." (Zab. 40:2). Unapohisi kuvunjika moyo, soma kitabu cha Zaburi. Tilia maanani kila kifungu kinachotuliza nafsi yako kwa maneno yake ya matumaini. Vifungu hueleza huzuni yetu kwa maneno na kuzifunga katika upendo na uaminifu wa Mungu. **Ibada hutangaza wema wa Mungu usiotikisika, ushindi ambao tayari ameupata** (1 Kor. 15:57).

Kumsifu Mungu wakati wa maumivu haimaanishi kupuuza uchungu wako. Kusifu wakati wa maumivu kunamaanisha kwamba unakabiliana na maumivu kwa kuyamimina kwa Yule anayekujua, anayekupenda na anayekukaribia. Zaburi mara nyingi hudhihirisha milipuko ya hisia. Hisia hizi zinaweza kuwa njema au mbaya, lakini daima zinaelekezwa kwa Mungu.

Kuwa waaminifu kwa Mungu kuhusu maumivu yetu pia hutusaidia kujilinda dhidi ya machungu yoyoteyanayojaribu kukita mizizi mioyoni mwetu (Ebr. 12:15). Kuna tofauti kubwa kati ya machungu, ambayo yanakufanya umlaani Mungu na wale tunaoualaumu kwa maumivu yetu, na huzuni ya kiungu, ambayo inamheshimu Mungu. Machungu hutupeleka *mbali* na Mungu; huzini ya kiungu hutufanya *tumkaribie* Mungu. Ni afadhali zaidi kumlilia Mungu na kumwambia kila kitu kuliko kugeuka mbali naye. Kugeuka mbali naye kwa kawaida husababisha mtazamo wa ubinafsi na tabia mbaya; tunachukua mambo mikononi mwetu na kuendeleza machungu yetu. Ikiwa unahisi kuchanganyikiwa na una maumivu, ni sawa kumuuliza Mungu, "Kwa nini?" Yesu aliuliza pia. Akiwa msalabani, alilia, "Mungu wangu, Mungu wangu, kwa nini umeniacha?" (Mt. 27:46).

Yesu aliuliza maswali, lakini Hakutilia shaka kamwe wema wa Mungu. Alijua mapenzi ya Baba Yake yalikuwa bora zaidi–hata kama hilo lilimaanisha kuteseka kwa muda mfupi–na kamwe hakuyumba katika imani hiyo. Hadi pumzi yake ya mwisho, alikabidhi maumivu yake kwa Mungu (Lk. 23:46).

Ikiwa Mungu anaonekana kuwa kimya, haimaanishi kuwa hayupo. Kuabudu katika maumivu kutakufanya umzingatie Mungu na kukufanya ufahamu zaidi uwepo wake. Kuna uhusiano wa karibu na Mungu kupitia mateso. "Bwana yu karibu na waliovunjika moyo, na huwaokoa waliopondeka roho" (Zab. 34:18). Kumsifu Mungu wakati wa maumivu hutuleta karibu Naye na huleta baraka ambazo huja tu katika nyakati ambazo imani yetu inajaribiwa. Dhambi na mateso yanayoletwa nayo havikuwa sehemu ya mpango wa asili wa Mungu. Hata hivyo, kwa upendo Wake mkamilifu, Alikuwa tayari kuja duniani na kuhisi maumivu kibinafsi—kuteseka badala yetu ili kukomesha maumivu kikamilifu. Kristo atakaporudi, ushindi wake dhidi ya dhambi na mateso utatimizwa kikamilifu. Kwa sasa, Mungu hutupatia nguvu za kustahimili—na hata kupata furaha (Yak. 1:2)— katika maumivu yetu ya sasa tunapotazamia siku hiyo wakati atakapoondoa maumivu yetu milele (Ufu. 21:4).

Je, umewahi kupata hasara? Katika kile kinachoaminika kuwa kitabu cha kale zaidi katika Biblia, mwanamume mmoja anayeitwa Ayubu alipoteza mali yake yote, watoto wake, na afya yake, lakini Ayubu bado alionyesha huzuni yake kwa kuinama na kumsifu Mungu: "Kisha akaanguka chini katika kuabudu na kusema: 'Nilitoka tumboni mwa mama yangu uchi, nami nitaondoka uchi, Bwana alinipa, naye Bwana ameviondoa, jina la Bwana litukuzwe'" (Ayu. 1:20–21). Kuabudu licha ya maumivu kulithibitisha uaminifu wa Ayubu kwa Mungu.

Je, umewahi kusalitiwa? Mmoja wa wale wanafunzi kumi na wawili, Yuda, alimsaliti Yesu kwa kumkabidhi kwa watu ambao wangemsulubisha. Yesu alijua kwamba Angesalitiwa, lakini bado Alimsifu Mungu (Mt. 26:14–30). Rafiki wa karibu alipomsaliti Daudi, alisali na kumwambia Mungu kuhusu hisia zake. Aliandika, "Kama aliyenitukana ni adui yangu, ningevumilia, kama mtu mwovu angejiinua dhidi yangu, ningejificha asinione. Kumbe ni wewe, mwenzangu, mshiriki na rafiki yangu wa karibu ... Lakini ninamwita Mungu, naye Bwana huniokoa." (Zab. 55:12–13, 16). Kuabudu licha ya usaliti kulionyesha kwamba Daudi alimtumainia Mungu.

Je, unateswa? Mtume Paulo aliteswa, lakini bado alimsifu Mungu. Hata alipokuwa katika minyororo, aliandika, "Furahini katika Bwana siku zote; tena nasema, furahini" (Flp. 4:4). Kuabudu licha ya mateso kulithibitisha imani ya Paulo katika Mungu.

Je, wewe ni maskini? Mungu alimwonya Habakuki kwamba umaskini ungewapata watu wake karibuni, lakini bado Habakuki alimsifu Mungu. "Ingawa mtini hauchanui maua na hakuna zabibu juu ya mizabibu, ingawaje mzeituni hauzai, na hata mashamba hayatoi chakula, iwapo hakuna kondoo katika banda, wala ng'ombe katika zizi, hata hivyo nitashangilia katika Bwana, nitamfurahia Mungu Mwokozi wangu" (Hab. 3:17–18). Kuabudu licha ya umaskini kulithibitisha imani ya Habakuki katika Mungu.

Hauko peke yako katika maumivu na mateso yako. Wengi katika vizazi vilivyopita walimsifu Mungu licha ya maumivu yao (Ebr. 11). Wengi katika kizazi hiki wanaabudu katika mateso pia. Wafikie wengine wanaomfuata Yesu. Kuwa mwangalifu usijitenge; upweke hufungua mlango wa majaribu na kuvunjika moyo. Unapoteseka, endelea kushikamana na marafiki wanaoamini katika familia yako ya kanisa (Ebr. 10:25). Mungu anapokurejesha, toa faraja uliyopokea kutoka Kwake ili kuwafariji wengine (2 Kor. 1:3–7).

Mwaabudu Mungu unapopitia maumivu, na umtumainie kukuvusha katika siku zako ngumu zaidi. Anafanya kazi, hata ikiwa hatuioni wala hatuisikii kazi yake. Anastahili ibada yako.

Wacha Biblia Inene:

Zaburi 42 (Kwa Hiari: Warumi 8:18–39)

Wacha Akili Yako Ifikirie:

1. Je, unapitia maumivu au kuteseka kwa sasa? Ikiwa ndio, ina maana gani kwako kumwabudu Mungu licha ya maumivu? Kama sivyo, ni jinsi gani mateso uliopitia hapo awali yangekuwa tofauti kama ungemwabudu Mungu?

2. Jibu Maswali ya Majadiliano ya Wiki ya 3.

Wacha Nafsi Yako Iombe:

Baba, unayaona mateso yangu. Unayafuta machozi yangu na kuyaweka ndani ya chupa (Zab. 56:8). Ninakuletea uchungu wangu. Nisaidie kukuabudu ninapopitia mateso, nikijua kwamba Wewe ni Mponyaji wangu, Mfariji wangu, na Mwokozi wangu. Imarisha urafiki wangu na waumini wengine ili tuweze kushiriki faraja tunayopokea kutoka Kwako ... Katika jina la Yesu, amina.

Wacha Moyo Wako Utii:

(Mungu anakuongoza kujua, kuthamini au kufanya nini?)

MASWALI YA KUJADILI YA WIKI YA 3:
Pitia masomo ya wiki hii na ujibu maswali yafuatayo. Jadili majibu yako na marafiki zako mnapokutana wiki hii.

1. Je, wewe ni balozi wa Yesu? Hiyo ina maana gani kwako?

2. Baba wa Imani kwenye Biblia walikuwa na kusudi sawa na letu, lakini kila mmoja alilitimiza kwa njia tofauti. Je, ni karama, ujuzi au talanta zipi ambazo Mungu amekupa? Je, anakuita kufanya kazi yoyote mahususi au kufikia kundi lolote la watu? Je, ni hatua gani zinazofuata utakazochukua katika kutimiza kusudi lako mahususi?

3. Yesu anatuamuru kufanya wanafunzi. Pitia na ufanyie mazoezi kila hatua katika zana ya Sikiliza, Jifunze, Penda, Bwana inayopatikana katika kiambatisho. (Ikiwa hujakamilisha, tafadhali fanya hivyo sasa.) Je, ni wakati gani unaweza kushiriki habari za Yesu na wale walio kwenye ramani yako ya uhusiano? Omba kwa ajili ya fursa za kufanya hivyo. Jizoeze kusimulia hadithi yako ya Mungu.

4. Soma Mathayo 6:19–21. Unafikiri ni kwa nini Mungu anatuambia tuweke hazina mbinguni? Unawezaje kuachilia thawabu za kidunia na badala yake kufanyia kazi thawabu za mbinguni?

SEHEMU YA II

KUITEKELEZA HADITHI YAKO NA MUNGU

Hadithi za kweli za Biblia hututia moyo tunapojifunza kuhusu Hadithi ya Mungu. Tunaona mpango wa Mungu wa kutuokoa ukiwa dhahiri kupitia akina baba wa imani. Tunasoma jinsi Mungu aligawanya bahari kwa ajili ya Musa (Kut. 14) na mto mkali kwa ajili ya Yoshua (Yos. 3). Tunagundua jinsi Mungu alimwona Hajiri na kumwita kwa jina lake (Mwa. 16) na kumwokoa Danieli kutoka kwenye tundu la simba (Dan. 6). Hizi ni baadhi tu ya hadithi nyingi za miujiza ambazo huenda tukasoma kwa mshangao mkubwa tunapotafakari juu ya Mungu mwenye nguvu tunayemtumikia.

Ingawa hadithi hizi zinatutia moyo, huwa tunasahau siku za kawaida miongoni mwa matukio ya miujiza ya Mungu. Mara nyingi watu hufikiri kwamba Mungu asipojidhihirisha kwa njia zisizo za kawaida kila siku, au kila wiki, au angalau kila mwezi, kuna jambo ambalo haliko sawa.

Kwa hivyo tunapaswa kufanya nini na siku hizo za *kawaida* zinazogeuka kuwa miezi ya kawaida ambayo inageuka kuwa miaka ya kawaida? Wanaume na wanawake walioishi nyakati za Biblia walifanya nini? Je, umewahi kujiuliza maisha ya kila siku ya Musa yalikuwaje katika ile miaka arobaini aliyokaa kama mchungaji huko Midiani kabla ya Mungu kumwita arudi Misri?[1] Maisha yalikuwaje kwa dada ya Musa, Miriamu, alipokuwa akiomba kwa miaka mingi ili Mungu awakomboe watu wake kutoka utumwani? Musa na Miriamu walitekeleza hadithi zao na Mungu—siku ya kawaida baada ya siku ya kawaida. Walitumia muda mwingi wa maisha yao wakingoja—na kumtumainia Mungu. Ndivyo ilivyo kwetu sisi. Huenda hatutaviona

---

1   Mdo. 7:23-30

vichaka vilivyo na moto au bahari zilizogawanyika maishani mwetu, lakini **siku zetu za kawaida zinaweza kumtukuza Mungu wetu wa ajabu tunapomtumainia Yeye**. Mfalme Daudi anatutolea mfano.

Daudi alikuwa Mchungaji aliyechaguliwa na Mungu akiwa na umri mdogo kuwa Mfalme wa Israeli wa baadaye. Hebu fikiria umerudi nyuma katika nyakati hizo na ukazungumza na kijana huyo ambaye alitiwa mafuta kuwa mtawala miaka mingi kabla ya kuchukua mamlaka. Mazungumzo yanaweza kuwa kama yafuatayo:[1]

"*Unafanya nini Daudi?*"

"*Ninachunga kondoo.*"

"*Ndio, naona hivyo.*"

"*Wazazi wangu walinipa kazi hii niifanye. Hii ndio kazi mbaya zaidi katika familia yetu. Kwa kawaida watumwa ndio huchunga kondoo, lakini mimi ndiye kitinda mimba kati ya watoto wengi, kwa hiyo huenda hiyo ndio sababu kwa nini mimi ndiye niko huku, siku baada ya siku, nikichunga mifugo.*"

"*Huwa unafanya nini ili kupitisha muda?*"

"*Mimi huzungumza na Mungu sana. Hakuna mtu mwingine wa kuzungumza naye hapa. Pia napenda kucheza kinubi, na nimekuwa nikiandika nyimbo kadhaa za maombi.*"

"*Nyimbo za maombi?*"

"*Ndio, nyimbo za maombi ni mazungumzo yangu na Mungu kwa njia ya muziki. Nimekuwa nikiyaandika kwa sababu yanaonekana kuwa ni ya kipekee. Inaonekana kana kwamba Mungu ananipa maneno ya kumwambia.*"

"*Kweli?*"

"*Ndio, lakini si hivyo tu. Lazima niwe macho kwa sababu kuna wanyama wengi wa porini hapa ambao wangependa kula mmoja wa kondoo hawa kama chakula cha mchana. Nimekuwa nikifanya mazoezi na kombeo langu. Kila siku ninakuwa bora katika kulenga shabaha.*"

"*Kwa hivyo, unaimba na pia unafanya mazoezi ya kulenga shabaha karibu na kondoo?*"

---

1 Imetolewa kutoka katika kielelezo cha mahubiri cha James MacDonald kwenye Walk in the Word Radio, AM 550, Jacksonville, FL, 2009.

"Ndio. Hayo ndio maisha yangu. Ni ya kawaida, lakini sitakuwa mchungaji milele. Kwa kweli mimi ni mfalme."

"Wewe ni mfalme? Kweli?"

"Ndio, nimetiwa mafuta kuwa mfalme wa Israeli."

"Vazi lako la kifalme liko wapi? Na watumishi wako? Na kiti chako cha enzi?"

"Bado sina marupurupu yoyote ya kifalme."

"Utayapata lini, na utayapata wapi?"

"Sijui."

"Hujui?"

"Hapana."

"Kwa hivyo utafanya nini kwa wakati huu?"

"Naam, nadhani nitaimba maombi, nitafanya mazoezi ya kutumia kombeo langu, na kuchunga kondoo."

Je, unafikiri Daudi alijua ujuzi wake wa kombeo ungemwezesha kumshinda jitu Goliathi siku moja (1 Sam. 17)? Unafikiri alijua kwamba nyimbo zake za sala (nyingi ziko katika kitabu cha Zaburi) zingefariji mamilioni ya watu kwa maelfu ya miaka? Hata Mfalme Daudi, aliyeitwa "mtu aupendezaye moyo wa Mungu" (1 Sam. 13:14), alikuwa na siku za kawaida—siku nyingi za kawaida.

Huenda usiwe mfalme wa kidunia, lakini katika Mfalme Yesu, wewe ni sehemu ya familia ya kifalme ya Mungu. **Anataka kufanya mambo ya ajabu kupitia kwako unapompa siku zako za kawaida.**

Lakini je, tunamtukuzaje Mungu, siku baada ya siku, maisha yetu yote?

Tunaanza kwa kuwa na tabia za kila siku zinazotusaidia kukuza uhusiano wetu na Mungu na kutusaidia kuzingatia makusudi yake. Tunahitaji kujifunza kuwa wasikivu kwa Mungu siku nzima kama alivyofanya Daudi na kumtumainia Roho Mtakatifu kutusaidia kumzingatia Mungu. Kumtii Mungu, siku ya kawaida baada ya siku ya kawaida, kwa miaka mingi huleta matokeo ya ajabu.

Katika Wiki ya 4–7, utajifunza kuhusu nidhamu za kiroho za kila siku zitakazokusaidia kuungana na Mwandishi wa hadithi yako ya kweli. Kwa wiki chache zijazo, utaelewa maana ya kutekeleza hadithi yako na Mungu, kwa nguvu Zake na kwa utukufu Wake, siku baada ya siku.

Haitoshi kwetu kujua tu *kuhusu* Mungu. Ni lazima tumjue Mungu *kibinafsi*. Masomo ya wiki zijazo yatakufundisha jinsi ya kukua katika kumkaribia Mungu kwa kukaa ndani Yake na kwa kutenga kimakusudi muda wa kuzungumza naye. Utakuwa unajifunza na kutenda yale yaliyo katika Biblia na kuwasiliana na Mungu kupitia maombi. Pia utajifunza kuhusu uhusiano wako na Roho Mtakatifu na jinsi anavyokutayarisha kuwatumikia wengine na kushiriki upendo wa Yesu. Mwisho wa safari hii utakuwa mwanzo wa safari nyingine unapoenda katika ulimwengu, katika jamii yako, na pengine hata zaidi ya hapo, kuwaalika wengine kwenye Hadithi ya Kweli ya Mungu.

Kama mfuasi wa Yesu, hauhitaji kutekeleza nidhamu hizi ili kujenga haki yako mwenyewe. Kumbuka kwamba haki yako mbele za Mungu ni kwa sababu ya wokovu wako kupitia kwa Yesu *pekee*. Pia huwezi kuongeza chochote katika kazi ya Yesu iliyokamilika msalabani.

> **Nidhamu za Kiroho:**
> Shuguli za kibinafsi na zisizo za kibinafsi zilizotolewa na Mungu katika Biblia kama njia ya kupata kuwa karibu na Yesu, kujitoa kwake na kuiga mfano wake.

Wala huhitaji kutekeleza nidhamu hizi za kiroho ili kustahili kupata upendo wa Mungu. Yeye *tayari* anakupenda. Kwa kweli, Mungu anakupenda sasa. Hawezi kukupenda zaidi ya vile anavyokupenda.

Badala yake, zichukulie nidhamu za kiroho kama miongozo ya kila siku ya kutembea na Mungu kadiri anavyofanya kazi ndani yako na kupitia kwako. **Hazihusu kujitahidi; zinahusu kukaa ndani ya Yesu.** Zitekeleze ili ukue imara katika uhusiano wako na Mungu. Tumia nidhamu hizi kutambua sauti yake, kufuata anakokuongoza, kumtumainia wakati wa majaribu, na kumfurahia kadiri unavyojifunza kuishi kwa kutekeleza hadithi yako kwa Nguvu zake.

Wacha tuchukue hatua nyingine pamoja katika safari yetu ya imani ...

WIKI YA NNE

KUKAA NDANI YAKE–KUBAKI UKIWA UMEUNGANISHWA NA MUNGU

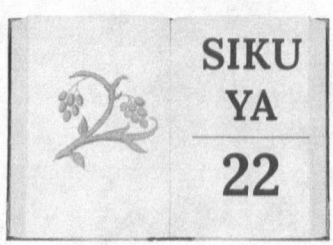

Mjue Mungu Kama Rafiki Yako

Hakuna mtu mwenye upendo mkuu kuliko huu, mtu kuutoa
uhai wake kwa ajili ya rafiki zake. Ninyi ni rafiki zangu
mkifanya ninayowaamuru. Siwaiti ninyi watumishi tena,
kwa sababu watumishi hawajui bwana wao analofanya,
bali nimewaita ninyi rafiki, kwa maana nimewajulisha
mambo yote niliyoyasikia kutoka kwa Baba yangu.
Yohana 15:13-15

Yesu alijua kwamba alikuwa amesalia na muda mfupi tu na wanafunzi
Wake kabla ya kukamatwa. Unabi wa kuogofya kuhusu usaliti Wake
na kuuawa kwake kwa njia ya ukatili ulikuwa umewadia. Alijua wafuasi
na marafiki zake wa karibu walikuwa karibu kushuhudia akishtakiwa,
kupigwa, na kutundikwa msalabani ili afe. Na kwamba asingefanya
chochote kuzuia hayo yote. Alikuwa akijaribu kuwatayarisha kwa
hayo (Lk. 22:31–37). Aliwakumbusha wanafunzi kuwa walichaguliwa
kwa kusudi, na Mungu Baba angejibu maombi yao ili kutimiza
kusudi hilo (Yn. 15:7–8). Lakini kulikuwa na mengi zaidi. Mabadiliko
yalihitajika kufanyika katika uhusiano wao na Yeye. Kutoka kuwa
wafuasi hadi kuwa marafiki. Kutoka kutii tu amri hadi kuelewa kusudi
Lake la kweli na sehemu yao ndani ya kusudi hilo. Yesu alieleza jinsi
uhusiano huo wa karibu Naye ndio *njia pekee yenye ufanisi katika
huduma–na maisha.* Kadiri muda ulivyozidi kupungua na akasalia na
dakika chache za kuwa pamoja na wanafunzi Wake, Yesu aliwaagiza
mara kwa mara **wakae ndani Yake.**

Wiki hii tutajifunza maana ya kukaa ndani ya Kristo. Kwa sasa, fikiria kukaa ndani ya Yesu kama kuwa pamoja au kuwa kitu kimoja na Yesu. Ni wazo kwamba tunaishi ndani Yake na kukaa naye katika maisha yetu yote. Tunashiriki mawazo, hisia, nia, na nguvu za Yesu.[1]

Kama vile uhusiano wa Yesu na wanafunzi wake ulivyobadilika, mabadiliko yanahitajika kutokea katika uhusiano *wako* Naye. Katika Wiki ya 1, tulijifunza Hadithi ya Mungu na kwamba tuna chaguo la kuwa sehemu yake. Katika Wiki ya ya 2 na ya 3, tulijifunza utambulisho wetu na kusudi letu katika Kristo. Sasa kwa kuwa tunajua *kwa nini* Mungu alituumba, ni wakati wa kujifunza jinsi ya kuishi kwa njia tofauti ili *kutimiza* kusudi letu. Tunaanza kwa kukuza *urafiki wa karibu* na Mungu.

Hadithi yako na Mungu ni hadithi ya urafiki. Chukua muda na utafakari juu ya hilo. Mungu alikuumba ili uwe rafiki yake. Yesu alipowaita wanafunzi wake "marafiki" (Yn. 15:15), huenda jambo hilo liliwashangaza.[2] Mfano pekee wa awali katika Maandiko wa mtu kuitwa rafiki wa Mungu ulikuwa ni Abrahamu[3]. Lakini Yesu alijua kile ambacho kilikuwa karibu kutokea siku iliyofuata na katika wiki na miaka ambayo ingefuata, na Aliwaalika—anatualika—kusongea karibu naye.

Ndio, Mungu wa ulimwengu wote, ambaye alinena na makundi ya nyota yakatokea, anataka kuwa rafiki yako. Hakuna dini nyingine inayoelezauhusiano na Mungu kama urafiki.

Urafiki na Mungu si urafiki wa kawaida. Hatumtendei Yesu kwa kawaida, kana kwamba yeye ni sawa na sisi. Sehemu iliyobaki ya Agano Jipya inamtaja Yesu kama Bwana, Mungu, Mwokozi na Mfalme. Tunamtii Yesu, si yeye kututii sisi. Kile ambacho Yesu anatualika kukishuhudia ni urafiki wa karibu-kumjua Yeye, moyo Wake, utume Wake, urafiki Wake. Watumishi wanatarajiwa kutii bila kuelezewa sababu ya kutii. Lakini Yesu anatuita marafiki; Anasema, "Yote niliyojifunza kwa Baba yangu nimewajulisha ninyi" (Yn. 15:15).

---

1 Rodney A. Whitacre, *John*, vol. 4, The IVP New Testament Commentary Series (Westmont, IL: IVP Academic, 1999), 376.
2 Kenneth O. Gangel, *John*, vol. 4, *Holman New Testament Commentary* (Nashville, TN: Broadman& Holman Publishers, 2000), 285.
3 2 Nya. 20:7; Isa. 41:8; Yak. 2:23.

Yesu anashiriki nasi si tu akili Yake na mapenzi Yake bali pia maisha yake mwenyewe. Anasema, "Hakuna mtu mwenye upendo mkuu kuliko huu, mtu kuutoa uhai wake kwa ajili ya rafiki zake. Ninyi ni rafiki zangu mkifanya ninayowaamuru" (Yn. 15:13–14). Kutii amri zake huthibitisha urafiki wetu na Mungu, na urafiki huo huanza kwa kukaa ndani yake.

Siri ya kushuhudia urafiki huu ni kutenga muda mzuri kuwa pamoja naye–kadiri tunavyotumia muda mwingi kujihusisha na Yesu, ndivyo tunavyozidi kumjua Yeye, njia zake, mawazo yake. Kama vile binadamu hukuza mahusiano yao wanapokaa pamoja kwa muda, kutenga muda mwingi na Mungu kutakuza uhusiano wako naye pia. Tenga muda kila siku ili kutulia mbele zake, kama Yesu alivyofanya.

Yesu mara nyingi alijitenga na maisha yake yenye shughuli nyingi ili kukaa peke yake na Baba yake, hasa asubuhi kukiwa kungali giza (Mk 1:35). Tunaweza kufuata mfano wa Yesu. Kama vile wanamuziki wanavyotayarisha ala zao kabla ya tamasha, sisi pia tunahitaji kujitayarisha–mioyo, nafsi, akili, na nguvu zetu–ili tuongozwe na Roho na kumzingatia Yesu kabla hatujaanza shughuli zetu za kila siku.

Utagundua kuwa kadiri unavyotumia muda mwingi peke yako pamoja Naye, ndivyo utakavyotamani kuwa Naye zaidi. **Ili kufanya wakati wa ibada ya kibinafsi kuwa shughuli ya kila siku, ni vizuri kuwa na mpango.** Tenga muda (mapema, ikiwezekana) na mahali (patulivu, ikiwezekana). Ikiwa kuamka mapema ni vigumu, jaribu kulala mapema, au tafuta wakati kabla au baada ya shughuli za asubuhi. Anza na dakika kumi na tano na ujenge kutoka hapo. Hapa kuna vikumbusho vya jinsi ya kutumia muda wako na Yeye:

1. **Kaa kimya.** Biblia inaeleza hali hii kama kumngoja Bwana kwa tumaini na pumziko (Zab. 62:1, 5). Mualike Mungu akutane nawe na aongoze muda wako pamoja Naye kama apendavyo. "Yafungue macho yangu nipate kuona mambo ya ajabu katika sheria yako" (Zab. 119:18). Unapokaa Naye, mwombe akuongezee ufahamu wako wa sauti Yake.

2. **Sikiliza Neno la Mungu.** Soma vifungu vya Biblia polepole ili upate kushika kile unachosoma. Jaribu mbinu ya 10-1-1. Anza kwa kusoma *mistari kumi* tu, na uzingatie kile ambacho Mungu anakwambia kupitia kwayo. Punguza mwendo na uendelee kusoma hadi *mstari au kirai kimoja* kikuvutie. Zingatia *neno moja* ndani ya mstari huo la kukumbuka siku hiyo. Hivyo ndivyo mazungumzo yako na Mungu yanavyoanza. Atayaonyesha mapenzi yake kupitia Neno Lake. (Ingawa ni nadra Mungu kuzungumza kwa sauti, mara nyingi Yeye huzungumza na moyo wa mtu kupitia Neno Lake). Kile Unachosoma kinaweza kukukumbusha kuhusu hali au uhusiano fulani katika maisha yako mwenyewe. Unaweza kuhisi msukumo wa kuchukua hatua ya kutii amri fulani ya kibiblia. Mungu anaponena, sikiliza na ujibu. Acha kifungu kikuu au neno kuu liwe chakula chako cha kiroho cha siku hiyo. Tafakari juu yake unapoendelea na katika siku yako. Kila neno katika Biblia limeongozwa na roho wa Mungu, au "limevuviwa na Mungu" (2 Tim. 3:16). Hata nasaba na historia zina maana tunazoweza kuchunguza na ambazo zinaweza kutufunza kuhusu Mungu, mapenzi Yake, na makusudi yake.

3. **Omba.** Mwitikie Mungu kupitia maombi. Zungumza Naye juu ya kile unachosoma katika Neno Lake na usikilize mawazo yake katika mawazo yako. Kutokana na yale unayosoma, muulize Mungu:

- Unataka nijue nini *kukuhusu* leo?
- Unataka *tufanye* nini pamoja leo?

Maswali haya yatakusaidia kuelewa na kutumia yale unayosoma. Unapotafakari juu ya majibu yako, unaweza kuomba kulingana na

---

Je, unamiliki Biblia ya kujifunzia?
Ikiwa Biblia yako ina konkodansi (tazama ukurasa wa 70–71) au faharasa ya mada, tafuta sifa ya Mungu inayohusiana na hitaji au neno kuu linalohusiana na jambo fulani maishani mwako. Soma kifungu hicho polepole. Ikiwa neno au kirai kinaonekana kuwa muhimu, andika mstari huo. Ikiwa Biblia yako ina marejeo yanayohusiana na kifungu, soma vifungu vilivyopendekezwa. Andika kile unachojifunza. Fuata mapendekezo katika Biblia yako kuhusiana na mistari mingine inayochunguza wazo hilohilo. Omba kuhusu kile unachojifunza na usikilize mwongozo wa Mungu. Roho mtakatifu hatakuongoza kamwe kufanya jambo lolote linalopingana na Neno la Mungu.

Neno la Mungu (neno kuu au kirai). Unaponena Neno Lake katika maombi, akili yako inafanywa upya ili iwe kama yake. Unapoomba, mshukuru, na uombe usaidizi Wake.

4. **Shajara.** Andika mistari kuu ya Biblia, maombi, na hakima yoyote ambayo Mungu anakupa. Kuandika mambo unayojifunza kutakusaidia kukumbuka yale ambayo Mungu amesema ili uweze kuyatumia na kuwaelezea wengine. Wazo linalokukengeusha akili (kwa mfano, ukifikiria jambo unalohitaji kufanya baadaye siku hiyo), liandike na uachane nalo ili uendelee kuzingatia mazungumzo yako na Mungu.

Muda wako wa ibada ya kibinafsi ya kila siku (wakati wa kukutana na Mungu) hukuza urafiki wako na Mungu. Kama rafiki yako wa kutegemewa zaidi, Mungu yupo siku zote kwa ajili yako. Anafurahi pamoja nawe unapofurahi, na Anakufariji unapokuwa na maumivu. Yesu alitembea hapa duniani kama "mtu wa huzuni na ajuaye huzuni," kwa hiyo anaelewa uchungu wako (Isa. 53:3). Unapata furaha ya Mungu, hata wakati maisha yanakuwa magumu, kwa sababu hautembei peke yako.

Wacha Biblia Inene:
Yohana 10:11–18 na Zaburi 23 (Kwa Hiari: Zaburi 27)

Wacha Akili Yako Ifikirie:
1. Uhusiano wowote unahitaji muda ili kukua, na tunatenga muda kwa ajili ya mahusiano tunayothamini zaidi. Je, ni hatua gani utahitaji kuchukua ili kutenga muda wa kila siku pamoja na Mungu?

2. Yesu anajieleza kuwa Mchungaji wetu Mwema, na sisi ni kondoo wake tunaosikiliza sauti yake (Yohana 10). Ukiwa na hilo akilini, **soma Zaburi 23 polepole**. Je, unamtegemeaje ili akuongoze leo?

3. Je, utiifu wako kwa amri za Yesu unaonyeshaje urafiki wako Naye (Yohana 14:21)?

Wacha Nafsi Yako Iombe:
Mungu, asante kwa kuniita rafiki yako. Imarisha uhusiano wangu nawe kadiri ninavyojifunza kukaa ndani yako. Nisaidie kutambua mawazo yako ndani ya mawazo yangu, ili nipate kutii amri zako. Tafadhali nipe wakati mwingi na Wewe kila siku ili kurejesha nafsi yangu ... Katika jina la Yesu, amina.

Wacha Moyo Wako Utii:
(Mungu anakuongoza kujua, kuthamini au kufanya nini?)

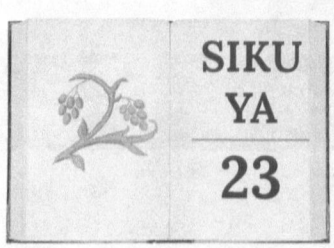

Pumzika Ndani Yake, Mtegemee, Achilia Yote kwa Mungu

Mimi ni mzabibu, ninyi ni matawi. Akaaye ndani yangu, nami ndani yake, huyo huzaa sana, maana pasipo mimi ninyi hamwezi kufanya jambo lolote.

Yohana 15:5

Hebu fikiria umeabiri basi lililo tupu Yesu akiwa dereva. Unaweza kuchagua mahali utakapoketi. Unaweza kuketi mbele karibu na Yesu na kufurahia uhusiano wa karibu Naye anapokuongoza maishani. Au, unaweza kujitenga mbali na Yesu na kuketi nyuma ya basi. Ukiwa nyuma, safari ni ngumu na huwezi kuona vizuri mahali unakoenda. Huwezi kuona matendo ya Yesu au kusikia sauti yake vizuri ukiwa kwenye kiti cha nyuma. Mara tu unapoabiri basi, na bila kujali mahali unapochagua kuketi, Yesu atakupeleka mahali anapotaka uende. Chaguo ni aina ya ya uhusiano unaotaka kuwa nao na Yeyee katika safari. Je, chaguo lako litakuwa kukaa ndani Yake au kukaa nyuma bila uhusiano wa karibu na Dereva?

Jana tulijifunza jinsi ya kukuza urafiki wetu na Yesu wakati wa ibada yetu ya kibinafsi ya kila siku. Lakini je, tunakaaje ndani Yake katika siku yetu iliyobaki?

Kukaa ndani ya Yesu ni zaidi ya kuwa na muda pamoja Naye. **Kukaa ndani ya Yesu ni kumwachia udhibiti wote na kubaki ukiwa umeungana naye ili upumzike na upokee.** Kama abiria aliye kwenye basi, hatuna udhibiti wa maisha yetu. Lakini kukaa ndani ya Yesu kunamaanisha kwamba hatuko peke yetu tena–tuko pamoja na Yesu. Neno *kukaa* limetafsiriwa kama "kubaki," au "kuishi."[1] Kukaa ndani ya Yesu kunajumuisha imani, utiifu, tumaini, pumziko, neema, na maisha ya yanayoongozwa na Roho. Umoja huu–ushirika–na Yesu ni umoja wa ajabu na Mungu na njia pekee ya uzima tele (Yn. 10:10).

> *Kukaa* pia inatafsiriwa kama "kubaki" au "kuishi." Katika somo hili, kukaa ndani ya Yesu kunamaanisha
>
> • kupumzika katika Mungu;
> • kumtegemea Mungu;
> • kuachilia yote kwa Mungu;
> • kupokea yote tunayohitaji kutoka kwa Mungu.

Yesu anasema, "Kaeni ndani yangu, nami ndani yenu" (Yn. 15:4). Anatoa mfano wa mzabibu: "Mimi ni mzabibu; nyinyi ni matawi" (Yn. 15:5). Yesu ni Mzabibu, chanzo cha uzima tele, wenye mizizi duniani na unaolisha mmea wote. Sisi ni matawi dhaifu, yanayotegemea mzabibu, tusioweza kuzaa matunda peke yetu. Lakini kadiri tunavyopokea lishe iliyojazwa neema kutoka kwa Mzabibu, Yeye huzaa matunda ya kubadilisha maisha kupitia sisi.

Hebu tafakari ni kiasi gani tawi dogo dhaifu linavyotegemea mzabibu kwa kila kitu linachohitaji kuishi na kustawi. Kwa kweli, Yesu alisema, "Nguvu zangu hutenda kazi vyema katika udhaifu" (2 Kor. 12:9). **Udhaifu wetu unaweza kutusaidia kutambua jinsi tunavyomtegemea Mungu.** Hilo ndilo lengo. Ndio maana Paulo aliandika, "Kwa hiyo nitajisifu kwa furaha zaidi kuhusu udhaifu wangu, ili uweza wa Kristo ukae juu yangu" (2 Kor. 12:9). Kwa hivyo tunabaki tukiwa tumeunganishwa na Mzabibu–kumwamini Yesu, kutumainia, na kujua kwamba kila kitu tulicho nacho na kila kitu tunachohitaji kinatoka Kwake. Ikiwa tutabaki tukiwa tumeunganishwa Naye, tutajazwa Roho Mtakatifu na Mungu atazaa matunda mengi maishani mwetu.[2] Yesu anasema katika Yohana 15:5, "Ninyi mkikaa ndani yangu nami ndani yenu, mtazaa matunda mengi." Hiyo ni habari njema. Lakini sehemu ya pili ya Aya hiyo inaongelea kupoteza uhusiano huo: "Bila mimi ninyi hamwezi kufanya lolote."

---

1 William Arndt et al., *A Greek-English Lexicon of the New Testament and Other Early Christian Literature* (Chicago: University of Chicago Press, 2000), 630.

2 R. Kent Hughes, *John: Ili Uamini, Kuhubiri Neno* (Wheaton, IL: Crossway Books, 1999), 357.

Ikiwa kukaa ndani ya Yesu kunamaanisha kuzaa matunda mema, basi kutokaa ndani ya Yesu kunamaanisha kinyume cha hilo: **hakuna kitu**. Kutozaa chochote chenye umuhimu wa kudumu milele. Hakuna kiasi cha matendo mema yanastahili kuwa "matunda" mema ambayo Yesu anazungumzia katika kifungu hiki, iwapo yanafanywa mbali na Mungu. Anatualika katika kazi Yake ili tutimize–kwa upendo–yale ambayo ametupangia tufanye (Yn. 15:9; Efe. 2:10). Kazi zinazofanywa bila upendo, ili kujifurahisha wenyewe, kupata kutambuliwa, na kuridhisha kiburi chetu hazitakuwa na thamani ya kudumu (1 Kor. 13:1–3).

Tumekusudiwa kuwa matawi yenye nguvu ambayo kutoka kwayo uzima wa Mungu unatiririka. Uhai unatoka kwa Mungu, si kwetu. **Hii ndio sababu Yesu hatuagizi tuzae matunda; Anatuamuru *kukaa ndani* yake. Kuzaa matunda ni kazi ya Roho Mtakatifu,** kwa hivyo tukimtegemea Yesu, Mzabibu, kama chanzo cha lishe yetu, matunda ya Mungu *yatatokea*, na tutamtukuza Mungu nayo (Yn. 15:8). Lakini tukigeuza mioyo yetu kwa kwa vitu vya kidunia ili kutupa uzima, tunakuwa watupu na wasio na uhai, kama kuni kavu (Yn. 15:6).

Mungu hataki tunyauke na tuwe watu wasiozaa matunda, wasio na uhai na waliojitenga na Yesu, ambaye ndiye chanzo cha uzima wetu. Yeye ndiye mkulima anayetujali (Yn. 15:1). Kwanza, anatusafisha na kutuunganisha na Mzabibu. Katika Kristo, sisi ni safi na tuna uwezo wa kuzaa matunda (Yn. 15:3). Lakini wakati

Ukristo wa Kidunia

Kukaa ndani ya Mungu huwatenga Wakristo wa kidunia na wafuasi wanaoongozwa na roho, waliojitoa kikamilifu kumfuata Yesu. Wakristo wa kidunia hufikiri na kutenda kama watu wa kidunia. Mtume Paulo aliwaita waumini wa Korintho "wa kidunia" au "wa kimwili" (1 Kor. 3:1–4).

Wakristo wa kidunia humhuzunisha roho mtakatifu siku zote kwa kutofanya yale ambayo Biblia inasema. Wanaudhika upesi, wana wasiwasi, wana hasira, hawasamehe, hawasali, wanakasirishwa upesi, wabinafsi, au wanazingatia sana fikira za wengine juu yao. Hawapingi dhambi kwa ukali; badala yake, wanaruhusu asili yao ya zamani ya dhambi kuathiri maisha yao zaidi ya Roho Mtakatifu (Rum. 8:5–8, 13). Kwa sababu ya imani yao dhaifu na kutokomaa kiroho, wanasukumwa zaidi na tamaa zao wenyewe na mawazo ya kiduniabadala ya mapenzi ya Mungu na ukweli wa Biblia.

Ikiwa hayo yanaeleza hali yako, kiri udhaifu wako na umpe Yesu nafasi sahihi ya ukuu katika maisha yako.

mwingine tunahitaji kupogolewa, kama vile mti wowote mzuri unaozaa matunda huhitaji kupogolewa. Kwa mfano, dhambi kama vile masengenyo, kutosamehe, wasiwasi, ubinafsi, na uraibu ni kama kuni kavu. Zinazuia mtiririko wa lishe ya Yesu inayotoa uzima. Zinamaliza nguvu zetu na kutuzuia tusizae matunda, kwa hivyo Mkulima huzikata (Yn. 15:2). Anataka kutuona tukiwa na afya njema, tukiwa na matunda, na tukiwa tumeunganishwa na Mzabibu, lakini tunahitaji kushirikiana naye. **Je, tunakaaje ndani ya Mungu?** *Tunapumzika* **katika Mungu.** *Tunamtegemea* **Mungu.** *Tunaachilia* **yote kwa Mungu. Tunapofanya hivyo,** *tunapokea* **yote tunayohitaji kutoka kwa Mungu.**

1. **Pumzika ndani ya Mungu**. Weka imani yako *katika* Mungu, lakini pia *mwamini* Mungu ili upumzike katika Yeye (Ebr. 4:9–11). Mwamini jinsi alivyo, yale aliyoyafanya, na wewe ni nani katika Yeye.

- Tulia ndani ya upendo wa Yesu kwako. Yesu anasema, "Kama vile Baba alivyonipenda mimi, hivyo ndivyo mimi nilivyowapenda nyinyi. Basi kaeni katika pendo langu" (Yn. 15:9).
- Tulia katika utoshelezi wa Yesu kwa ajili yako. Mungu anajua kabisa mahitaji yako na yale yanayokutia wasiwasi wako. "Naye Mungu wangu atawajaza ninyi na kila mnachohitaji kwa kadiri ya utajiri wake katika utukufu ndani ya Kristo Yesu" (Flp. 4:19).
- Tulia katika yale ambayo Mungu amekutendea kupitia Kristo. Usijali kuhusu kile unachopaswa kumfanyia Mungu. Badala yake, mtumikie kwa sababu unampenda, si kwa kulazimishwa. Hakuna tena kufanya kazi ili kupata kibali cha Mungu. Hakuna tena kujitambulishwa kwa msingi wa hali yako. Hakuna tena kung'ang'ana ili ujidhibiti. Pokea faraja yake. Je, utatulia katika Yesu?

2. **Mtegemee Mungu**. Amini kwamba Mungu anasema ukweli. Tegemea Neno lake na umtegemee Roho wake Mtakatifu. La

muhimu si kama Mzabibu utatupatia yote tunayohitaji bali ni iwapo tutayapokea kutoka Kwake. Je, utatafuta vyanzo vingine vya lishe kutoka kwa dunia na kuzuia utoshelezi wake? Usimwache Mungu. Pokea yote ambayo Mzabibu unakupa kila siku. Kuwa na imani na umruhusu awe na udhibiti kamili katika maisha yako ili aweze kutiririka kupitia kwako. Daima anastahili imani yetu na yuko tayari kukidhi mahitaji yetu. Je, utamtegemea Yesu?

3. **Mwachie Mungu Yote**. Amini kwamba Mungu ndiye anayesimamia matokeo na yatakayotendeka. Mkabidhi maisha yako yaliyopita, yaliyopo na yajayo. Kuna uhuru, uponyaji, na ukamilifu unapojiachilia kwake. Hiyo ni kwa sababu Mungu ndiye anayebadilisha mioyo na maisha—si *sisi*. Kwa hivyo salimisha mapenzi yako, hisia zako, na hali zako, na uruhusu neema ifurike katika maisha yako. Toa maisha yako kwa ajili ya wengine kama vile Yesu alivyofanya (Yn. 15:12–13), salimisha mipango yako pia. Mungu hatakuomba umfuate bila kukupa neema yake kwa ajili ya kila hatua unayopitia. Yesu anaahidi, "Mkizishika amri zangu, mtakaa katika pendo langu" (Yn. 15:10). Ili kukaa ndani ya Yesu, unahitaji kujisalimisha na kutii. Je, utamwachia Yesu kila kitu?

Kupumzika katika Yesu, kumtegemea, na kuachilia yote kwake kunaweza kuonekana kuwa hatua hatari ya imani. Lakini angalia baraka zilizoahidiwa tunazopokea tunapoendelea kuunganishwa na Yesu. Katika Yohana 15 Yesu alisema ukikaa ndani yake na maneno yake yakae ndani yako ...

- utazaa matunda mengi (mstari wa 5),
- maombi yako yatajibiwa (mstari wa 7 na wa 16),
- Utamtii (mstari wa 10 na wa 14),
- utahisi upendo Wake (mstari wa 9–10),
- utahisi furaha Yake (mstari wa 11),
- utaonyesha kwamba wewe ni mwanafunzi Wake (mstari wa 8), na
- utakuwa rafiki Yake (mstari wa 14).

Haya yanaweza kuonekana kuwa si kweli, lakini ni kweli. Na una chaguo la kufanya kila siku, kila wakati. Rafiki, je, utaishi kwa kumtegemea Yesu?

Wacha Biblia Inene:

Yohana 15:1–17 (Kwa Hiari: 1 Yohana 3:11–24)

Wacha Akili Yako Ifikirie:

1. Je, taswira ya basi au mzabibu ilibadilishaje jinsi unavyoona uhusiano wako na Mungu?

2. Soma tena ufafanuzi wa Mkristo wa kidunia. Unategemea mambo ya ulimwengu badala ya Mungu katika mambo gani? Tenga muda kumwomba Mungu msaada katika mambo hayo.

3. Unaweza kuchukua hatua gani ili kupumzika katika Mungu, kumtegemea Mungu, na kumwachia Mungu yote? Anza na hatua yako ya kwanza leo.

Wacha Nafsi Yako Iombe:

Bwana Yesu, Wewe ndiwe Chanzo cha uzima wangu. Nataka kukaa ndani yako. Nisaidie nipumzike katika Wewe, nikutegemee, niachilie vitu vyote Kwako, na nipate yote ninayohitaji kutoka Kwako. Zaa matunda mengi maishani mwangu kwa utukufu wako ... Katika jina la Yesu, amina.

Wacha Moyo Wako Utii:

(Mungu anakuongoza kujua, kuthamini au kufanya nini?)

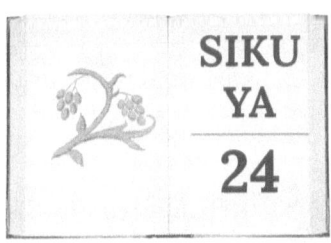

Pokea kutoka kwa Mungu–Kuza Mizizi Thabiti

Lakini amebarikiwa mtu ambaye tumaini lake ni
katika Bwana, ambaye matumaini yake ni katika Bwana.
Atakuwa kama mti uliopandwa kando ya maji uenezao
mizizi yake karibu na kijito cha maji. Hauogopi wakati wa
joto ujapo; majani yake ni mabichi daima. Hauna hofu
katika mwaka wa ukame na hautaacha kuzaa matunda.
Yeremia 17:7–8

Katika safari yako ya imani, huenda ukavipenda vifungu fulani vya
Biblia. Katika nyakati zako za kuvunjika moyo, unagundua vifungu
ambavyo huchangamsha nafsi yako siku zote. Na katika nyakati zako
za furaha za ibada, unapata vifungu vinavyotangaza ukuu na fahari
ya Mungu. Ni jambo la kawaida kwa waumini kurudi kwenye vifungu
wanavyovipenda sana ili kupata matumaini na kutiwa moyo. Chukua
kwa mfano Isaya 55. Tunanukuu mstari wa 11 kukumbuka kwamba
Neno la Mungu "haitarudi [Kwake] bure" (Isa. 55:11). Lakini tunasahau
kuendelea kusoma. Tunazingatia sehemu tunazopenda za sura hiyo
lakini tunakosa muktadha. Ukitazama kwa makini, kifungu hicho
kinadhirisha badiliko la ajabu: "Badala ya kichaka cha miiba itaota
miti ya misunobari, na badala ya michongoma utaota mhadasi"
(Isa. 55:13). Neno la Mungu litatimiza kusudi lake la kuchukua miiba
na michongoma, yaani matokeo ya dhambi (Siku ya 3), na kuigeuza

kuwa miti iliyonawiri—maisha mapya. Kifungu hiki hakiashirii tu sehemu ya nne ya Hadithi ya Mungu bali pia kinaashiria kwamba sisi ni kama miiba na miti hiyo.

Kazi ya Mungu ya wokovu inatubadilisha kikamilifu. Hatutoki kuwa kama kichaka dhaifu cha miiba na kuwa kichaka cha miiba kilichoboreshwa. Tunapompokea Yesu, tunakuwa tofauti kabisa.[1] Maisha yetu mapya katika Yesu yanatufanya kuwa kama miti mikubwa: yenye nguvu na yenye kuzaa matunda, "mialoni mikubwa ambayo [Yeye] ameipanda kwa utukufu wake mwenyewe" (Isa. 61:3). Lakini miti hukua polepole, nasi pia hukua polepole. Inachukua muda kukuza mizizi mirefu ya kiroho katika Mungu, kuwathabiti kikamilifu na tayari kutumia nguvu Zake tunapotekeleza hadithi zetu Naye kila siku. **Nguvu na mazao ya maisha yetu hutegemea mizizi yetu.**

Mizizi ni muhimu zaidi. Matawi yaliyokatwa yanaweza kukua tena, lakini mizizi iliyovunjika inaweza kuua mti mzima. Ndio maana "wamchao Mungu wana mizizi mirefu" (Mit. 12:3). **Mizizi isiyoonekana hutoa matunda yanayoonekana.** "Tunaeneza mizizi chini na kuzaa matunda juu" (2 Fal. 19:30). Vivyo hivyo, muda wetu na Mungu hauonekani lakini huimarisha imani yetu na hudhihirisha uthibitisho wanje wa imani yetu. Kama vile mizizi hunywa maji na virutubisho wakati wote, nasi pia tunahitaji kuendelea kutegemea nguvu, hekima, neema, na upendo wa Mungu wakati wote. Hatuwezi kutia juhudi ili kustahili kupewa thawabu hizo. Ni Mungu pekee ndiye anayeweza kutupa thawabu hizo bure, lakini tunahitaji kuzipokea.

Kukaa ndani ya Yesu kunahusisha kukuza mizizi mirefu, yenye afya ndani Yake, iliyotiwa maji ya uzima wa Roho Mtakatifu (Yn. 4:10; 7:38–39). Kupitia kwa ibada za kibinafsi za kila siku, tunakita mizizi katika Neno la Mungu, tunakita mizizi katika maombi, tunakita mizizi katika neema, na tunakita mizizi katika upendo. Kupokea yote tunayohitaji kutoka kwa Mungu kunahitaji imani na kumtumainia Mungu ili kukuza mizizi ya kiroho yaliyo tayari kupokea utoshelezi wa Mungu.

Je, unahitaji lishe gani ili kupokea kutoka kwa Mungu leo?
Kuza mizizi katika Neno la Mungu ili kupokea HEKIMA yake.

---

1 Paul Tripp, "Why Do I Need the Bible?" Paul Tripp Ministries, Inc., May 13, 2019. https://www.paultripp.com/app-read-bible-study/posts/001-why-do-i-need-the-bible.

Hekima ni karama ya kiroho kutoka kwa Mungu inayotolewa kwa ukarimu kwa wale wanayoiomba (Yak. 1:5). Lakini mara nyingi hatuombi kupewa hekima, kwa hivyo hatuipokei (Yak. 4:2). Tunapokuwa na muda pamoja na Mungu, tunaposoma au kusikiliza Neno Lake, hiyo inatupa fursa ya kupokea hekima na nguvu zake. Anaongoza njia zetu, mazungumzo yetu, na mahusiano yetu.

Heri mtu yule ... sheria ya BWANA ndiyo impendezayo, Na sheria yake huitafakari mchana na usiku. Naye atakuwa kama mti uliopandwa Kandokando ya vijito vya maji, Uzaao matunda yake kwa majira yake, Wala jani lake halinyauki; Na kila alitendalo litafanikiwa. Majani yao hayanyauki, na wanafanikiwa katika yote wanayoyafanya. (Zab. 1:1-3)

Jiimarishe katika Neno la Mungu kama vile mizizi hushikilia mti kwa njia imara ardhini. Anza kwa kusoma mstari mmoja kila siku kutoka katika kitabu cha Mithali, mojawapo ya vitabu vya hekima katika Agano la Kale. Kwa kutenga muda kwa ajili ya Neno la Mungu, tunajifunza mapenzi ya Mungu, na msingi wetu utakuwa thabiti tunapokumbwa na dhoruba kali za maisha (Mt. 7:24–25). Kaa katika Neno Lake.

Kuza mizizi katika maombi ili kupokea AMANI yake.

Maombi, hasa maombi ya faragha, hukuza mizizi mirefu ya kiroho. Kama vile mizizi ya mmea hunywa maji kila wakati wote, sisi "huomba bila kukoma," tukinywa na kuburudishwa na nguvu za Roho Mtakatifu (1 Thes. 5:17). Na haijalishi nini kinachotokea katika ulimwengu unaotuzunguka, tunapoomba *kwa shukrani*, Mungu hutupatia amani yake isiyo ya kawaida (Flp. 4:6–7). Amani yake ni kuu kuliko kitu chochote tunachoweza kuelewa au kujaribu kuzalisha peke yetu. **Amani yetu inatiwa nguvu na maisha yetu ya maombi.** Amani ya Mungu ndio inayowezesha waumini wanaopata hasara au wanaovumilia ugonjwa sugu kusema kwamba, "Niko sawa. Mungu yu pamoja nami" licha ya hali yao. Amani wanayopokea kupitia maombi inakuwa ushuhuda wenye nguvu wa utoshelezi na utunzaji wa Mungu. Wanapokea yote wanayohitaji kutoka kwa Mungu wanapoweka tumaini lao Kwake kwa njia ya maombi.

Utamlinda yeye ambaye moyo wake umekutegemea Katika amani kamilifu, kwa kuwa anakutumaini! (Isa. 26:3)

Yesu alijua thamani ya kuishi katika hali hii ya amani isiyokoma na kumtegemea Baba Yake, hivyo akatuwekea kielelezo cha jinsi muda wa maombi ya kibinafsi unavyoonekana. "Lakini yeye alikuwa akijiepua, akaenda mahali pasipokuwa na watu, akaomba" (Lk. 5:16). Pia alitufundisha waziwazi kuhusu sala: "Lakini wewe unaposali, ingia chumbani mwako, funga mlango na umwombe Baba yako aliye sirini. Naye Baba yako aonaye sirini atakupa thawabu yako" (Mt. 6:6). Labda Sala ya Bwana ndio inayotoa kielelezo cha maombi chenye maelezo zaidi na kinachokaririwa zaidi.[1] Haijalishi maisha yetu ya maombi ya kibinafsi yakoje, fahamu kwamba kadiri tunavyotumia muda mwingi kuzungumza na Mungu, ndivyo mizizi yetu inavyozidi kukua katika subira na amani Yake. Dumu katika maombi.

Kuza mizizi katika neema ya Mungu ili upokee UPENDO WAKE. Ni vigumu kuonyesha upendo ikiwa haujaupokea wewe mwenyewe. Kukaa ndani ya Kristo ni kupokea kwa makusudi fadhili za Mungu zenye upendo na zisizo na masharti kila siku. Tunapokumbuka kwamba hakuna kitu tunachoweza kufanya ili kupata au kupoteza upendo wa Mungu, tunajikita katika neema ya Mungu. Badala ya kufikiria mabaya zaidi juu ya wengine, tunaamini yale yaliyo bora zaidi juu yao. Tunawacha kuwa watu wa kuhukumu na badala yake tunaonyesha upendo kwa haraka zaidi. Kupitia imani, "Kristo akae mioyoni mwenu kwa imani mkiwa na shina na msingi katika upendo" (Efe. 3:17). Mtume Paulo alijua nguvu za upendo wa Mungu. Aliomba:

Ili mpate kufahamu pamoja na watakatifu wote jinsi ulivyo upana, na urefu, na kimo, na kina; kuujua upendo wake Kristo, upitao ufahamu kwa jinsi ulivyo mwingi, mpate kutimilika kwa utimilifu wote wa Mungu. (Efe. 3:18–19)

---

1 Sala hii ya Bwana imetolewa katika Mathayo 6:9-13: "Baba yetu uliye mbinguni, Jina lako litukuzwe, Ufalme wako uje, Mapenzi yako yatimizwe, hapa duniani kama huko mbinguni. Utupe leo riziki yetu. Utusamehe deni zetu, kama sisi nasi tuwasamehevyo wadeni wetu. Na usitutie majaribuni, lakini utuokoe na yule mwovu".

Tunapopokea upendo wa Mungu usio na kipimo, tunakuwa salama zaidi katika nafasi yetu ndani ya Kristo. Hali hii inatubadilisha, na tunakuwa chombo cha kuonyesha wengine upendo wa Mungu. Kukuza mizizi ndani ya upendo wa Kristo ndio jinsi tunavyotimiza kusudi letu la kuwapenda wengine vyema (Siku ya 16). Jitambue *wewe* ni nani kwa sababu *unamfahamu* vyema. Kaa katika upendo wake (Yn. 15:9).

Mungu hana kikomo. Kadiri tunavyokaa ndani ya Kristo, anatupatia yote tunayohitaji kwa wakati mwafaka na kwa njia mwafaka. "Basi kama mlivyompokea Kristo Yesu, Bwana, enendeni vivyo hivyo katika yeye; wenye shina na wenye kujengwa katika yeye; mmefanywa imara kwa imani, kama mlivyofundishwa; mkizidi kutoa shukrani" (Kol. 2:6–7). Wakati wetu na Mungu unatuwezesha kukita mzizi katika Yeye ili tuweze kupokea nguvu zake, huku tukisonga mbele licha ya changamoto za kila siku. **Tunapokuza mizizi chini, pia tutakuza matawi kwenda juu.** Matawi yetu yatakuwa mapana na yenye nguvu, yakihifadhi wengine, yakistahimili dhoruba, na kuzaa matunda mengi. Tutajifunza zaidi kuhusu matunda kesho, lakini kwa sasa, kumbuka kwamba muda wako wa kila siku na Mungu ni kazi inayokuza mizizi—na mizizi ndio ufunguo wa kukaa katika Mungu.

Wacha Biblia Inene:
Zaburi 1 (Kwa Hiari: Isaya 55)

Wacha Akili Yako Ifikirie:
1. Je, kumwamini Mungu kukupa yote unayohitaji kunabadilishaje jinsi unavyovumilia hali ngumu?

2. Je, ni nini kinakuzuia kutenga muda na Mungu kila siku? Ni mabadiliko gani unaweza kufanya ili kukita mizizi katika Mungu na Neno Lake?

3. Je, unahitaji kupokea nini kutoka kwa Mungu leo? Furaha? Faraja? Uwezo wa kupambanua mambo? Mwombe Mungu akusaidie; Atafanya hivyo.

Wacha Nafsi Yako Iombe:
Baba, nataka kukuza mizizi yenye afya katika Wewe. Ninapokuwa na muda na Wewe kila siku, nisaidie kukua katika Neno Lako, katika maombi, na katika upendo Wako. Niimarishe katika Wewe ili nipate yote ninayohitaji na niwe imara wakati wa shida ... Katika jina la Yesu, amina.

Wacha Moyo Wako Utii:
(Mungu anakuongoza kujua, kuthamini au kufanya nini?)

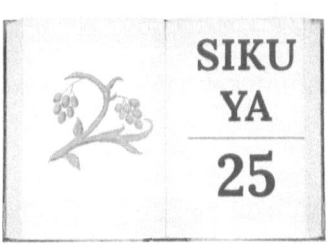

Zaa Matunda Unapokaa Ndani Yake

Lakini tunda la Roho ni upendo, furaha, amani, uvumilivu,
utu wema, fadhili, uaminifu, upole, [na] kiasi.
Wagalatia 5:22–23

Kama kungekuwa na neno moja la kuelezea kile kinachotokea katika
maisha ya muumini kati ya sasa na mbinguni, lingekuwa *mabadiliko*.
Kuwa na imani katika Yesu hutuweka katika mchakato wa mabadiliko
wa maisha yote. Tunafanywa upya kabisa kiroho, lakini thibitisho la
mabadiliko linaweza kuchukua muda kuonyesha matokeo. Ni kama
mbegu ambayo inachukua muda kukua kabla ya kuzaa matunda.
Maisha yetu hubadilika kwa njia halisi baada ya muda na hatimaye
kuzaa matunda ya kiroho. Katika hali zote mbili, Mungu ndiye
anayesababisha ukuaji. Mtume Paulo alisema hivi: "Mimi nilipanda
mbegu ndani ya mioyo yenu, na Apolo akatia maji, lakini Mungu
ndiye aliyeikuza" (1 Kor. 3:6).

Ukweli mzuri ni kwamba mtu fulani alipanda mbegu ya injili
katika maisha yako, iwe ni siku kadhaa zilizopita au miaka mingi
iliyopita. Lakini Mungu ndiye anafanya mbegu ikue (Mk. 4:26–28).
Anataka uhisi upendo wa kweli, uhuru kutokana na uraibu, kujiamini
ukiwa na amani, furaha kwa ajili ya siku zijazo, na mengine mengi.
Haijalishi umefanya nini au umetendewa nini, Mungu atakamilisha

kile alichoanza maishani mwako (Flp. 1:6). Atabadilisha *kila sehemu ya maisha yako:*[1]

1. **Akili** yako kuwa akili ya Kristo kadiri unavyosoma Neno la Mungu
2. **Upendo** wako kwa Mungu kadiri unavyopokea upendo wake usio na masharti
3. **Nia** yako kadiri unavyojifunza kukaa katika Mungu, kumtumainia, na kumtii
4. **Mahusiano** yako kadiri unavyowapenda wengine, hata wale ambao ni kero kwako au tofauti na wewe
5. **Kusudi** lako kadiri unavyojifunza kuishi kwa ajili ya utukufu wa Mungu, si utukufu wako mwenyewe

Je, umeanza kuona baadhi ya mabadiliko hayo? Tiwa moyo na kazi nzuri ya Mungu na ushukuru kwa ajili ya kazi yake nzuri katika maisha yako. Kumbuka, si umbali ambao unapaswa kwenda bali ni umbali ambao umefika ndio muhimu. Tutajifunza zaidi kuhusu mchakato huu wa mabadiliko (unaoitwa utakaso) katika Wiki ya 7. Lakini kwa leo, fahamu kwamba kuzaa matunda ni thibitisho la mabadiliko na matokeo ya imani ya kudumu.

Kuzaa matunda ni zawadi ya thamani ambayo Mungu hutupa ili tujue sisi ni wake. Hatuhitaji kusubiri kukutana na Yesu ili kujua tuna uhusiano wa kweli naye. Kumbuka, wokovu ni kwa imani pekee, "lakini imani iokoayo si peke yake."[2] Yesu aliwaambia wanafunzi wake:

Mimi ni mzabibu; ninyi ni matawi. Akaaye ndani yangu nami ndani yake, huyo huzaa sana; maana pasipo mimi ninyi hamwezi kufanya neno lo lote. Mtu asipokaa ndani yangu, hutupwa mbali kama tawi na kunyauka; na matawi hukusanywa, na kutupwa motoni, na kuteketezwa. Ninyi mkikaa ndani yangu, na maneno yangu yakikaa ndani yenu, ombeni

---

1 Zane Pratt, "Making Disciples in Another Culture." Breakout, Send Conference, Orlando, FL, July 26, 2017.
2 Norman L. Geisler, *Systematic Theology: In One Volume* (Minneapolis, MN: Bethany House Publishers, 2011), 890.

mtakalo lote nanyi mtatendewa. Kwa hili Baba yangu hutukuzwa, kwa vile mzaapo matunda mengi na hivyo kuwa wanafunzi wangu. (Yohana 15:5–8)

Mimi na wewe tunaweza kusoma kifungu hiki na kufikiria amri ni kuzaa matunda. Lakini katika lugha ya asili ya Kigiriki ya Agano Jipya, tunagundua amri ni kukaa ndani ya Yesu. Kuzaa matunda ni thibitisho la urafiki wetu wa karibu naye. Tunaweza kupumzika tukijua kwamba tunawajibika si kwa *wingi* wa matunda bali kwa *ubora* wa uhusiano wetu na Mungu.

Waumini wote wanaweza kuzaa matunda kwa wingi. Mjane maskini anaweza kuzaa matunda mengi kama mchungaji ambaye amehubiri maisha yake yote ikiwa atakaa ndani ya Kristo na kutumia kile ambacho Mungu amempa kwa utukufu wake (Lk. 16:10). Mungu anatubadilisha ili tuwe na asili kama yake kadiri tunavyoshirikiana naye (Siku ya 5): "Vueni utu wenu wa kale, ambao ni ya mwenendo wenu wa kwanza, na umeharibika kwa tamaa danganyifu; mfanywe wapya katika roho ya nia zenu, mkavae utu mpya, ulioumbwa kwa namna ya Mungu katika haki na utakatifu wa kweli" (Efe. 4:22–24). Kushirikiana hakuhusishi kujiboresha na **kuzingatia sheria**. Kunahusu kuwa kiumbe kipya ambacho Mungu amekufanya uwe. Haijalishi tunaishi wapi au tumeishi kwa miaka mingapi, Mungu huzaa matunda tele ndani yetu tunapokaa ndani ya Yesu.

Sasa kwa kuwa tumejifunza umuhimu wa kuzaa matunda, ni wakati wa kuufafanua maana ya matunda. Biblia inaeleza matunda kwa njia kadhaa tofauti: tabia kama ya

Kuzingatia Sheria:
Kufuata sheria kupitia kiasi. Watu hunaswa na mtego wa kuzingatia sheria wanapojitahidi ili kupata kibali cha Mungu au kujipendekeza kwa wengine kupitia tabia au matendo yanayoonekana kuwa mema kwa nje. Yesu analaani tabia ya kuzingatia sheria. Hatuwezi kumtumikia Yesu ikiwa bado tunajaribu kujipendekeza kwa watu wengine (Gal. 1:10), na hatuwezi kupokea neema ya Mungu kupitia chochote tunachofanya. Badala yake, tunapokea kibali cha Mungu kupitia yale ambayo Yesu aliyotufanyia (Efe. 2:8–9). Utiifu wa kiungu hautokani na kuzingatia sheria bali unatokana na shukrani na upendo kwa Mungu na yote aliyotufanyia.

Kristo (Gal. 5:22–23), tabia ya uadilifu (Flp. 1:11), sifa (Ebr. 13:15), na kuwaongoza wengine kuweka imani yao katika Kristo (Rum. 1:13–16). Yesu alizungumza kuhusu kuzaa matunda kupitia *upendo wetu* kwa Mungu na upendo wetu sisi kwa sisi (Yn. 15:9–17).

Leo tuzingatie tunda la tabia yetu kama ya Kristo, inayochipuka kwanza katika mioyo yetu na kisha kudhihirika kupitia matendo yetu. Upendo, furaha, amani, uvumilivu, utu wema, fadhili, uaminifu, upole, na kiasi vyote vinahusiana–vipengele tofauti vya tunda lile lile, lililokuzwa na Roho ndani yako. Ikiwa tuna upendo, tutakuwa na furaha. Ikiwa tuna furaha, tutakuwa na amani. Ndivyo ilivyo tunapokosa matunda. Bila amani, hatuwezi kuwa na subira. Bila subira, hatuwezi kuwa na kiasi, na kadhalika. Tunda la Roho litaongezeka au kupungua kadiri uhusiano wetu na Mungu unavyoongezeka au kupungua.

Wakati mwingine tunajaribiwa kufikiri kwamba tunaweza kukuza vipengele fulani vya tunda hili na si vingine. Mtu anaweza kusema, "Sijawahi kuwa mtu mvumilivu, lakini ninaweza kukua katika vipengele vingine." Au, "Baba yangu alikuwa mkali, kwa hivyo sikujifunza kuwa mpole." Lakini hatuwezi kuwacha kukua katika baadhi ya vipengele vya tabia ya Mungu kwa sababu ni vigumu. Pia hatungependa kuweka mipaka katika kazi ya Mungu ndani ya maisha yetu kwa sababu ya haiba zetu, maisha yetu ya zamani, au tamaduni zetu. Vipengele *vyote* vya tunda la roho ni *muhimu*. Cha kupendeza, ikiwa tunakua kwa dhati katika mojawapo ya vipengele hivi, tutakua katika vipengele vingine pia.

Ikiwa tunataka kujua ikiwa imani ni ya kweli, angalia tunda. Yesu anasema, "Mti mzuri huzaa matunda mazuri, na mti mbaya huzaa matunda mabaya... . Naam, kama vile unaweza kutambua mti kwa matunda yake ndivyo unaweza kuwatambua watu kwa matendo yao" (Mt. 7:17, 20). Mwambie Yesu akusaidie kuondoa matunda mabaya. Anaweza kukusaidia kukuza matunda mazuri yanayoonyesha wewe ni wake. "Ondoeni uchungu wote, ghadhabu, hasira, maneno makali na matukano, pamoja na kila aina ya tabia mbaya. Badala yake, iweni wafadhili ninyi kwa ninyi, wenye huruma, mkasameheane kama vile Mungu katika Kristo alivyowasamehe ninyi" (Efe. 4:31–32). Ndio, sameheaneni.

Msamaha ni sehemu ya tunda jema. Kama tulivyojifunza katika Siku ya 10, ikiwa Mungu anatusamehe, tunaweza kuwasamehe wengine wanaotuumiza. Hii ni hatua muhimu katika safari yetu ya imani na ndio sababu ya kuitaja tena. Kwa sababu kupokea msamaha wa Mungu na kuwasamehe wengine hulainisha mioyo yetu na kuturuhusu kukuza tunda la Roho. Msamaha hauruhusu wala hauhalalishi makosa bali huondoa machungu yanayotia sumu kwenye tunda jema. Hatukasiriki tena kwa urahisi tunapokumbuka kwamba tumesamehewa. Mioyo yenye kusamehe huwa na subira, fadhili, na uaminifu.

Kinyume cha hilo, gugu la kutosamehe hulimaliza matunda mema. Linazuia upendo, linaua furaha, na kuiba amani. Linaweza kusababisha machungu yanayotufanya tusiwe na subira, tusiwe wenye fadhili, na hata tuwe na chuki. Tunaweza kukata tamaa na watu, tukawa wakali na tukakosa kuwa waangalifu katika maneno na matendo yetu. Tunapokataa kuwasamehe wengine, kwa kawaida ni kwa sababu hatuelewi au hatukumbuki ni kiasi gani Mungu ametusamehe (Lk. 7:47). Ukweli mgumu ni kwamba tunapokataa kusamehe, tunabaki katika utumwa na tunasaliti neema ya Mungu. (Mathayo 18:21–35, mfano wa kuhusu mdaiwa asiyesamehe.) Rafiki, **msamaha haumweki huru aliyetukosea; unatuweka huru kutokana na maumivu yetu**. Hatua hii ngumu huleta uponyaji na afya ili kuzaa matunda mazuri.

Matunda mazuri hudhihirisha imani ya kweli. Kuzaa matunda si tu ishara ya mabadiliko ya ndani ya moyo, bali pia kunajidhihirisha katika matendo ya nje. Yakobo anasema kwamba imani ya kweli huzaa matendo mema—matunda mema (Yak. 2:26). "Tunaokolewa kwa imani, inayoonyeshwa kwa matendo (Efe. 2:8–10; Tito 3:3–8)."[1] Na Mungu pia anafanya kazi katika maisha yako hivi sasa, akikubadilisha ili uzae matunda ya kiroho. Usivunjike moyo ikiwa mabadiliko hayafanyiki haraka, hiyo ni sehemu ya kazi ya kukuza mizizi ambayo ni muhimu kwa hadithi yako ya kweli (Siku ya 24). Kwa hivyo, "Tena tusichoke katika kutenda mema, maana tutavuna kwa wakati wake, tusipozimia roho" (Gal. 6:9). Endelea kupata lishe kutoka kwenye Mzabibu. Usikate tamaa. Mungu atazalisha mavuno kupitia kwako kwa wakati mwafaka, na yatakuwa matamu.

---

1 1 Ibid., 1041.

Wacha Biblia Inene:
Wagalatia 5:13–6:10 (Kwa Hiari: Yakobo 2:14-26)

Wacha Akili Yako Ifikirie:
1. Je, matunda unayoyaona maishani mwako yanakuambia nini kuhusu imani yako?

2. Tafakari juu ya yule aliyepanda mbegu za injili katika maisha yako na umshukuru Mungu kwa ajili yake. Ni nani katika maisha yako aliye mbali na Mungu ambaye unaweza kupanda mbegu za injili kwa upendo ndani yake?

3. Je, kuna mtu unahitaji kumsamehe? Orodhesha watu au majeraha ambayo yanahitaji msamaha wako. Mwombe Roho Mtakatifu akusaidie kusamehe na kuachilia kila kosa au kila mtu anayekuja akilini mwako. **Msamaha ni hatua ya lazima katika safari yako ya imani.** Ikiwa huwezi kusamehe, tafuta mchungaji unayemwamini au rafiki Mkristo mwenye hekima akusaidie.

Wacha Nafsi Yako Iombe:
Baba, zaa matunda mema maishani mwangu kwa utukufu wako. Ninaomba kwamba wengine wanapokaa nami, waonje wema Wako. Nionyeshe tunda lolote maishani mwangu ambalo halikupendezi; liondoe na usafishe moyo wangu ili nipate kuzaa matunda mazuri, yaani, upendo, furaha, amani, uvumilivu, utu wema, fadhili, upole, uaminifu na kiasi. Nisaidie kuwasamehe wengine kama ulivyonisamehe. Asante kwa yote unayofanya ndani yangu na kupitia kwangu ... Katika jina la Yesu, amina.

Wacha Moyo Wako Utii:
(Mungu anakuongoza kujua, kuthamini au kufanya nini?)

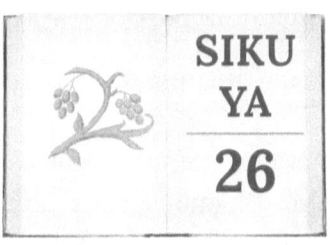

Pinga Majaribu

Fanya lililo jema na ukimbie uovu ili upate kuishi!
Amosi 5:14

Kupinga majaribu ni vigumu zaidi kuliko tunavyofikiria. Watu wengi hawana uwezo wa kutarajia nguvu ya tamaa na hujiweka majaribuni bila kukusudia. Kama hatua muhimu ya jana ya msamaha ambayo wakati mwingine huwa ngumu, leo, tunachukua hatua ngumu ya kujilinda kutokana na dhambi–kwa sababu dhambi si jambo zito.

Hatutaelewa kikamilifu madhara ya dhambi kwa uumbaji. Lakini tunaweza kutambua uzito wa madhara ya dhambi tunapoelewa itikio kali la Mungu dhidi ya dhambi. Dhambi zetu zilimgharimu Yesu, Mwanawe wa pekee, aliyetundikwa msalabani. Akiwa uchi, akivuja damu, akadhihakiwa, na kuachwa peke yake ili tusamehewe, tupone, tupate kibali na kufanywa wana wake. Yesu hakulipa gharama ya dhambi zetu tu, bali pia alivunja *nguvu* za dhambi juu yetu. Zamani tulikuwa watumwa wa dhambi, lakini sasa tuko huru (Rum. 6:22). Tunaweza kuishi *kwa ajili ya* Mungu, *pamoja na* Mungu, na *ndani ya* Mungu. **Hakuna kitakachotutenga na upendo wa Mungu** (Rum. 8:38). Hata dhambi.

Lakini dhambi bado inaumiza. Inatuumiza sisi na mahusiano yetu yote, hasa uhusiano wetu na Mungu. **Dhambi huzuia muunganisho wetu na Mzabibu**. Tukiwa tumetengwa na Chanzo cha Uhai wetu, amani, nguvu, na furaha vyote vitanyauka. Hatutazaa matunda yoyote mazuri. Mungu ataonekana kuwa mbali–maombi hayatakuwa na uhai na Neno Lake litachuchosha. Dhambi huvunja kukaa kwetu ndani ya kristo wetu, na tunateseka kwa sababu ya matokeo ya utengano huo.

Ikiwa bado tunajaribu kuepuka matokeo ya dhambi, basi hatujajifunza chochote. Dhambi daima ina matokeo, matokeo mabaya sana, ambayo huzuia maisha tele—baraka—ambazo Yesu alikufa ili kukupa.

Wasiwasi huzuia utulivu. Wivu huvunja amani. Masengenyo huharibu urafiki. Hofu huzuia imani. Kulalamika huua furaha. Uongo huvunja uaminifu. Kutokuwa mwaminifu huharibu uhusiano.

Sisi sote tunataka utulivu, amani, urafiki, imani, na furaha. Sisi sote tunataka mahusiano yenye uaminifu. Kwa hivyo hebu tuelewe ukweli na tuandae mpango.

Ukweli ni kwamba tamaa zetu zisizofaa zinaweza kutuvuta kwa dhambi (Yak. 1:14), na adui yetu anajua udhaifu wetu: "tamaa [yetu] ya anasa za kimwili, tamaa [yetu] ya kila tunachokiona, na kiburi [chetu] kwa ajili ya mafanikio na mali tunayomiliki" (1 Yoh. 2:16). Shetani pia alimjaribu Yesu katika kila moja ya mambo hayo, lakini Yesu alibaki kuwa mwaminifu. Hebu tujifunze kutokana na mfano kamili wa Yesu.[1]

Kwanza, Shetani alitumia jaribu la kimwili ili kumshawishi Yesu afanye kile alichohisi kuwa sawa (Luka 4:3–4). Yesu alipofunga kwa siku arobaini, Shetani alimjaribu ageuze mawe kuwa mkate. Yesu akamjibu, "Imeandikwa: 'Mtu hataishi kwa mkate tu'" (Luka 4:4). Yesu alimtumainia Mungu kutosheleza mahitaji yake *kwa wakati mwafaka*. Rafiki, adui alimnong'onea, "Hakuna haja ujinyime. Hakuna mtu atakayejua. Itakuwa mara moja tu," au, "Kila mtu anatenda dhambi na dhambi zote ni sawa; zaidi ya hayo, Mungu anataka uwe na furaha." Usisikilize uongo huu. Mbali na Mungu, hatuna jambo jema (Zab. 16:2). Mwamini Mungu ayakidhi mahitaji yako. "Kwa kuwa hakumwachilia hata Mwana wake mwenyewe, bali alimtoa kwa ajili yetu sisi sote, je, hatatupa sisi pia vitu vingine vyote?" (Rum. 8:32). Mungu atatoa kwa njia iliyo sawa.

Kisha, Shetani alitumia jaribu la kihisia ili Yesu atilie shaka upendo wa Mungu (Luka 4:5–8). Shetani alimwonyesha Yesu

---

1 Soma Luka 4:1–13 kwa simulizi kamili ya Shetani akimjaribu Yesu nyikani. Tambua kwamba ingawa Yesu hakuwa na dhambi, bado alipata majaribu. Hiyo inadhihirisha kwamba jaribu la kutenda dhambi si dhambi yenyewe.

falme zote za ulimwengu na kuahidi kumpa. Kile ambacho Yesu alipaswa kufanya ni kumwabudu tu Shetani, lakini Yesu alikataa. Yesu alimtumainia Mungu kumpa kile ambacho kilikuwa chake *kwa wakati mwafaka*. Rafiki, adui atakuonyesha utajiri wa kidunia, vitu vya kuvutia, na mamlaka. Atasema, "Hautoshi. Huna akili vya kutosha. Hauna vitu vya kutosha. Huvutii." Atajaribu kukushawishi kwamba utakuwa kamili na kuridhika mara tu unapozingatia mambo hayo. Usimsikilize–mpinge. Anajaribu kuelekeza ibada yako mbali na Mungu na kukutia katika mhemko usiokoma. Ikiwa hatutosheki bila vitu hivyo, hatutatosheka tukiwa na vitu hivyo. Adui huvunja ahadi na kuiba baraka. Mungu hutimiza ahadi zake na kutoa baraka za kweli–si utajiri wa kidunia unaopita siku zote, bali utajiri wa milele wa mbinguni; si uzuri wa kimwili unaofifia, bali uzuri wa ndani usiofifia; si mamlaka ya kidunia, bali ushawishi wa kiungu.[1] Kuwa mwaminifu na kidogo, na Mungu atakukabidhi mengi (Mt. 25:23).

Hatimaye, Shetani alitumia jaribu la kiburi kutilia shaka utambulisho wa Yesu (Luka 4:9–12). Shetani alitaka Yesu aruke kutoka kwenye paa la hekalu ili kuthibitisha utambulisho Wake kuwa Masihi, akijua kwamba malaika wangamshikilia. Yesu alikataa. Yesu hakuhitaji kujithibitisha. Alimtumainia Mungu kumfunilia utambulisho Wake wa kweli *kwa wakati mwafaka*. Shetani atatilia shaka utambulisho wako katika Kristo na kukujaribu kutafuta uthibitisho kutoka kwa wengine. Atanong'ona, "Je, wewe ni mtoto wa Mungu kweli? Je, anakupenda kweli? Basi thibitisha hilo. Fanya kazi kwa bidii zaidi. Boresha utendakazi wako. Jitahidi." Usimsikilize–mpinge. Hakika wewe ni mtoto wa Mungu. Hakuna haja ya kuthibitisha utambulisho wako kwa wengine au kwako mwenyewe.

Shetani hutujaribu kama vile alivyomjaribu Yesu. Yeye ni baba wa uwongo wote, na ana kazi moja: kuiba, kuua na kuharibu (Yn. 8:44; 10:10). Anamchukia Mungu, na anachukia uhusiano wetu wa kudumu na Mungu. Anataka tukubali majaribu ili aweze kuvunja uhusiano huo. **Majaribu yenyewe si dhambi; ni wito wa vita.** Hivi ndivyo unavyopaswa kupigana na kushinda:

---

1 Matt. 5:13–14; 6:19–20; 1 Pet. 3:3–4.

1. **Mtegemee Roho Mtakatifu, si uwezo wako.**[1] Kamwe hauko peke yako. Mungu yu pamoja nawe, *ndani* yako, na "anaweza kukulinda usijikwae" (Yuda mstari wa 24). "Naye Mungu ni mwaminifu; hataruhusu mjaribiwe kupita mnavyoweza. Lakini mnapojaribiwa atawapa njia ya kutokea ili mweze kustahimili" (1 Kor. 10:13). Kupitia nguvu za Roho Mtakatifu, tunaweza kufanya chaguo sahihi *kila wakati*. Sisi si watumwa wa dhambi tena, na sasa tuna uwezo na mamlaka ya kufanya maamuzi bora zaidi. Mtegemee Roho Mtakatifu na uwezeshe ahadi kutimia: "Mpingeni shetani naye atawakimbia" (Yak. 4:7).

2. **Nena Neno la Mungu.** Maneno yana nguvu (Mit. 18:21; Mt. 12:37). Kila mara Shetani alipomjaribu Yesu, Yesu alinukuu Maandiko alipomjibu. Yesu alijua Maandiko kwa kila jaribu mahususi. Alikuwa tayari *kabla ya* shambulio; tunaweza kuwa tayari pia. Yesu tayari amekupa ushindi, kwa hivyo tangaza ukweli huo kwa sauti: "Mimi ni mtoto wa Mungu na nina ushindi dhidi ya _____" (Tazama 1 Kor. 15:57). Chukua mamlaka juu ya majaribu. Huenda tusiwe na udhibiti juu ya wazo la kwanza lisilo la kiungu, lakini tuna mamlaka juu ya wazo letu la pili na uwezekano wa kuchukua hatua mbaya kupitia nguvu za Roho Mtakatifu.

3. **Ondoa majaribu.** Yesu aliomba, "Usitutie majaribuni" (Mt. 6:13). Pia alifundisha kwamba tunapaswa kuondoa macho, mikono, na miguu yetu ikiwa vinatufanya tutende dhambi (Mk. 9:43–48). Yesu hakuwa anazungumza kuhusu kukata viungo vyetu kihalisia, bali *alitaka* kuonyesha jinsi tunavyopaswa kuchukulia kwa uzito suala la kuepuka majaribu. Ni nini kinakujaribu? Usikiangalie, usikiguse, na usiende mahali kilipo. "Wala msifikiri jinsi mtakavyotimiza tamaa za miili yenu yenye asili ya dhambi" (Rum. 13:14). Anasa za muda mfupi zinazotokana na dhambi zina matokeo mbaya kiasi kwamba ni bora kujiepusha nazo.

---

1 Wiki ya saba, utajifunza zaidi kuhusu Roho Mtakatifu na jinsi ya kufanya kazi naye.

4. **Omba usaidizi.** Shetani huwalenga wapweke kama vile wawindaji wanavyolenga mawindo yaliyojitenga. Tafuta marafiki; shikamana na waumini katika kanisa la eneo lako. Saidianeni kuwa wasikivu kwa Mungu na muwajibishane katika kupinga vishawishi ambavyo sisi sote hukabiliana navyo. Shirikini mapambano yenu dhidi ya dhambi. Karirini Maandiko yenye kutia nguvu pamoja. Tianeni moyo na mkutane mara kwa mara. "Ungameni dhambi zenu ninyi kwa ninyi na kuombeana ili mpate kuponywa" (Yak. 5:16).

Dhambi ni hatari. Usimruhusu Shetani akuambie vinginevyo. Hakuna raha ya kimwili, mali, au mafanikio katika maisha haya yanastahili kutufanya tuvunje ushirika wetu na Mungu.

Lakini unapofanya dhambi—na sisi sote tunafanya dhambi—ungama na utubu mara moja. "Tukisema kwamba hatuna dhambi, twajidanganya wenyewe, wala kweli haimo mwetu. Tukiziungama dhambi zetu, Yeye ni mwaminifu na wa haki hata atuondolee dhambi zetu, na kutusafisha na udhalimu wote" (1 Yoh. 1:8-9).

Yesu hatuokoi si tu kutokana na adhabu ya dhambi bali pia hutuokoa kutokana na majaribu. Kaa ndani yake

> **UNAPOKIRI,** unakubali dhambi yako na kukubaliana na Mungu kwamba ni uovu. **UNAPOTUBU,** unageuka mbali na dhambi zako na kumtii Mungu kwa kutenda yale yaliyo sahihi.

Wacha Bibilia Inene:

Wakolosai 3:1–17 (Kwa Hiari: Yakobo 4)

Wacha Akili Yako Ifikirie:

1. Ni watu gani, maeneo gani na vitu gani vinakujaribu? Unawezaje
    kuviepuka?

2. Tambua, uandike, na ukariri Maandiko mahususi ambayo
    yatakusaidia kupinga vishawishi unavyokabili mara kwa mara.

Wacha Nafsi Yako Iombe:

*Bwana, asante kwa kulipa gharama kuu ya kuniokoa kutokana na
dhambi. Ee Mungu, nisitumie kamwe neema yako kama kisingizio
cha kutenda dhambi. Nikomboe kutokana na tabia za dhambi, na
unikomboe kutokana na majaribu ili niweze kufurahia urafiki wa
karibu na Wewe ... Katika jina la Yesu, amina.*

Wacha Moyo Wako Utii:

(Mungu anakuongoza kujua, kuthamini au kufanya nini?)

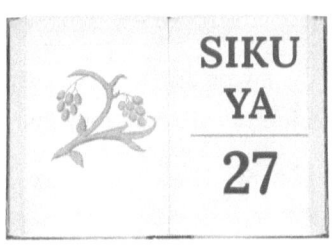

Pigana Ukitumia Silaha za Mungu

Niongoze katika haki yako, Ee Bwana, kwa sababu
ya adui zangu, nyoosha njia yako mbele yangu.
Zaburi 5:8

Fikiria njia inayoelekeza kwa Mungu, ikipita kwenye milima,
mabonde na na kuvuka mito. Tunapomfuata Yesu, tunahitaji
kubaki kwenye njia hii ingawa ni nyembamba na si rahisi (Mt. 7:14)–
nyembamba kwa kuwa Yesu ndiye Njia pekee ya kwenda kwa Baba
(Yn. 14:6), na ni ngumu kwa sababu miili yetu inazuiliwa na mienendo
yetu ya kawaida ya dhambi. Tunaishi katika ulimwengu uliojaa
majaribu, vikengeusha fikira, dini za uongo, na dhambi–hayo yote
adui anayatumia kutushawishi kuondoka kwenye njia ya Yesu. La
kupendeza ni kwamba tuna njia ya kubaki kwenye njia sahihi, jinsi ya
kufuata njia iliyowekwa kwa ajili yetu.

Imani ya kudumu.

Kama vile tumekuwa tukijifunza wiki nzima, kukaa ndani ya Yesu
hutuunganisha naye, Njia pekee ya kwenda kwa Baba. Tunapokaa
ndani yake, tunaishi kwa njia yake kwa sababu sisi ni kitu kimoja naye.
Shetani anajua nguvu ya ajabu ya kukaa ndani ya Yesu, na atafanya
lolote ili avunje umoja wetu na Mungu. Lakini tunajua mkakati wake
wa tangu zamani na jinsi ya kupinga ushawishi wake. Leo, tunajifunza
mengi zaidi kuhusu mikakati yake na jinsi ya kusimama imara katika
imani yetu:

Kwa maana kushindana kwetu sisi si juu ya damu na nyama, bali ni juu ya falme na mamlaka, juu ya wakuu wa giza hili, juu ya majeshi ya pepo wabaya katika ulimwengu wa roho. (Efe. 6:12)

Binadamu si adui zetu; Shetani ndiye adui. Kwa sababu tuko ndani ya Kristo, Shetani hawezi kututawala, lakini hilo halimzuii kutuvizia kando ya njia ya Mungu. Wakati mwingine hutunong'onea uongo au matusi na mashtaka. Wakati mwingine, yeye hufanya kazi kupitia shughuli zilizokatazwa na Mungu, kama ushirikina au uchawi (Gal. 5:19–21). Yeye hujaribu kukatiza mawasiliano yetu na Mungu na kutumia vitu vya kutukengeusha fikira ili kutuweka mbali na Mungu. Yeye hutuma watu watugawanye na kuweka shaka katika akili zetu. *Shetani ndiye mwanzilishi wa mkanganyo na migawanyiko.* Kuwa macho; matendo yake huwa hayaonekani kuwa mabaya hapo mwanzoni (2 Kor. 11:14). Yesu alimwita baba wa uongo (Yn. 8:44). Lakini usiogope, kwa sababu Shetani hawezi kumshinda Mungu: "Yeye aliye ndani yako ni mkuu kuliko yeye aliye katika dunia" (1 Yoh. 4:4). Shetani *hayupo* kila mahali kila wakati wala si mjua yote na si mweza yote. Hawezi kujua mawazo yetu, na hana mamlaka juu yetu. Tunaweza kutembea kwa amani kamili, tukimfurahia Mungu kikamilifu katika safari yetu, kwa sababu hayuko tu *pamoja* nasi bali pia *hutuandaa* kwa ajili ya ushindi kupitia silaha maalum:

Kwa hiyo vaeni silaha zote za Mungu ili mweze kushindana siku ya uovu itakapokuja nanyi mkiisha kufanya yote, simameni imara. Kwa hiyo simameni imara mkiwa mmejifunga kweli kiunoni na kuvaa dirii ya haki kifuani, nayo miguu yenu ifungiwe utayari tuupatao kwa Injili ya amani. Zaidi ya haya yote, twaeni ngao ya imani, ambayo kwa hiyo mtaweza kuizima mishale yote yenye moto ya yule mwovu. Vaeni chapeo ya wokovu na mchukue upanga wa Roho, ambao ni Neno la Mungu. Mkiomba kwa Roho siku zote katika sala zote na maombi, mkikesha kila wakati mkiwaombea watakatifu wote. (Efe. 6:13–18)

Mungu huwapigania watu wake na kuwapa silaha zake (Isa. 59:17). Kila silaha inaashiria ukweli muhimu wa ulinzi Wake juu yetu. Katika kitabu cha Waefeso (sura ya 6), mtume Paulo alitumia mfano wa seti yaya silaha za askari wa Kirumi ili kufafanua silaha zetu za kiroho. Hebu tuangalie jinsi kila silaha inatulinda tunapokaa ndani ya Kristo:

1. **Mkanda wa Ukweli:** Mkanda huu hukuweka imara unapotembea katika njia ya Mungu. Warumi wa kale waliamini kuwa eneo lililo karibu na kiuno lilikuwa eneo la hisia. Baadhi ya tamaduni bado zinashikilia mtazamo huu. Kufunga (kuzingira na kulinda) eneo hili huashiria kudhibiti hisia kwa kuziunganisha na ukweli. Tunapojifunga mkanda wa ukweli, tunapatanisha mawazo, mitazamo, na matendo yetu na ukweli wa Neno la Mungu (Yn. 17:17). Shetani hudanganya kuhusu kila kitu. Anapotosha Neno la Mungu na kupotosha hisia zetu. Anawatuma walimu wa uongo ili kututoa katika njia ya Mungu. Anatumia hofu na kujihurumia kutufanya tujikwae. Lakini kadiri tunavyojifunga mshipi wa ukweli wa Mungu, ndivyo uwezekano wetu wa kujikwaa kwa sababu ya uongo wa adui unapungua. "Ijueni kweli, nayo hiyo kweli itawaweka huru" (Yn. 8:32). Jifunge mkanda wako wa ukweli.

2. **Dirii ya Haki kifuani:** Dirii ya kifuani inafunika kifua chako, ambacho Warumi walijua ni mahali ambapo roho hukaa, pamoja na haki ya Yesu—utiifu na wema Wake kamilifu. Pia inakulinda dhidi ya maadui wawili wabaya zaidi wa roho yako: kujihesabia haki *na kujihukumu:*

   - *Kujihesabia haki kunapuuza haki ya Kristo na kuiona kuwa haihitajiki, ukisema,* "Sihitaji Mwokozi. Mimi ni mwema vya kutosha. Nastahili kibali cha Mungu."
   - *Kujihukumu mwenyewe, adui mwingine mbaya sana, huchukulia haki ya Kristo kuwa kidogo sana, ukisema,* "Kazi ya Kristo msalabani haikutosha. Mimi ni mwenye dhambi sana. Lazima nijitahidi zaidi kupata kibali cha Mungu."

   Adui wote wawili ni aina hatari za kiburi, zinaonyesha imani katika uwezo wetu wenyewe, uwezo wa kujipatia kibali cha Mungu sisi wenyewe. Zote mbili zinapuuza uhalisia wa neema ya Mungu (Gal. 2:21). Kwa neema yake, **Mungu alizihamisha dhambi zetu kwake Yesu msalabani na kuhamisha haki ya Yesu kwetu (2 Kor. 5:21;**

1 Pet. 2:24). Huo ni uhamisho mkuu zaidi! Haki ya Kristo–ambayo unahitaji na inatosha–inatufunika. Weka imani yako katika haki ya Yesu pekee. Uwe na uhakika kwamba ndani yake wewe *tayari* ni mwenye haki, na *uishi* kwa njia inayoheshimu wito wako. Dhambi humpa adui nafasi katika maisha yako, nafasi ya kukutoa kwenye njia ya Mungu (Efe. 4:27). Linda moyo wako kwa kuvaa dirii ya haki kifuani siku zote.

3. **Viatu vya Amani:** Katika karne ya kwanza Kabla ya kuzaliwa kwa Yesu, askari wa Kirumi walivaa viatu vyenye misumari kwenye soli vilivyofungwa kwa kamba nene za ngozi. Viliwapa msingi thabiti katika vita vikali. Viatu huimarisha miguu yako. Shetani hujaribu kukuangusha kwa kusababisha migawanyiko katika mahusiano yako, hasa kanisani. Usimruhusu. Mungu ametupa msingi wa amani (Lk. 21:26; Yn. 16:33). Kuwa mpenda amani. Yesu alisema kwamba umoja kati ya wafuasi wake utaonyesha ulimwengu kwamba Mungu alimtuma (Yn. 17:21). Ishi kwa amani na Mungu na wengine, na wengine wanapouliza kuhusu amani wanayoiona maishani mwako, "kuwa tayari siku zote kuwaeleza" (1 Pet. 3:15). "Jinsi ilivyo mizuri miguu ya wale waletao habari njema!" (Rum. 10:15). Vaa viatu vya amani.

4. **Ngao ya Imani:** Wanajeshi wa Kirumi wangelowesha ngao zao kwenye maji kwanza ili kujilinda dhidi ya mishale yenye moto ya adui zao. Ngao ya imani huzima mishale ya moto ya shaka, aibu, hofu, na hatia kutoka kwa adui yetu. Anaweza kukuambia, "Usimtumainie Mungu! Mungu hakupendi! Wewe ni bure!" Lakini unaweza kuzima mishale hiyo kwa kuweka imani yako katika wema na upendo wa Mungu na katika Yesu. "Kwa maana kila kitu kilichozaliwa na Mungu huushinda ulimwengu; na huku ndiko kushinda kuushindako ulimwengu, hiyo imani yetu" (1 Yoh. 5:4). Imani huja kwa kusikia Neno la Mungu, hivyo msikilize Mungu (Rum. 10:17). Tafakari Neno lake unapotembea naye. "Kwa maana twaenenda kwa imani, si kwa kuona" (2 Kor. 5:7).

5. **Chapeo ya Wokovu:** Chapeo hii huyalinda mawazo yako—ni hakikisho la wokovu ili kulinda akili yako dhidi ya uongo wa Shetani. Kujua kwamba umeokoka ni ulinzi thabiti dhidi ya shaka,hofu, kuchanganyikiwa, na khujihisi hauko salama (1 Yoh. 5:11–13). Adui hawezi kuuiba wokovu wako (Yn. 10:28). Mungu amekuokoa kutokana na dhambi na kukuchukua kama mtoto wake mwenyewe. Wewe ni wake milele. Umesamehewa milele. Unapendwa milele. Anakufunika na kukulinda. "Ee Bwana, Bwana wangu, nguvu za wokovu wangu, Umenifunika kichwa changu siku ya vita" (Zab. 140:7). Usiogope chochote.

6. **Upanga wa Roho:** Upanga wa Roho ni Neno la Mungu. Katika kitabu cha Waefeso 6:17, "neno" maana yake ni maneno ya Mungu.[1] Tunahitaji kuyashika maneno ya Biblia na kuyatumia kupigana na adui. Neno la Mungu linakaa ndani yako unapokaa ndani yake (Yn. 15:7). **Maandiko hutusaidia kupambanua kile ambacho kinakaribia kuwa ukweli kutoka kwa kile ambacho ni kweli kamili. Kile kinachokaribia kuwa ukweli bado ni uongo.** Na ni hatari. Shetani huonekana wa kuvutia wakati mwingine (2 Kor. 11:14), lakini usidanganywe. Adui anapotoa njia za kupendeza kando na njia ya Mungu, Neno la Mungu hutuonyesha njia iliyo sawa ili tuweze kuifuata (Zab. 119:105). Upanga wa Roho ndio silaha pekee ya mashambulizi miongoni mwa silaha zetu. "Maana Neno la Mungu li hai, tena lina nguvu, tena lina ukali kuliko upanga uwao wote ukatao kuwili, tena lachoma hata kuzigawanya nafsi na roho, na viungo na mafuta yaliyomo ndani yake; tena li jepesi kuyatambua mawazo na makusudi ya moyo" (Ebr. 4:12). Itumie kukata uongo wa adui, jinsi Yesu alivyofanya.

Upanga wa Roho daima ni mkali na wenye ufanisi katika vita. Lakini je, tumeushikilia kwa namna gani? Je, tunaweza kwenda vitani kama tumeshikilia silaha hatari kwa vidole viwili tu? Bila shaka hapana. Ikiwa tungefanya hivyo, tungeshindwa kwa urahisi. Vile vile, kushikilia upanga wa Roho kwa ulegevu, na kuacha Biblia zetu zikiwa hazijafunguliwa na kusomwa tunapoenda ulimwenguni kila siku, ni chaguo hatari. Kwa nini yeyote kati yetu aingie vitani bila kujua silaha

---

1 *Vine's Complete Expository Dictionary of Old and New Testament Words* (Nashville: Thomas Nelson, 1984), 683.

yetu yenye ufanisi zaidi? Rafiki, tunahitaji kujifunza kuishika silaha hii vizuri (2 Tim. 2:15). Weka Neno la Mungu karibu na ulishikilie kwa nguvu zaidi.

7. **Maombi Bila Kukoma:** Hakuna askari anayeenda vitani bila njia fulani ya kuwasiliana na viongozi, na sisi pia hatupaswi kufanya hivyo. Tunahitaji kuwa na mawasiliano ya mara kwa mara na Kiongozi wetu ili watupe mwelekeo. "Nitakufundisha na kukuonyesha njia utakayoiendea; nitakushauri, jicho langu likikutazama" (Zab. 32:8). Siku zote jiombee wewe na wengine—ili ubaki imara katika imani na kutangaza ujumbe wa Yesu kwa ujasiri (Efe. 6:19). Zungumza na Mungu na uyasikilize maagizo yake.

Kuyachukulia maisha kama vita visivyokoma kunaweza kuonekana kuwa mtazamo mzito, wa kuchosha, na hata wa kuogopesha. Lakini sivyo. Kupigana si kutokwa na damu au kujisalimisha kwa adui. Ni kukaa ndani ya Yesu. Tayari alimwaga damu kwa ajili yetu na kushinda (1 Yoh. 5:4). Tulia katika uwezo wake wa kukupigania (Kut. 14:14). **Vita ni vya Mungu** (2 Nya. 20:15).

Wacha Bibilia Inene:
Zaburi 91 (Kwa Hiari: Isaya 59:17–19)

Wacha Akili Yako Ifikirie:
1. Je, kumjua Mungu yu pamoja nawe kunabadilishaje jinsi unavyoiona safari yako?

2. Je, ni silaha zipi ambazo zinaweza kukusaidia zaidi katika kumpinga adui?

3. Tunawezaje kuwa na uhakika kwamba tutashinda (Zab. 91; Efe. 1:19–23)?

Wacha Nafsi Yako Iombe:
Bwana, nisaidie kukaa ndani yako na kukutumainia ili uniongoze. Nikumbushe kuvaa silaha zako kwa nguvu zako ili niweze kumpinga shetani na kuwatia moyo waumini wengine wanaotembea nami. Nisaidie kufurahia safari hii pamoja nawe na kuzidi kuwa karibu nawe katika kila hatua ninayopiga ... Katika jina la Yesu, amina.

Wacha Moyo Wako Utii:
(Mungu anakuongoza kujua, kuthamini au kufanya nini?)

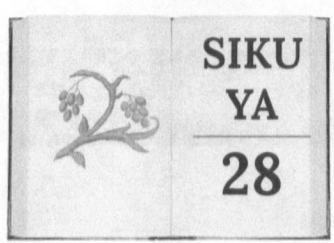

Inia Katika Pumziko la Mungu Kupitia Neno la Mungu

Kwa hiyo basi, imebaki raha ya Sabato kwa ajili ya watu wa Mungu; kwa kuwa kila mmoja aingiaye katika raha ya Mungu pia hupumzika kutoka kazi zake mwenyewe, kama vile Mungu alivyopumzika kutoka kazi zake.
Waebrania 4:9–11

Hapo mwanzo, Mungu aliziumba mbingu na nchi (Mwa. 1). Alinena kwa nguvu yake na uumbaji wote ukawakuwepo na akapuliza uhai ndani ya mwili wa Adamu. Baada ya yote, Mungu aliumba kwa mara nyingine—Aliumba siku ya kupumzika. Tunapofungua kurasa za Biblia yetu, tunaona utaratibu wa kufanya kazi na kupumzika unaoendelea katika Hadithi ya Mungu:

- "Kwa siku sita fanya kazi zako, lakini siku ya saba usifanye kazi" (Kut. 23:12).
- "Kwa siku sita utafanya kazi, lakini siku ya saba utapumzika, hata ikiwa ni majira ya kulima au ya kuvuna lazima upumzike" (Kut. 34:21).
- "Tulia mbele za Bwana na umngojee kwa uvumilivu" (Zab. 37:7).
- "Tulieni, mjue ya kwamba mimi ndimi Mungu" (Zab. 46:10).
- "Twendeni peke yetu mahali pa faragha, mpate kupumzika" (Marko 6:31).

Inaweza kuonekana jambo lisilo la kawaida kwamba Mungu anatuamuru tupumzike, lakini wanadamu wana historia ya kukataa mapumziko. Kwa nini tunapingana nayo? Labda ni kwa sababu hatuelewi. Kama tunavyojifunza katika kitabu cha Mwanzo, Mungu ndiye aliyekuwa wa kwanza kupumzika. "Katika siku ya saba Mungu alikuwa amekamilisha kazi aliyokuwa akiifanya, hivyo siku ya saba akapumzika kutoka kazi zake zote. Mungu akaibariki siku ya saba akaifanya takatifu, kwa sababu katika siku hiyo alipumzika kutoka kazi zote za kuumba alizokuwa amefanya" (Mwa. 2:2–3). Kitu cha kwanza ambacho Mungu anakitangaza kuwa kitakatifu si mtu wala kitu bali ni siku. Alipumzika baada ya kumaliza kazi Yake, na Aliita siku Yake ya mapumziko "takatifu," au iliyotengwa. Kulingana na kifungu hiki, tunaweza kufafanua mapumziko kama wakati uliotengwa ili tufurahie kazi iliyokamilishwa ya Mungu.

Lakini kuna mengi zaidi katika dhana hii ya mapumziko mbali na kuacha kufanya kazi kwa muda. Kifungu kingine kinatoa ufahamu zaidi: "Kwa kurudi na kustarehe mtaokolewa; nguvu zenu zitakuwa katika kutulia na kutumaini" (Isa. 30:15). Katika hali hii, kupumzika ni kumrudia Mungu, kuituliza mioyo yetu mbele zake, na kuweka tumaini letu Kwake. **Kupumzika ni kuonyesha imani yetu katika**

Siku ya Mapumziko

Kwa waumini, pumziko la kiroho ndani ya Yesu ni jambo la kawaida maishani mwao. Hata hivyo, pamoja na kupumzika kiroho, Mungu aliifanya miili yetu ihitaji pumziko la kimwili. Ni jambo la hekima kuchukua siku ya Sabato ya kupumzika kila wiki ikiwezekana. Tunapotoa yote katika kutimika, lazima tuchukue muda wa kujazwa tena.

Baada ya Mungu kumtumia Eliya kuonyesha uwezo wake mkuu kwenye Mlima Karmeli, Eliya alichoka na kusononeka (Tazama Siku ya 12). Mungu alijua kwamba sonona ya kiroho ya Eliya ilitokana na uchovu wa kimwili, hivyo Mungu alikidhi mahitaji ya Eliya ya kimwili. Baada ya Mungu kumpa Eliya pumziko na chakula, Eliya aliweza kurudi katika kazi ya Mungu (1 Fal. 18–19).

Ni nini hukurejesha? Ikiwa kazi yako ni ya kimwili, huenda ukahitaji kupumzika kimwili kwa kusoma kitabu au kutembelea marafiki. Ikiwa kazi yako si ya kimwili, huenda ukahitaji kupumzika kwa kutoka nje ili kufurahia uumbaji wa Mungu. Yesu alifundisha, "Sabato ilifanyika ili kukidhi mahitaji ya watu, na si watu kukidhi mahitaji ya sabato" (Mk. 2:27). Hakuna haja ya kuweka sheria kuhusu siku ya kila wiki ya kupumzika. Kumbuka tu kwamba Mungu alikupa mwili wa nyama wenye mapungufu ya kimwili. Pumzika.

Mungu. Ingawa Mungu aliwaagiza Waisraeli waache kufanya kazi za kimwili ifikapo siku ya Sabato ya mapumziko ili kukumbuka ukombozi Wake (Kum. 5:15), tunaona pumziko la Mungu si kutofanya kazi kimwili tu.

Katika enzi ya Yesu, viongozi wa kidini hawakuelewa mapumziko. Walipowashtaki wanafunzi wa Yesu kwa kuvunja Sabato, Yesu aliwajibu, akisema, "Sabato ilifanyika kwa ajili ya mwanadamu, si mwanadamu kwa ajili ya sabato" (Marko 2:27). Baadaye walimshambulia Yesu kwa kuvunja sheria zao za Sabato zilizotungwa na wanadamu. Lakini pumziko la Sabato lilikusudiwa kuwasaidia, si kuwawekea mzigo. Kufuata kanuni za mapumziko kupita kiasi kuliwapofusha wasione kiini cha pumziko—na chanzo pekee cha kweli cha pumziko—Yesu, Bwana wa Sabato (Mt. 12:8).

Kupitia Yesu, tunafurahia pumziko kuu zaidi—amani na Mungu. Tunaweza kumtegemea na kuwachilia yote kwake, tukipata pumziko ndani Yake. Anatualika tujiunge Naye katika pumziko la kweli ambalo Yeye pekee ndiye anayeweza kutoa:

> "Njooni kwangu, ninyi nyote mnaotaabika na kulemewa na mizigo, nami nitawapumzisha. Jifungeni **nira** yangu, mjifunze kutoka kwangu, kwa maana mimi ni mpole na mnyenyekevu wa moyo, nanyi mtapata raha nafsini mwenu. Kwa maana nira yangu ni laini na mzigo wangu ni mwepesi." (Mt. 11:28–30, msisitizo umeongezwa)

> **Nira:**
> Fremu iliyotengenezwa na huvaliwa kwenye mabega kumsaidia mtu au mnyama kubeba mzigo katika sehemu mbili zenye uzito sawa.

Maana kamili ya neno pumziko, inatokana na uhusiano wetu na Mungu, uhusiano unaowezeshwa kupitia kristo pekee. **Hivyo, pumziko inamaanisha zaidi ya kupumzika siku moja kila wiki; pia inamaanisha kukaa ndani ya Yesu kama mtindo wa kawaida wa maisha.** Pumziko la kimwili, kiakili, kihisia, na kiroho ni zawadi yenye thamani kubwa kutoka kwa Mungu.

Tunapumzika kimwili kutokana na kazi zetu.
Tunapumzika kutokana na wasiwasi au hofu yetu.
Tunapumzika katika wokovu wa Mungu.

Neema ya Mungu hutuwezesha kufanya kazi na kupumzika. Lakini tunapotafuta thamani yetu katika kazi, itakuwa vigumu kupumzika. Ikiwa tunapata thamani yetu katika Yesu, hatuweki tena imani yetu katika kile *tunachofanya* bali katika kile ambacho *amefanya*. Tunapumzika ndani yake. Na tunapofanya kazi, hatuifanyi ili kupata upendo wa Mungu bali tunaifanya kama itikio kwa upendo wake. Kazi na mapumziko vinakuwa katika hali ya usawa tunapokaa ndani yake.

Kwa hivyo kwa nini tunakataa kupumzika? Tunajifunza kutoka kwa Waisraeli jinsi walivyokataa kuingia katika pumziko la Mungu walipokataa kuingia katika Nchi ya Ahadi (Ebr. 3:17–19). Hawakuamini kwamba Mungu angewatunza na matokeo yalikuwa kwamba walikuwa na wasiwasi na wakatangatanga bila kutulia nyikani. Kwa ujumla, dhambi zote hufuata utaratibu huo. Tunatilia shaka kwamba Mungu atatutosheleza, kwa hivyo tunatafuta kutoshelezwa kando na mapenzi yake. Na tunatilia shaka kwamba Mungu ndiye anayetawala, kwa hivyo tunaendelea kushilikia shida zetu. Kisha tunakuwa na wasiwasi na tunatangatanga bila kutulia, tukiwa tumetengwa na Mungu. Ni kama kutembea huku na huko, tukijichosha ilhali hatuendi popote. Tunakaa nyikani.

Leo, Mungu anatualika tuingie katika pumziko Lake, si kupitia Nchi ya Ahadi, bali kupitia Yule Aliyeahidiwa–Yesu. Watu wanapokataa kumtumainia Kristo, wanakataa zawadi yake ya pumziko. Wanamtilia shaka, hawamtii, na wanatangatanga *bila* kutulia maishani. Pia sisi kama waumini, tunaweza kujipata katika mtindo kama huo. Tunapotilia shaka ahadi za Mungu na kutotii amri zake, tunazuia uhusiano wa kudumu naye na kushindwa kuingia katika pumziko Lake.

Je, *umekosa* utulivu? Uwe hujawahi kumtumainia Yesu na maisha yako au ushawahi kumtumainia lakini umepotoka, suluhisho ni lile lile: mrudie Mungu na upumzike katika Yeye. "Kwa kurudi na kustarehe mtaokolewa" (Isa. 30:15). Mwombe Mungu apogoe (au kukata) kuni yoyote kavu ambayo inakuzuia kukaa ndani yake. Mwamini Mungu na uamini anachosema. Waebrania 4:3 inasema hivi: "Sasa sisi ambao tumeamini tunaingia katika ile raha." Unaweza kupumzika na kutulia katika kumbatio lenye upendo la Mungu, ukijua Yeye yu pamoja nawe kila wakati, anakupenda daima, na anastahili daima. Kwa hivyo maisha yanapoonekana kukulemea na wasiwasi unakukandamiza, vuta pumzi. Vuta ndani upendo wa Mungu; ondoa wasiwasi. Mzingatie Mungu tena (Kol. 3) na uingie katika pumziko Lake kwa mara nyingine tena.

Wacha Bibilia Inene:
Waebrania 3:7–4:12 (Kwa Hiari: Mt. 12:1–14)

Wacha Akili Yako Ifikirie:
1. Je, unaweza kufafanuaje pumziko la Mungu? Je, ni kwa njia gani unahitaji kuingia katika pumziko Lake?

2. Jibu Maswali ya Majadiliano ya Wiki ya 4.

Wacha Nafsi Yako Iombe:
Baba, wewe ni kimbilio langu. Unasema, "Njooni kwangu, ninyi nyote mnaotaabika na wenye kulemewa na mizigo, nami nitawapumzisha" (Mt. 11:28). Nimechoka na nimelemewa. Nipe pumziko Lako. Tuliza moyo wangu na uniokoe kutokana na yote yanayozuia uhusiano wangu na Wewe ... Katika jina la Yesu, amina.

Wacha Moyo Wako Utii:
(Mungu anakuongoza kujua, kuthamini au kufanya nini?)

MASWALI YA KUJADILIANA YA WIKI YA 4:

**Pitia masomo ya wiki hii na ujibu maswali yafuatayo.
Jadili majibu na marafiki zako mnapokutana wiki hii.**

1. Je, kukaa ndani ya Yesu kunakuzaje uhusiano wako na Mungu na kukusaidia kutekeleza hadithi yako kwa nguvu zake?

2. Je, Mungu amekupogoaje hapo awali ? Je, ni vikwazo gani vya kukaa ndani ya Kristo ambavyo Mungu anataka kukuweka huru kutokana navyo?

3. "Tunda la Roho ni upendo, furaha, amani, uvumilivu, utu wema, fadhili, uaminifu, upole na kiasi" (Gal. 5:22–23). Ni lipi kati ya haya umelibeba kwa wingi? Ni kipi kati ya vipengele hivi ungependa kukuza kikamilifu zaidi?

4. Je, dhambi husababishaje mateso? Kwa nini dhambi huzuia uhusiano wako na Yesu? Unaweza kuchukua hatua gani kwa vitendo ili kupinga majaribu?

5. Je, unawezaje kuvaa silaha za Mungu kila siku? Ni silaha gani inakutia moyo zaidi? Je, ni silaha ipi/zipi ambazo unaweza kupuuza kuvaa mara kwa mara?

NENO LA MUNGU—
KUMSIKILIZA MWANZILISHI
WA UZIMA

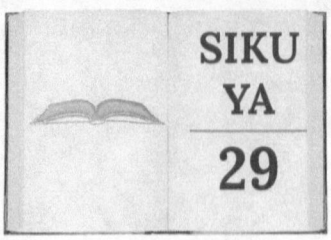

Lithamini Neno la Mungu

Siyo maneno matupu tu kwenu, bali ni uzima wenu.
Kumbukumbu la Torati 32:47

Ikiwa kweli tunataka kumjua Mungu, ikiwa kweli tunataka kuelewa jinsi ya kubadili maisha yetu na ulimwengu, tunapaswa kuipa Bibilia kipaumbele cha kwanza maishani mwetu. Lakini haitoshi kujua tu ukweli wa Biblia. Tunahitaji kuishi kulingana na ukweli wa Biblia *pamoja* na Mungu. Maisha hubadilika na jamii hubadilika tunapotumia ukweli wa Biblia kupitia nguvu za Roho Mtakatifu. Wiki hii tunaangazia Biblia—mali yetu yenye thamani zaidi duniani. Tutaipitia Biblia, tujifunze jinsi ya kuisoma na kuikariri, tugundue ni kwa nini tunaweza kuiamini, na mengine mengi. Tuanze.

Biblia ni tofauti na kitabu kingine chochote katika historia yote. Mungu aliwaongoza zaidi ya waandishi arobaini wanadamu kutoka asili tofauti kuiandika. Walikuwa wachungaji wa mifugo, viongozi wa kidini, wafalme, maofisa wa serikali, na wavuvi. Waliandika kwa muda wa zaidi ya miaka 1,600 katika maabara matatu tofauti—Asia, Ulaya, na Afrika.[1] Lakini jambo la ajabu ni hili: Waandishi hawa mbalimbali wanaelekeza kwenye mada ileile. Kwa nini? Kwa sababu Mungu *mwenyewe* ndiye aliyewaongoza kueleza Hadithi *Yake*. Ni nani mwingine angeweza kutayarisha ujumbe ule ule wa kweli kupitia nyakati, watu, na tamaduni tofauti? Ni nani mwingine angeweza kuandika kitabu kama hicho cha kubadilisha maisha na

---

1 Howard G. Hendricks and William D. Hendricks, *Living By the Book: The Art and Science of Reading the Bible* (Chicago: Moody Publishers, 2007), 26.

kisichokuwa na ukinzano ndai yake? Hakuna mwingine ila Mungu. Ni Kitabu Chake–Hadithi Yake ya Kweli.

Tunajuaje hilo? Neno lake linatuambia hivyo, na uzima wake unatiririka ndani ya Neno lake.[1] "Kila Andiko limevuviwa na Mungu" (2 Tim. 3:16), kwa maana "Zaidi ya yote, yawapasa mjue kwamba hakuna unabii katika Maandiko uliofasiriwa kama alivyopenda nabii mwenyewe. Kwa maana unabii haukuja kamwe kwa mapenzi ya mwanadamu, bali watu walinena yaliyotoka kwa Mungu wakiongozwa na Roho Mtakatifu" (2 Pet. 1:20–21). Kupitia Neno Lake, Mungu hunena nasi, hutufundisha, huturekebisha, na hututayarisha kwa yale yaliyo mbele yetu (2 Tim. 3:16–17). Katika kila ukurasa wa Maandiko, Mungu *anajidhihirisha* kwetu, na upendo wetu kwake unakuwa wa kina zaidi. **Ili tumpende Mungu zaidi, tunapata kumjua katika Neno Lake.**

Ndio maana kukubali *kila sehemu* ya Biblia ni jambo muhimu sana. Na ndio maana kubadilisha Maandiko ni hatari sana. Kuchukua na kuchagua sehemu za Bibilia tunazoamini na kutupilia mbali zile ambazo hatukubaliani nazo ni kama kuunda dini yetu ya kibinafsi au kuchonga miungu ya uongo. Kama vile dawa za kuokoa uhai zinavyoweza kukosa kufanya kazi au kuwa hatari zikibadilishwa, ndivyo Maandiko yanayotoa uhai yanavyoweza kufanya. Yesu alionya dhidi ya kupuuza sehemu za Biblia ambazo hatupendi:

Kwa maana, amin nawaambia, mpaka mbingu na dunia zitakapopita, hakuna hata herufi moja ndogo wala nukta itakayopotea kwa namna yoyote kutoka kwenye Sheria, mpaka kila kitu kiwe kimetimia. Kwa hiyo, yeyote atakayevunja mojawapo ya amri ndogo kuliko zote ya amri hizi, naye akawafundisha wengine kufanya hivyo, ataitwa mdogo kabisa katika Ufalme wa Mbinguni, lakini yeyote azitendaye na kuzifundisha hizi amri ataitwa mkuu katika Ufalme wa Mbinguni. (Mt. 5:18–19)

Usilibadilishe Neno la Mungu.

Usiongeze chochote katikaNneno la Mungu. "Kila neno la Mungu ni kamilifu … Usiongeze kwenye maneno yake, ama atakukemea na

---

1 Siku ya 31 inazungumzia uhalali wa Neno la Mungu.

kukuthibitisha kuwa mwongo" (Mit. 30:5–6). Katika Ufunuo, tunaona onyo kali zaidi dhidi ya kubadilisha Neno la Mungu:

Namwonya kila mtu asikiaye maneno ya unabii wa kitabu hiki: Mtu yeyote akiongeza humo chochote, Mungu atamwongezea mapigo yaliyoandikwa katika kitabu hiki. Kama mtu yeyote akipunguza humo chochote katika maneno ya unabii wa kitabu hiki, Mungu atamwondolea sehemu yake katika ule mti wa uzima na katika ule mji mtakatifu, ambao habari zake zimeandikwa katika kitabu hiki. (Ufu. 22:18–19)

Adhabu ya kubadili au kupotosha Neno la Mungu ni kali, kwa hivyo "kufuata njia za udanganyifu na kuchanganya Neno la Mungu na uongo" (2 Kor. 4:2).

Hata baada ya maonyo haya, watu bado huongeza au kuondoa maneno kutoka kwa Biblia ili kuhalalisha imani yao au ili wasiwaudhi wengine. Ndio maana kujifunza Biblia kwa ajili yetu sisi wenyewe ni muhimu sana. Tunaweza kumjua Mungu na Neno lake. Hatuhitaji kuwa na wasiwasi kuhusu matukio yajayo ambayo Biblia inaeleza,

> **Tafsiri za Biblia**
> Tafsiri za Biblia za sasa ni nzuri sana. Maandishi asilia ya Biblia yalinakiliwa kwa umakini kwa vizazi vingi. Makosa madogo ya kunakili yamepatikana (k.m., maneno yaliyonakiliwa vibaya, herufi kadhaa kukosekana au herufi kurudiwa). Katika chini ya asilimia 1 ya Maandiko yaliyonakiliwa kimakosa hakuna mafundisho au amri zilizopotoshwa.
>
> Chanzo: Geisler, Norman L. "Bible, Evidence For," *Baker Encyclopedia of Christian Apologetics*, Baker Reference Library (Grand Rapids, MI: Baker Books, 1999).

kama hukumu yetu (Siku ya 6). Tunaweza kujilinda kutokana na mafundisho ya uongo na kujifunza hekima ya Mungu tunapojifunza Biblia.

Muda wako wa kusoma Biblia unaweza kutofautiana na wakati wako wa ibada. Wakati wa ibada (Siku ya 22), huenda ukataka kutafakari vifungu vichache vya Biblia, kuomba, na kusikiliza maelekezo ya Roho Mtakatifu (Gal. 5:16). **Wakati wa kujifunza Biblia, tunaisoma kwa kujituma zaidi: tunaitafiti, tunaikariri, na kuisoma kwa makini ili kujifunza zaidi kumhusu Mungu**. Iwe unasoma Biblia wakati wako wa kukutana na Mungu ukiwa peke yako t au unaisoma wakati tofauti, jambo kuu ni kuwa wa kusudi na kuwa thabiti.

Wakati mwingine tunatatizika kujifunza Biblia. Ratiba hubadilika. Wanafamilia wanakuwa wagonjwa. Maisha yanakuwa na changamoto. Matokeo yake ni kwamba tunakengueshwa fikira na kujifunza Biblia kunaonekana kuwa mzigo. Hebu tujifunze baadhi ya baraka zinazokuja tunapovumilia ili kujua Neno la Mungu:

1. **Mjue Mungu**—Maandiko yanaelezea nafsi, nafasi, na uwezo wa Mungu kwenye kurasa zote ili upate kumjua, kumwabudu, na kumpenda Mungu. Tunapokosa kutenga muda wa kusoma Neno la Mungu, huwa tunamsahau. Na kama tunavyokumbuka kutoka Siku ya 17, kusahau ni hatari.

2. **Jitambue**—Neno la Mungu ni kama kioo kinachotuonyesha mioyo yetu. Tunaona kile ambacho Mungu anataka tuone kujihusu na jinsi anavyotubariki tunapotembea katika njia zake (Yak. 1:22–25).

3. **Jua mpango wa Mungu**—Biblia inadhihirisha mtazamo wa mwanzo-hadi-mwisho wa ulimwengu (Wiki ya 1) na sehemu yetu katika mtazamo huo. Tunapoishi tu hapa duniani bila kuelewa Hadithi kuu ya Kweli ya Mungu, tunaweza kuvunjika moyo na kukengeushwa fikira.

4. **Jua jinsi ya kuishi vyema kila siku**—Leo, uliamua kusoma safari hii ya imani. Baada ya dakika chache, utachagua kutumia ulichojifunza. Baada ya hapo, utafanya maamuzi mengine. Kila siku unafanya maelfu ya maamuzi, na Neno la Mungu hukuongoza kama nuru kwenye njia ili kukusaidia kufanya maamuzi ya hekima (Zab. 119:105).

Kama vile mazoezi ya kila siku na kula vyakula vyenye afya hutubadilisha polepole kimwili, kujifunza Biblia mara kwa mara hutubadilisha kiroho hatua kwa hatua. Haijalishi kama tunaona mabadiliko hayo au la, tunaimarisha misuli yetu ya kiroho. Lakini tofauti na chakula cha kimwili, tunapolijaza Neno la Mungu ndani yetu, hatuwezi kushiba kupita kiasi. Uwezo wetu wa kupokea Neno la Mungu unazidi kupanuka, na tunalitamani zaidi. Neno la Mungu ndio karamu pekee inayoweza kutosheleza njaa ya roho zetu. Unapojifunza kusoma Biblia wiki hii, utagundua thamani yake isiyopimika, ambayo mara nyingi huelezwa kupitia mifano:

- Neno la Mungu hukukuza kama **mbegu** (1 Pet. 1:23).
- Neno la Mungu hukuongoza kama **nuru** (Zab. 119:105).
- Neno la Mungu hukuosha kama **maji** (Efe. 5:25–26).
- Neno la Mungu hukufanya uwe imara kama **mwamba** (Mt. 7:24–25).
- Neno la Mungu **hukunyeshea**, likikukuza ili uzaematunda (Isa. 55:10–11).
- Neno la Mungu hukupogoa na kukulinda kama **upanga** mkali (Efe. 6:17; Ebr. 4:12).
- Neno la Mungu **hukufundisha**, **hukukemea**, **hukurekebisha**, na **hukuandaa** (2 Tim. 3:16–17).
- Neno la Mungu ni **uzima wako** (Kumb. 32:47).

Neno la Mungu ni hutoa uzima na hubadilisha moyo. Ndio maana adui hulishambulia tena na tena. Mbinu kuu zaidi ya adui ni kutufanya tutilie shaka neno la Mungu. Kumbuka alipomjaribu Hawa katika bustani, alimuuliza, "Je, kweli Mungu alisema ...?" (Mwa. 3:1). Ikiwa anaweza kuleta shaka, anaweza kuanzisha hatua zitakazotupeleka mbali na Mungu:

- Shetani anajua kwamba ikiwa hatutaliamini Neno la Mungu, hatutalisoma.
- Ikiwa hatulisomi Neno la Mungu, hatutagundua Hadithi ya Mungu na hadithi ambayo ametuandikia.
- Ikiwa hatutagundua Hadithi ya Mungu, hatutajua wakati adui anatudanganya.
- Na tukidanganywa, hatutashinda majaribu, wala hatutamwabudu Mungu.

Ndio, adui anataka tutilie shaka Neno la Mungu sana. Lakini kama tulivyojifunza, tunaweza kuzima mishale yenye moto ya shaka kwa kuzitumia ngao zetu za imani. *Amini* Neno la Mungu. Kwa ujasiri, chukua upanga huo wa Roho na "uharibu kazi ya Ibilisi" (1 Yn. 3:8). Ndio maana Yesu alikuja, na ndio sababu tuko hapa. Tunaharibu kazi ya shetani tunapokomboa vizazi, majirani na mataifa kwa ukweli wa Neno la Mungu. Hebu tushike panga zetu vizuri.

Wacha Bibilia Inene:Inene

Zaburi 19:7–11 (Kwa Hiari: 2 Petro 1)

Wacha Akili Yako Ifikirie:

1. Ni taswira gani ya Biblia yenye maana zaidi kwako sasa hivi? Kwa nini?

2. Kuna tofauti gani kati ya wakati wa ibada na wakati wa kujifunza Biblia? Unawezaje kutenga wakati kwa ajili ya zote mbili?

3. Katika Siku ya 19, tulisoma Zaburi 19. Soma tena mstari wa 7–11 na uorodheshe maelezo na makusudi tofauti ya Neno la Mungu. Je, Neno la Mungu limekubadilisha kwa njia zipi mahususi?

Wacha Nafsi Yako Iombe:

Baba, Wewe ndiwe Mwanzilishi wa uzima, Mwandishi wa Biblia, na Mwandishi wa hadithi yangu. Ninaposoma Neno Lako, jidhihirishe kwangu. Nipe hekima na ufahamu. Nionyeshe jinsi ya kutumia Neno Lako katika maisha yangu ya kila siku ninapoitekeleza hadithi ambayo umeniandikia. "Ufumbue macho yangu nipate kuona mambo ya ajabu katika sheria yako" (Zab. 119:18) ... Katika jina la Yesu, amina.

Wacha Moyo Wako Utii:

(Mungu anakuongoza kujua, kuthamini au kufanya nini?)

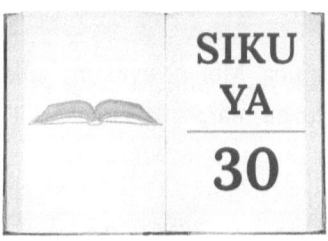

Pokea Neno la Mungu – Mfano wa Mbegu na Udongo

Mpanzi alitoka kwenda kupanda mbegu
zake... . Mbegu ni neno la Mungu.
Luka 8:5, 11

Kile kipindi kati ya kumpokea Yesu na kupokea makao yako mapya mbinguni, ni vitu vichache vinaweza kuhuisha na kuridhisha nafsi yako kuliko kusoma na kupokea Neno la Mungu. Kadiri tunavyozidi kusoma Neno la Mungu, ndivyo tunavyozidi kutamani kulisoma. Hiyo ni kwa sababu tunapopokea na kutumia kweli za Maandiko katika maisha yetu, tunabadilika sana (Rum. 12:2). Uwepo wa dhambi unapoteza nguvu yake. Neema ya Mungu inapenya mioyoni mwetu. **Lakini ili tuweze kuachilia nguvu za Neno la Mungu maishani mwetu, tunahitaji kulisoma *na kulipokea*.**

Yesu anaonyesha jinsi tunavyopokea Neno la Mungu kwa kutumia mfano wa mbegu na udongo. Unaposoma, *kumbuka kwamba Neno la Mungu ndio mbegu* (Luka 8:11):

"Mpanzi alitoka kwenda kupanda mbegu zake. Alipokuwa akitawanya mbegu, nyingine zilianguka kando ya njia; zikakanyagwa, nao ndege wa angani wakazila. Mbegu nyingine zilianguka penye miamba, nazo zilipoota, hiyo mimea ikakauka kwa kukosa unyevu. Nazo mbegu nyingine zilianguka kwenye miiba, nayo ile miiba ikakua pamoja nazo, na kuisonga hiyo mimea. Mbegu nyingine zilianguka kwenye udongo mzuri. Zikaota na kuzaa mara mia moja zaidi ya mbegu alizopanda!" (Luka 8:5–8)

Gundua kwamba mbegu zote zilikuwa nzuri. Mbegu katika mfano huu ni kamilifu. Ni hali ya moyo wa mtu na jinsi anavyopokea Neno la Mungu linaloleta tofauti kati ya maisha yenye kuzaa matunda na maisha ambayo yamekwama na hayakui katika imani. Hali ya udongo hupunguza au kukuza ukuaji. Neno la Mungu ni la kweli na lina nguvu na liko tayari kuzaa matunda, lakini *sisi* ndio tunaoamua jinsi litakavyozaa matunda maishani mwetu. Unaposoma maelezo ya Yesu kuhusu udongo nne tofauti, fikiria kuhusu hali ya moyo wako mwenyewe. Wewe ni udongo aina gani?

1. **Je, wewe ni njia ya kutembelewa, iliyo ngumu na iliyo wazi kwa adui?** "Mbegu zilizoanguka kwenye njia ya miguu zinawakilisha wale wanaosikia ujumbe, lakini shetani atakuja na kuiondoa mioyoni mwao na kuwazuia kuamini na kuokolewa" (Lk. 8:12).

Je, maisha yako ni njia iliyofanywa kuwa ngumu na machungu ya zamani, hisia za shaka, au maisha ya dhambi? Ikiwa ndio, ulimwengu unaweza kuponda mbegu ya Neno la Mungu mara tu inapoanguka juu yako. Adui anaweza kunyakua kile kilichosalia. Tukifanya mioyo yetu kuwa migumu, tukiwa na chuki au tukijihusisha na tabia ya dhambi, tutajiweka wazi kwa adui na kufanya iwe vigumu kwa Neno la Mungu kukua. Nabii Hosea wa Agano la Kale alitoa maagizo haya kwa Waisraeli ambao maisha yao yalikuwa yamefanywa kuwa magumu kwa ajili ya dhambi:

> Jipandieni wenyewe haki, vuneni matunda ya upendo usio na kikomo, *vunjeni ardhi yenu isiyolimwa*; kwa kuwa ni wakati wa kumtafuta Bwana, mpaka atakapokuja na kuwanyeshea juu yenu haki. (Hosea 10:12, msisitizo umeongezwa)

Maisha ya Waisraeli yalikuwa kama shamba lisilolimwa, ambalo lilikuwa halitumiki na lisiloweza kutumiwa. Basi, suluhisho lilikuwa kufungua mioyo yao, kama vile kulima udongo ambao haujawahi kulimwa, ili kupokea uadilifu wa Mungu. Ni vivyo hivyo kwetu pia. Ikiwa Mungu anazungumza nawe sasa hivi, usifanye moyo wako kuwa mgumu (Ebr. 4:7). Mwombe Mungu akuponye kutokana na majeraha ya kihisia au aondoe tabia mbaya zinazofanya moyo wako uwe mgumu. Haijalishi sehemu hizo za maisha yetu zimepuuzwa au ni ngumu kiasi gani, bado Mungu anaweza kusababisha mavuno. Atatupa neema yake kwa kila hatua ya mabadiliko na uponyaji tukiwa njiani.

2. Je, wewe ni kama udongo wenye mawe yenye mizizi isiyo na kina?
"Mbegu kwenye udongo wenye mawe ni wale wanaosikia ujumbe na kuupokea kwa furaha. Lakini kwa kuwa hawana mizizi yenye kina, huamini kwa muda mfupi, kisha huanguka wanapokabiliwa na majaribu" (Lk. 8:13).

Je, huyu ni wewe? Unahisi vizuri unaposikia habari njema za Yesu lakini unapoteza azimio lako la kumfuata wakati imani inaonekana kuwa ngumu na kuna njia nyingine inayoonekana kuwa rahisi? Furaha ya isiyodumu kwa ajili ya Yesu si sawa na kukaa ndani Yake (Tazama Wiki ya 4). Watu wengine huonekana kuwa na shauku ya kiroho kwa muda, lakini ndani, hawadumu ndani ya Yesu. Hisia za kiroho si mizizi ya kiroho tunayohitaji ili ituwezeshe kuwa imara katika mateso na majaribu. Imani isiyo ya kina hufifia baada ya muda.

Sisi wanadamu mara nyingi huishi maisha yasiyo na kina, tukiishi kulingana na hisia zetu. Kuishi pasipo kuwa na kina ni kuishi kwa kile tunachofikiri na kuhisi badala ya kuongozwa na Roho Mtakatifu. Tunafaa kusema kwamba, "Ninaamini, na hakuna mtu anayeweza kuniibia imani yangu." Ikiwa udongo wetu ni wenye mawe, tunahitaji kuchimba na kuondoa mawe ya kutojali au ya uvivu. Hayo ni mawe yanayotulemea na kuzuia ukuaji wetu wa kiroho. Badala yake, acha mizizi yako ikue ndani kabisa ya Mungu. "Namwomba Mungu awaimarishe kwa kuwatia nguvu mioyo yenu kwa njia ya Roho wake kwa kadiri ya utajiri wa utukufu wake, ili kwamba, Kristo apate kukaa mioyoni mwenu kwa njia ya imani. Nami ninaomba kwamba ninyi mkiwa wenye mizizi tena imara katika msingi wa upendo" (Efe. 3:16-17). Angalia siku ya 24 ili kupitia jinsi ya kukuza mizizi.

3. **Je, wewe ni kama udongo wenye miiba, uliozongwa na wasiwasi, kutafuta utajiri na anasa?** "Mbegu zilizoanguka kati ya miiba zinawakilisha wale wanaosikia ujumbe, lakini upesi ujumbe huo hutupwa nje na shughuli, mali na anasa za maisha haya. Na hivyo hawakui hata wakafikia ukomavu" (Lk. 8:14).

Je, umeingiwa na wasiwasi kuhusu maisha yako, maumbile yako, au mafanikio yako? Je, unafirkia juu ya pesa mara kwa mara, siku zote unataka nyingi zaidi? Je, unataka furaha, burudani, au sherehe zaidi ya vile unavyomtaka Mungu? Ikiwa ndio, mambo haya madogo yatakua kama miiba na kukandamiza ukuaji wako kiroho. Tunakosa mengi ambayo Mungu anataka kutupatia tunapkengesuhwa fikira na anasa, fahari ya uongo, pesa, na mambo mengine madogo madogo.

Yesu alituonya tusiwe na wasiwasi: "Mambo haya yanatawala fikira za wasioamini, lakini Baba yenu wa mbinguni tayari anajua mahitaji yako yote. Utafuteni Ufalme wa Mungu zaidi ya yote, na muishi kwa haki, naye atakupa kila kitu mnachohitaji" (Mt. 6:32–33).

4. **Je, wewe ni udongo mzuri**? "Bado mbegu nyingine zilianguka kwenye udongo wenye rutuba. Mbegu hii iliota na kutoa mazao ambayo yalikuwa mara mia ya yale yaliyokuwa yamepandwa! ... Na mbegu zilizoanguka kwenye udongo mzuri ni watu wanyoofu, wenye moyo mwema ambao husikia neno la Mungu na kushikamana nalo, na kwa uvumilivu huzaa mavuno mengi." (Lk. 8:8, 15).

Sasa tumefika katika udongo mzuri. "Udongo wenye rutuba" unaotoa mavuno kutokana na Neno la Mungu. Lakini kama tulivyofanya na zile aina zingine za udongo, hebu tutathmini mioyo yetu: Je, unalipenda Neno la Mungu na kulitumia maishani mwako? Je, unalitegemea kwa ajili ya hekima na nguvu? Je, unamtumainia Mungu zaidi ya vile unavyotumainia ufahamu wako mwenyewe (Mith. 3:5)? Ikiwa ndivyo, Neno la Mungu litastawi ndani yako na kuzaa matunda mengi (Siku ya 25).

Yesu anatualika tuombe kwa ajili ya mavuno: "Ninyi mkikaa ndani yangu, na maneno yangu yakikaa ndani yenu, ombeni mtakalo lote nanyi mtatendewa. Hivyo hutukuzwa Baba yangu, kwa vile mzaavyo matunda mengi na kuwa wanafunzi wangu" (Yn. 15:7–8). Angalia muktadha wa kufanya wanafunzi katika kifungu hiki. Yesu anaahidi kutupa chochote tuombacho, *ikiwa tutaendelea kushikamana Naye na Neno Lake.* Tunapofanya hivyo, tunataka kile anachotaka na kuomba kulingana na mapenzi yake.

Pitia mfano wa mbegu na udongo ili ukumbuke kile kinachohitajika ili kuwa udongo mzuri: "Lisikieni neno la Mungu, mshikilie, na kwa saburi mtoe mavuno mengi" (Lk. 8:15). Ukipata sehemu ya maisha yako ambayo ni udongo ambao haujalimwa, ikabidhi kwa Bwana ili ailime. Mungu ndiye Mkulima mkuu (Yn. 15:1), na mapenzi yake ni kuzaa matunda maishani mwako.

Acha mfano huu ukutie moyo unapopanda mbegu ya Neno la Mungu katika maisha ya watu wengine. Unaposhiriki Neno la Mungu, mbegu unazopanda ni nzuri. Ikiwa hazitakita mizizi na kukua katika maisha ya mtu (udongo), huenda hali ya moyo wake ndio tatizo. **Mungu atapima maisha yetu si kwa mavuno bali kwa mbegu tulizopanda kwa upendo.** Kazi yetu ni kupanda Neno la Mungu kwa upendo na kulitia maji tunapowafanya waumini wapya kuwa wanafunzi, lakini *Mungu peke* ndiye anayefanya Neno lake likue (1 Kor. 3:6-8).

Wacha Bibilia Inene:

Luka 8:4–15 (Kwa Hiari: Jeremia 4:1–4)

Wacha Akili Yako Iwaze:

1. Wengi wetu tuna zaidi ya aina moja ya udongo ndani ya mioyo yetu. Je, una udongo wa aina gani moyoni mwako?

2. Ni udongo gani ambao haujalimwa au miiba maishani mwako vinavyotishia ukuaji wako na uwezo wako wa kuzaa matunda?

3. Je, unamuona Mungu akizalisha matunda wapi katika maisha yako hivi sasa? Chukua muda usherehekee uaminifu Wake na kujitoa kwake kwa ukuaji wako ndani Yake. Andika sehemu ambapo unazaa matunda ili uweze kukumbuka (tengeneza jiwe la ukumbusho—tazama Siku ya 17).

Wacha Nafsi Yako Iombe:

Baba, asante kwa mbegu nzuri ya Neno lako. Tafadhali mzuie adui asinipokonye mbegu hiyo. Nisaidie kukuza mizizi mirefu ili ninufaike na hifadhi Zako zisizo na mwisho za kunihuisha na kunitia nguvu. Ufanye moyo wangu uwe udongo wenye rutuba ili Neno lako likue na lizae matunda ... Katika jina la Yesu, amina.

Wacha Moyo Wako Utii:

(Mungu anakuongoza kujua, kuthamini au kufanya nini?)

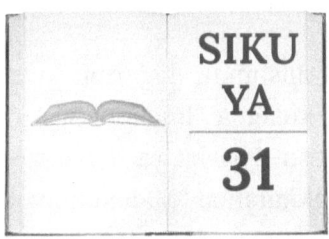

Litumainie Neno la Mungu–Sababu za Kuamini

Neno lako ndilo kweli.
Yohana 17:17

Unajuaje kwamba Biblia si hadithi iliyobuniwa? Je, kuna mtu yeyote amewahi kukuuliza hivyo? Labda umejiuliza iwapo Neno la Mungu kweli ni Kitabu cha Mungu. Kama utakavyogundua leo, tunaweza kuwa na imani katika mamlaka ya Maandiko.

Mbali na Biblia kudai kuwa Neno la Mungu mara nyingi ...

Mbali na Mungu kutuambia kuwa aliongoza watu kuandika vitabu vya Biblia ...

Mbali na Waandishi kuhusisha maneno waliyokuwa wakiandika na Mungu ...

Kuna sababu nyingine nyingi za kuamini Biblia. Kwa sasa, tutachunguza nane tu:

1. **Yesu alitumainia Neno la Mungu na alishuhudia kibinafsi ukweli wake.** Yesu alianza huduma Yake kwa kusoma Isaya 61:1-2, ambayo ilieleza Mwokozi ambaye Mungu aliahidi kumtuma. Kisha akatangaza, "Leo Andiko hili limetimia mkiwa mnasikia" (Lk. 4:21). Yesu alifundisha Neno la Mungu, Sheria, na aliishi kulingana nalo. Alisema, "Msidhani kwamba nimekuja kufuta Sheria au Manabii; sikuja kuondoa bali kutimiza" (Mt. 5:17). Kama tulivyojifunza katika

Siku ya 26, Yesu pia alishinda majaribu kwa kunukuu Maandiko, alimjibu Shetani kwa kusema "Imeandikwa" (Mt. 4:4, 7, 10). Katika siku ya ufufuo wa Yesu—Pasaka ya kwanza—Aliongoza wanafunzi wawili kupitia Biblia, akifafanua "Maandiko yote yanayomhusu yeye mwenyewe" (Lk. 24:27). Ikiwa Yesu, Mwana mkamilifu wa Mungu, aliliamini Neno la Mungu, sembuse sisi?

2. **Biblia imejaa marejeo ya kihistoria na kijiografia.** Kazi ya kubuni isingejumuisha maelezo mengi ya kihistoria. Vitabu vya kihistoria vya Agano la Kale vimejaa maelezo mahususi juu ya maeneo, tarehe, nyakati, watu, na utamaduni wa kale wa Mashariki ya Karibu. Katika simulizi yake kuhusu maisha ya Yesu, Luka aliandika kila jambo linalohitajika ili kutoa muktadha kamili wa kuzaliwa kwa Yesu. Je, ni maelezo gani unaweza kupata kutoka kwenye kifungu hiki m?

> Siku zile Kaisari Augusto alitoa amri kwamba watu wote waandikishwe katika ulimwengu wa Kirumi. (Orodha hii ndiyo ya kwanza iliyofanyika wakati Krenio alikuwa mtawala wa Shamu). Kila mtu alikwenda kuandikishwa katika mji wake alikozaliwa. Hivyo Yosefu akapanda kutoka mji wa Nazareti ulioko Galilaya kwenda Uyahudi, mpaka Bethlehemu, mji wa Daudi, kwa sababu yeye alikuwa wa ukoo na wa nyumba ya Daudi. Alikwenda huko kujiandikisha pamoja na Maria, ambaye alikuwa amemposa naye alikuwa mjamzito. (Lk. 2:1-5)

Katika mistari hiyo, Luka anaorodhesha majina ya watawala wawili, tukio mahususi la kihistoria, maeneo matatu ya kijiografia, jina na historia ya familia ya Yosefu, na sababu iliyomfanya Yosefu awe pamoja na Mariamu. Luka hakuwaogopa wachunguzi wa kubaini kiwa taarifa alizonadika ni za kweli. Kwa kweli, kiwango hiki cha maelezo kinawaalika watu kutamthmini usahihi wa taarifa hizi.

3. **Hati za kihistoria na akiolojia zinathibitisha kwamba Biblia iko sahihi.** Biblia haijumuishi mambo ya kweli ya kiroho tu, bali pia inarekodi maelezo ya kihistoria na kijiografia kwa usahihi wa hali ya juu. Kwa mfano, wanaakiolojia waligundua uthibitisho wa kuharibiwa kwa Yeriko unaolingana na simulizi ya Biblia inayopatikana katika

kitabu cha Yoshua.[1] Maandishi ya Kiaramaiki yanayorekodi "Nyumba ya Daudi" yaligunduliwa katika eneo la Tell Dan[2]. Jukwaa la mashambulizi na kaburi la watu wengi vilichimbuliwa na vikaonekana kulingana na uvamizi wa Waashuru wakati wa utawala wa Hezekia.[3] Ushahidi mwingi zaidi wa kiakiolojia kuliko huu umepatikana.

Pia kuna hati za kale za kihistoria zinazorekodi maelezo ya matukio yanayoelezwa katika Maandiko. Kwa mfano, Mathayo na Marko wote wanaeleza kuhusu giza lisilo la kawaida na tetemeko la ardhi lililotokea Yesu aliposulubiwa:

> Tangu saa sita hadi saa tisa giza liliifunika nchi yote ... Yesu alipolia tena kwa sauti kuu, akaitoa roho yake. Wakati huo huo pazia la Hekalu likachanika vipande viwili, kuanzia juu hadi chini. Dunia ikatetemeka na miamba ikapasuka. Makaburi yakafunguka na miili ya watakatifu waliokuwa wamekufa ikafufuliwa. (Mt. 27:45, 50–52)

Wanahistoria wasio wa kidini walieleza matukio yanayolingana na ya Biblia. Mwanahistoria wa Kigiriki Phlegon aliandika kwamba wakati wa utawala wa Kaisari Tiberio, wakati Yesu aliuwawa, kulikuwa na giza katikati ya mchana na tetemeko la ardhi lilitikisa eneo hilo.[4] Mwanahistoria mwingine anayeitwa Thallus aliandika kwamba giza kuu lilifunika nchi na tetemeko la ardhi lilipasua miamba huko Yudea.[5] Rekodi hizi za watu wasio wa kidini zinaendana na ripoti ya kibiblia ya giza na tetemeko la ardhi wakati wa kifo cha Yesu.

4. Unabii katika Biblia ulitabiri kwa usahihi matukio ya kihistoria muda mrefu kabla hayajatokea. Biblia ina mamia ya unabii na sehemu kubwa ya unabii huo imeshatimia. (Unabii ambao haujatimia unahusu nyakati za mwisho wakati Yesu atakaporudi.) Matukio

---

1 Walter A. Elwell, *Evangelical Dictionary of Theology: Second Edition* (Grand Rapids, MI: Baker Academic, 2001).
2 Ibid.
3 Nicholas R. Werse, "Hezekiah, King of Judah," ed. John D. Barry, David Bomar, Derek R. Brown, Rachel Klippenstein, Douglas Mangum, Carrie Sinclair Wolcott, Lazarus Wentz, Elliot Ritzema, and Wendy Widder, *The Lexham Bible Dictionary* (Bellingham, WA: Lexham Press, 2016).
4 Gary R. Habermas, *The Historical Jesus: Ancient Evidence for the Life of Christ* (Joplin, MO: College Press Publishing Company, 1996), 218.
5 Ibid., 196-197.

yaliyotabiriwa katika Agano la Kale na kuelezwa katika Agano Jipya ni baadhi ya unabii mahususi zaidi ambao umewahi kutimia. Hapa kuna chache tu:

- Takriban miaka 700 kabla ya kuzaliwa kwa Yesu, Mika aliandika kwamba Masihi atazaliwa Bethlehemu (Mik. 5:2; Mt. 2:1-6).
- Zekaria alitabiri kwamba Yesu atasalitiwa kwa vipande thelathini vya fedha (Zek. 11:12; Mt. 26:14-15).
- Daudi alitabiri kwamba mikono na miguu ya Yesu itatobolewa (Zab. 22:16; Yn. 20:24-28).
- Isaya alitabiri kwamba mwili wa Yesu utazikwa katika kaburi la mtu tajiri (Isa. 53:9; Mt. 27:57-60).
- Ufufuo wa Yesu pia ulitabiriwa mara nyingi (Zab. 16:8-11; Mdo. 2:24-31).

Labda mtu anaweza kujaribu kubadilisha baadhi ya maelezo ya maisha ili kutimiza Maandiko, lakini hakuna mtu angeweza kubadilisha mahali ambapo atazaliwa, jinsi atakavyokufa, au ni nini kitatendekea mwili wake baada ya kifo. Watu hawawezi kujua au kudhibiti wakati ujao, *lakini Mungu anaweza na anafanya hivyo.* Biblia inatabiri kwa usahihi matukio ya wakati ujao kwa sababu Mwandishi wake anajua "mwisho tangu mwanzo" (Isa. 46:10).

5. **Biblia inaeleza kweli za kuaibisha kuhusu "mashujaa" wake.** Wanahistoria wengi wa kale walitilia chumvi ushindi wa viongozi na kupuuza au kuondoa kushindwa kwao wakijaribu kukuza itikadi au makusudi fulani. Lakini waandishi wa Biblia hawakufanya marekebisho hayo. Maandiko yanasema waziwazi kwamba Abrahamu alizaa mwana na mtumishi wa mke wake na kusema uongo juu ya mke wake, akimwita dada yake. Yakobo alidanganya na kuiba. Musa aliua. Daudi aliua na kufanya uzinzi. Yona alimtoroka Mungu na kisha akachukizwa kwamba watu wa Ninawi walitubu. Petro alimkana Kristo mara tatu. Paulo aliwakamata na kuunga mkono mauaji ya wafuasi wa Yesu. Ikiwa Biblia ingekuwa imetungwa na wanadamu, yamkini haingefichua kasoro za mashujaa wake, lakini jambo la

kushukuru ni kwamba Biblia iliongozwa na Roho wa Mungu ili kumtukuza Mungu, si wanadamu.

6. **Biblia ina simulizi nyingi za watu waliojionea kwa macho.** Watu wanne tofauti–Mathayo, Marko (chini ya mwongozo wa Petro), Luka, na Yohana–waliandika simulizi kuhusu maisha ya Yesu. Ikiwa simulizi zao zingekuwa tofauti kabisa, hatungeweza kuwaamini. Lakini simulizi zao zinafanana sana, zikiwa na tofauti ndogo tu zinazoonekana zimetokana na haiba zao, vitu vilivyowavutia, na watu ambao walizungumza nao. Tofauti ambazo wengine huita "mkinzano" ni sababu nyingine ambayo *inapaswa* kutufanya tuamini kwamba simulizi hizi ni za kweli.[1] Simulizi zinazofanana kabisa kutoka kwa wanaume wanne tofauti zinaweza kuonyesha kwamba waandishi walinakili kazi za wenzao au uhariri mkubwa. Tunaposoma Injili za Mathayo, Marko, Luka, na Yohana, tunaona kwamba zinafanana, lakini hazilingani kikamilifu. Hilo ndilo tungetarajia katika simulizi kadhaa za kweli za matukio yale yale.

7. **Biblia inawathamini wanawake na inategemea ushuhuda wao.** Tamaduni ambazo kwazo Biblia iliandikwa hazikuwaheshimu wanawake. Hata hivyo Biblia huwasifu, huwazawadi, na kuwasherehekea wanawake tena na tena. Bibilia inaripoti kwamba wanawake ndio walikuwa wa kwanza kugundua kaburi tupu la Yesu huku wanaume wakijificha kwa hofu wakiwa wamefunga milango yao. Ikiwa waandishi wanaume wa Biblia wangekuwa wamebuni hadithi ya ufufuo, hawangejieleza kama watu waoga wala hawangechagua wanawake kuwa mashahidi wa ufufuo wa Yesu, kwa kuwa ushuhuda wa mwanamke katika utamaduni wao ulionekana kuwa hauna maana. Pia vitabu vya Injili vinasema kwamba Yesu hakuzungumza tu na wanawake (baadhi yao wakiwa makahaba) bali pia watu wa kigeni, watoto, watu wenye ukoma, na watoza ushuru. Alizungumza waziwazi na kila aina ya watu ambao utamaduni wa enzi hiyo uliwachukia au kuwaona kama watu wasio na maana. Ingawa utangamano wa Yesu na watu hao ilikuwa jambo la kushtua,

---

1   Wallace, J. Warner. *Cold-Case Christianity: A Homicide Detective Investigates the Claims of the Gospels.* Colorado Springs, CO: David C Cook, 2013.

wafuasi wa Yesu–wakiongozwa na Roho wa Mungu kuandika Hadithi ya Mungu kwa usahihi kamili –waliuandika hata hivyo. Biblia si zao la utamaduni wao. Ni zao la Mungu.

8. **Hatimaye, unaweza kujua ukweli wa Biblia kibinafsi kupitia maisha yako mwenyewe.** Unaposoma Biblia kila siku, kweli zitaonekana wazi kwako kwa wakati ufaao. Utaanza kuona kina, uwazi na uzuri wa Neno la Mungu. Roho Mtakatifu atakusaidia kuona uhusiano kati ya sehemu mbalimbali za Maandiko, akikupa ufahamu kamili wa kweli za kiroho. Mara nyingi, kusoma Biblia kutakuletea amani hata kama kile unachokisoma hakielezi chanzo cha tatizo lako moja kwa moja. Hiyo ni kwa sababu kila unapoisoma, unakutana na Mwandishi, na kukutana na Mungu hukupa amani.

Lakini ni nini hutokea wakati *huhisi* amani ya Mungu? Nini kinatokea unapokabiliwa na hali ya kutokuwa na uhakika? Ni kawaida kuwa na maswali na shaka, hasa tunapoteseka. Hata Yohana Mbatizaji alimtilia Yesu shaka. Mtu huyu ambaye Mungu alimtuma kuandaa njia kwa ajili ya Yesu–ambaye kwa ujasiri alikabiliana na unafiki, alihubiri toba, na kutangaza, "Tazama, Mwana-Kondoo wa Mungu, aichukuaye dhambi ya ulimwengu!" (Yn. 1:29)–ndiye yule yule aliyemtilia shaka Yesu akiwa katika seli ya gereza. Yohana Mbatizaji aliwatuma wanafunzi wake wamuulize Yesu, "Wewe ndiye yule aliyekuwa aje, au tumngojee mwingine? " (Lk. 7:19). Akiwa peke yake, akiwa na njaa, na akiwa amefungwa na Mfalme muovu Herode, Yohana alijiuliza ikiwa Yesu at}aweka ufalme Wake kwa kuwa hilo bado halikuwa limetendeka.

Kwa kujibu, Yesu alitoa ushahidi *kupitia Maandiko*: "Rudini mkamwambie Yohana yote mnayoyaona na kuyasikia: Vipofu wanapata kuona, viwete wanatembea, wenye ukoma wanatakaswa, viziwi wanasikia, wafu wanafufuliwa na maskini wanahubiriwa habari njema" (Lk. 7:22). Yesu alisema kwamba alikuwa akifanya yote ambayo Maandiko yalisema Yeye, Masihi, atafanya (Isa. 35:5–6).

Ikiwa shaka inakufanya uhoji ukweli, rudi kwenye ushahidi, kama Yesu alivyomhimiza Yohana Mbatizaji afanye. Kumbuka jinsi ambavyo umemshuhudia Mungu maishani mwako. Acha uumbaji ukuthibitishie tena kwamba j Mungu yupo. Jizamishe katika Neno la

Mungu. Omba kama yule mtu aliyemlilia Yesu, "Naamini; nisaidie kutoamini kwangu!" (Marko 9:24).

Lakini shaka si lazima iwe sehemu ya hadithi yako. Mtu mwingine wa Mungu, Paulo, pia alijikuta katika seli ya gereza huku kifo chake kikikaribia kwa haraka. Hata hivyo, hakuyumbayumba katika imani yake. Kwa nini alikuwa na ujasiri sana? Imani. Ushahidi unaotokana na ukweli ni muhimu, lakini ni duni

> **Una shaka? Zingatia Luka 11:9–10:**
> "Kwa hiyo nawaambia: Ombeni nanyi mtapewa; tafuteni nanyi mtapata; bisheni nanyi mtafunguliwa mlango. Kwa kuwa kila aombaye hupewa; naye kila atafutaye hupata; na kila abishaye hufunguliwa mlango."

ukilinganisha na ujasiri unaotokana na imani, ambayo hukua kupitia uhusiano wa kudumu na Mungu. Paulo aliandika, "Sioni haya kwa maana ninamjua yeye niliyemwamini" (2 Tim. 1:12). Yule ambaye alimwamini aliutuliza moyo wake, si kile alichoamini. Unapoteseka au kuwa na shaka, mkumbuke yule unayewamini. Kaa ndani yake.

Wacha Bibilia Inene:

2 Timotheo 3:14–4:8 (Kwa Hiari: Kutoka 24:4)

Wacha Akili Yako Ifikirie:

1. Unafikiri ni sababu gani yenye ushawishi zaidi ya kuiamini Biblia?

2. Kwa nini unafikiri watu wanaamini kwamba Biblia si sahihi au haina umuhimu? Je, unaamini kwamba Biblia ni sahihi na ina umuhimu? Kwa nini unakubali au kwa nini unapinga? Tenga muda ili kuruhusu Biblia ikusaidie katika hali yotote ambapo unakosa imani.

3. Je, kukaa ndani ya Yesu kunawezaje kumsaidia mtu kukuzaa imani yake katika Neno la Mungu?

Wacha Nafsi Yako Iombe:

Baba, Neno lako ni kweli. Neno lote. Nisaidie kuliamini na kulifuata kikamilifu. Ninaomba kwamba nitajua, nijue kabisa, ukweli. Ni ukweli wako pekee ndio utakaoniweka huru (Yn. 8:32). Neno lako ni kweli (Yn. 17:17). Bwana, fanya uhusiano wetu wa kibinafsi uwe wa kweli, wa karibu sana na kamili, kiasi kwamba hakutakuwa na nafasi ya shaka ... Katika jina la Yesu, amina.

Wacha Moyo Wako Utii:

(Mungu anakuongoza kujua, kuthamini au kufanya nini?)

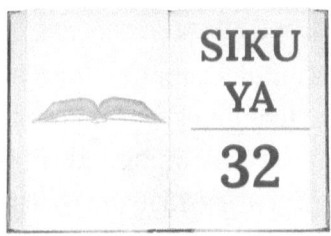

Pitia Bibilia – Kitabu Kwa Kitabu

Ahadi zako zimejaribiwa kikamilifu, mtumishi wako anazipenda.
Zaburi 119:140

Biblia yako ingekuwa na uwezo wa kuzungumza, ingekuambia nini? Je, ingekuambia jinsi unavyoanza safari yako kupitia kurasa zake? Au ingekukaribisha baada ya kutoweka kwa muda mrefu? Labda ingekueleza jinsi inavyofurahia muda wenu pamoja kila siku. Ikiwa Biblia yako inaonekana kana kwamba imesahaulika, leo tunaweza kukusaidia kuifahamu zaidi. Iwapo unahisi kutishwa kidogo na maktaba ya Biblia ya vitabu sitini na sita, hauko peke yako. Utaanzia wapi? Njia bora ya kutulia zaidi katika eneo usilolifahamu ni kufanya ziara ya kuelekezwa.

Ndio, safari yetu ya imani leo inahusu kuipitia Biblia. Kwa kupitia muktadha na maudhui yake ya msingi, tutagundua jinsi Hadithi ya Mungu inavyoshikamana. Pia tutapata ufahamu bora zaidi wa mahali pa kusoma ili kupata usaidizi tunaohitaji. Tutamaliza ziara yetu kwa kutoa mapendekezo kuhusu sehemu ambazo huenda ukafikiria kusoma kwanza. Tuanze.

Tutaanzia pale ambapo Biblia inaanzia: **Agano la Kale**. Kwa sehemu kubwa likiandikwa katika lugha ya Kiebrania, Agano la Kale liliandaliwa kwa kipindi cha miaka elfu moja.[1] Linaweza kugawanywa katika sehemu nne:

---

1 Vitabu vya Agano La Kale hapo awali viliandikwa katika lugha ya Kiebrania, isipokuwa sehemu kadhaa katika kitabu cha Danieli, ambazo ziliandikwa katika lugha ya Kiaramaiki.

1. **Torati (Mwanzo - Kumbukumbu la Torati):** Torati, au Sheria ya Kiyahudi Iliyoandikwa, inajumuisha vitabu vitano vya kwanza vya Biblia. Vitabu hivi vilitolewa na Mungu kwa Musa na vinajumuisha hadithi kuhusu uumbaji, gharika, Mababu wa Israeli, na kutangatanga kwa taifa la Waebrania kabla ya kuingia katika Nchi ya Ahadi. Pia vinajumuisha sheria za kibiblia za dini ya Uyahudi, zikianza na Amri Kumi. Torati pia inajulikana kama Pentateuki au Vitabu Vitano vya Musa.

2. **Hadithi ya Watu wa Mungu (Yoshua–Esta):** Vitabu kumi na viwili vya Biblia vinavyofuata vinaendelea kusimulia hadithi ya watu wa Mungu na vimepangwa kulingana na jinsi matukio yalivyofuatana katika wakati. Tayari tumepitia hadithi za watu wa Mungu kutoka enzi ya uumbaji hadi kuvuka kwa Mto Yordani na kuingia katika Nchi ya Ahadi (Mwanzo-Yoshua). Turudi mahali tulipoachia hadithi hii.

Katika **Yoshua**, tunasoma kuhusu Mungu akiwaongoza Waisraeli kuteka Nchi ya Ahadi. Mwanzoni, Waisraeli hawakuwa na mfalme; walikuwa na **Waamuzi**. Katika kitabu cha Waamuzi, tunaona mzunguko wa dhambi iliyokithiri na toba zisizodumu, kwa kuwa "kulikuwa hakuna mfalme katika Israeli; kila mtu alifanya kile alichoona ni sawa machoni pake mwenyewehakuwa na mfalme [wa kidunia] katika Israeli. Kila mtu alifanya lililo sawa machoni pake mwenyewe"(Amu. 21:25). Kama kawaida, dhambi za watu zilisababisha mateso. Mungu aliendelea kuwa mwaminifu na kuendelea kuwakomboa watu wake kupitia viongozi, yaani waamuzi, lakini cha kusikitisha ni kwamba Waisraeli waliendelea kutenda maovu tena na tena.[1] Walimpuuza Mungu na kuabudu sanamu. Katika hali hii ya dhambi, tunakipata kitabu cha **Ruthu**. Wasomi wengine wanaamini kuwa Ruthu iliandikwa kwa mtazamo wa wanawake. Kitabu hiki kinatufundisha jinsi Mungu anavyomjumuisha mwanamke ambaye si Mwisraeli katika mpango Wake wa ukombozi, akimfanya kuwa sehemu ya ukoo wa Yesu.

Hatimaye, Waisraeli walidai mfalme ili wawe kama mataifa mengine. Mungu aliwapa kile walichoomba, na katika **1 Samweli,**

---

1 Amu. 2:2-3, 11-13, 17, 19; 3:6, 7, 12; 4:1; 6:1, 10; 8:24-27, 33; 10:6; tazama 13:1; 17:6; 21:25.

tunakutana na mfalme wa kwanza wa Israeli, Sauli. Mfalme huyu alipotoka kutoka kwenye njia ya Mungu na kupoteza baraka za Mungu. Katika 1 Samweli 13 tunakutana na Daudi, ambaye utawala wake kama mfalme wa Israeli umeandikwa katika **2 Samweli.** Daudi alikuwa mtu aliyeupendeza moyo wa Mungu (1 Sam. 13:14) na ambaye aliandika takriban nusu ya yale tunayosoma katika Zaburi. Pia alikuwa mtu wa vita, na alikuwa na kasoro nyingi. Tofauti na Sauli, Daudi alitubu na kumgeukia Mungu kila alipotenda dhambi. Mungu alimbariki Daudi, na kusimamisha kiti chake cha enzi milele kupitia Masihi aliyetoka katika ukoo wake (2 Sam 7:8–17). Katika **1 Wafalme**, tunasoma kuhusu Sulemani, mwana wa Daudi, ambaye alichukua utawala baada ya Daudi. Alikuwa mwenye hekima zaidi kuliko wanadamu wote, lakini hakuwa na hekima ya kutosha kuepuka kuoa wanawake wengi walioabudu miungu mingine.

Katika **2 Wafalme**, tunaona tena na tena kwamba wafalme wanadamu waliangamizwa na dhambi. Wengi wa wafalme hao waliwachochea watu wao waabudu miungu mingine, na kila mtu aliadhibiwa kwa matendo hayo. Kwanza, taifa la Israeli liligawanyika na kuwa falme mbili tofauti–Yuda upande wa kusini (ufalme wa kusini) na Israeli upande wa kaskazini (ufalme wa kaskazini). Kisha, Mungu akapeleka falme zote mbili utumwani kwa sababu watu walikataa kutubu dhambi zao na waliendelea kuabudu sanamu. Waashuri hatimaye waliteka Israeli. Hatimaye, Wababeli waliteka Yuda na kuwapeleka watu wake wengi **uhamishoni** Babeli. Wababeli baadaye walitekwa na Waajemi. Enzi ya wafalme ulidumu kwa takriban miaka 345,[1] **Mambo ya Nyakati 1 na 2** zinachunguza tena matukio mengi muhimu ya enzi hiyo: Mambo ya Nyakati 1 inarudia mengi yaliyoandikwa katika Samweli 1 na 2, na 2 Mambo ya Nyakati inarudia mengi yaliyoandikwa katika Wafalme 1 na 2.

Hatimaye, baada ya miaka sabini uhamishoni Babeli, Mungu aliwaleta baadhi

> **Uhamisho:**
> Watu kuondolewa kutoka nchi yao. Wakati wa utekaji wa Waashuri na Wababeli, mabaki ya watu—au kundi dogo la watu—liliachwa ili kufanya kazi ya kilimo.

---

1 K. A. Kitchen, *On the Reliability of the Old Testament* (Grand Rapids / Cambridge: William B. Eerdmans Publishing Company, 2006), 30-32. 2 Isa. 23:15; Jer. 25:11-12.

ya watu wake nyumbani, kama vile Maandiko yalivyotabiri.[1] Katika kitabu cha **Ezra**, tunasoma kuhusu wakati wa urejesho wa majengo na wa kiroho. Mateka waliorudi walipokuwa wakijenga upya hekalu la Yerusalemu, Kuhani Ezra aliwasaidia watu kujijenga upya kiroho kwa kurejesha sheria ya Mungu na kulifanya agano la Mungu upya (mkataba rasmi wa uhusiano kati ya Mungu na watu wake). Kitabu cha **Nehemia** kinaeleza kujengwa upya kwa ukuta uliozunguka Yerusalemu, jambo ambalo lilirejesha usalama dhidi ya maadui wa karibu. Muhimu zaidi, ukuta huo ulisaidia kurejesha utambulisho wa taifa na imani kama watu waliochaguliwa na Mungu. Katika kitabu cha **Esta**, tunajifunza kuhusu yatima jasiri sana wa Kiebrania ambaye alikuja kuwa malkia wa Uajemi. Kupitia cheo chake cha kifalme na ujasiri wake, alihatarisha maisha yake ili kuokoa watu wa Mungu kutokana na mauaji.

3. **Maandiko ya Watu wa Mungu (Ayubu–Wimbo wa Sulemani):** Vitabu vitano vya Biblia vinavyofuata vinarekodi miitikio ya wanadamu kwa Mungu, lakini pia vimeongozwa na Mungu. Vitabu hivi pia vinaitwa vitabu vya hekima, au Fasihi ya Hekima. Lugha mara nyingi huwa ni ya kishairi, iliyojaa taswira na maneno yaliyotungwa kwa ustadi. **Ayubu** anasimulia hadithi ya uaminifu wa mwanadamu kwa Mungu licha ya mateso makali. **Zaburi** ni mkusanyiko wa nyimbo na mashairi ya maombi, yaliyotolewa kwa ajili ya utukufu wa Mungu, ambayo mara nyingi huonyesha hisia za wanadamu katika muktadha wa ukweli wa Mungu. Mfalme Sulemani aliandika sehemu ya taarifa zake za hekima katika **Mithali** na kueleza ubatili wa maisha ya kutomcha Mungu katika **Mhubiri**. Pia aliandika shairi la mapenzi linaloitwa **Wimbo Ulio Bora**, unaoitwa pia **Wimbo wa Sulemani**. Wimbo huu wa kishairi unaelezea hadithi ya kimapenzi kati ya bwana harusi na bibi arusi wake. Wasomi wengine wanaamini kwamba inaashiria upendo wa Mungu kwa watu na upendo wa Yesu kwa kanisa.

---

1 Isa. 23:15; Yer. 25:11–12.

4. **Maandiko ya Manabii (Isaya–Malaki):** Vitabu kumi na saba vya mwisho vya Agano la Kale ni miitikio ya Mungu kwa watu wake. Katika vitabu hivi, Mungu anaonyesha upendo na huruma wake mkuu, akiwahimiza watu wake watubu na kumrudia. Mungu pia anaonya kwamba watu wanaokataa kutubu na kumtumainia watakabiliwa na ghadhabu yake.

Kupitia hadithi za watu wa Mungu, miitikio yao kwa Mungu, na miitikio ya Mungu kwao, Agano la Kale linatufundisha kuhusu madhara mabaya ya dhambi katika mahusiano yetu sisi kwa sisi na husiano wetu na Mungu pia. Lakini katika hadithi hizi zote, Mungu anaahidi tena na tena kwamba atamtuma Mwokozi. Kwa maana hii, Agano la Kale ni hadithi ya matumaini na Agano Jipya ni utimilifu wa tumaini hilo.

Muda mfupi baada ya kufufuka kwa Yesu, waandishi tisa wanadamu, wakiongozwa na Mungu, waliandika vitabu vya **Agano Jipya** katika lugha ya Kigiriki ya Koine, lugha ya kawaida ya wakati huo.[1] Kama vile Agano la Kale, Agano Jipya linaweza kugawanywa katika sehemu nne:

1. **Hadithi ya Yesu (Mathayo–Yohana):** Injili za Mathayo, Marko, Luka, na Yohana zinasimulia hadithi ya maisha, mafundisho, kifo, na ufufuo wa Yesu.

2. **Historia ya Kanisa (Matendo Ya Mitume):** Kitabu cha Matendo ya Mitume kimerekodi miaka thelathini ya kwanza ya kanisa la kwanza na kuenea kwa Ukristo. Wakati mwingine huitwa Matendo ya Roho Mtakatifu, kitabu hiki kinajumuisha ujio wa Roho Mtakatifu siku ya Pentekoste (Tazama ukurasa wa 1).

---

1 James P. Sweeney, "Chronology of the New Testament," ed. John D. Barry, David Bomar, Derek R. Brown, Rachel Klippenstein, Douglas Mangum, Carrie Sinclair Wolcott, Lazarus Wentz, Elliot Ritzema, and Wendy Widder, *The Lexham Bible Dictionary* (Bellingham, WA: Lexham Press, 2016).

3. **Nyaraka za Agano Jipya (Warumi-Yuda):** Nyaraka hizi, zilizoandikwa na viongozi katika kanisa la kwanza, zinaeleza theolojia inayomhushu Yesu. Pia zinaeleza jinsi ya kuishi katika ushirika na waumini wengine na jinsi ya kumwakilisha Yesu kwa wasiomwamini.

4. **Hitimisho (Ufunuo):** Kitabu hiki kinaeleza nyakati za mwisho Yesu atakaporudi kutawala milele. Tunaona ghadhabu ya Mungu ikielekezwa kwa wale wanaobaki wakiwa wametengwa na Mungu kwa sababu ya dhambi zao. Lakini pia tunaona udhihirisho kamili wa upendo wa Mungu na uwepo wake pamoja na watu wake katika mbingu mpya na dunia mpya. Ni kitabu cha matumaini makubwa katika maisha ya baadaye, umilele usio na huzuni wala mateso kwa sababu Yesu anafanya mambo yote kuwa mapya (Ufu. 21:4–5).

Tumeipitia Biblia kwa haraka, na hapa kuna mapendekezo kuhusu mahali pa kuanzia:

• Anza na Injili. Kama mabalozi wa Yesu, jambo muhimu zaidi tunaloweza kufanya ni kujifunza kumhusu–Yeye ni nani, kile Anachosema na kufanya, kile Anachojali. Mfuate kwa kurudia rudia kusoma Mathayo, Marko, Luka, na Yohana kwa mpangilio wowote utakaochagua. Utamjua Mwokozi wako, na utakuwa kama Yeye zaidi. Unaposoma, utaona pia kwamba Yesu alinukuu mara nyingi kutoka katika Kumbukumbu la Torati na Zaburi, kwa hivyo unaweza kuvisoma vitabu hivyo viwili baadaye. Ili kuelewa jinsi ya kuishi vyema kulingana na mafundisho ya Yesu, soma nyaraka za Agano Jipya. Kila waraka wa Agano Jipya uliandikwa ili kushughulikia hali fulani mahususi, kwa hivyo ni muhimu kusoma vitabu vyote mara kwa mara.

• Unapoanza kusoma kitabu cha Biblia, tenga wakati wa kukisoma chote katika kipindi kimoja au viwili ili kupata muhtasari mzuri. Kisha, anza kusoma tena kutoka mwanzo, lakini wakati huu kisome polepole. Zingatia mambo muhimu.

- Zingatia kutumia ratiba maalum ya kusoma kila siku ili kukuongoza katika kusoma Biblia nzima. Unaweza kupata ratiba kadhaa za kusoma mtandaoni. Pia, Biblia nyingi hujumuisha ratiba za kusoma kwenye kurasa za mbele au za nyuma.

Haijalishi utachagua utaratibu gani wa kusoma, **lengo si sisi kupitia Biblia bali ni Biblia kunena nasi.** Sasa unajua *mahali* pa kusoma katika Biblia. Kesho, utajifunza kwa undani zaidi *jinsi* ya kuisoma ili uimarishe uhusiano wako na Mungu.

Wacha Bibilia Inene:
Zaburi 119:1–56 (Kwa hiari: 2 Petero 3:18)

Wacha Akili Yako Iwaze:
1. Katika ziara yetu ya Biblia, ni kituo gani njiani kilikuwa kipya kwako au kilikushangaza?

2. Soma sehemu ya kwanza ya Zaburi 119 (mtari wa 1–56). Je, tumebarikiwaje?

3. Zungumza na rafiki kuhusu kitabu cha Biblia cha kujifunza kwanza. Mnaweza kukubaliana juu ya ratiba ya kusoma ili muitumie pamoja. Kisha wajibishaneni na mjadili yale mliyojifunza. Unaposoma kila kitabu, tafuta jinsi kinavyoshikamana na hadithi kubwa ya Mungu.

Wacha Nafsi Yako Iombe:
Baba, Neno lako lina mambo mengi sana mazuri. Nisaidie kulisoma kila siku. Ninaposoma vitabu vya Injili, nisaidie nianze kutenda, kufikiri, na kusema kama Yesu. Fungua akili na moyo wangu, na "unifahamishe sawasawa na neno lako" (Zab. 119:169) ... Katika jina la Yesu, amina.

Wacha Moyo Wako Utii:
(Mungu anakuongoza kujua, kuthamini au kufanya nini?)

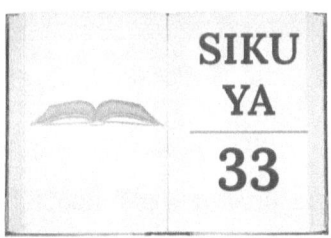

Jifunze Bibilia–
Hatua Kwa Hatua

Yafungue macho yangu nipate kuona
mambo ya ajabu katika sheria yako.
Zaburi 119:18

Viongozi wa kidini waliusubiri wakati huu maisha yao yote. Mwaka baada ya mwaka, walitumia muda kijifunza na kutimiza amri za Maandiko. Watu hawa walijivunia kukariri na kufasiri Biblia ya Kiebrania (Agano la Kale). Waliwafundisha watoto wao, kama wazazi wao walivyowafundisha, kujitayarisha kwa ajili ya Masihi atakayekuja. Na wakati huo ulipofika, Yesu aliposimama mbele yao, wengi wa walimu hao wa sheria hawakumtambua. Si kwa sababu Yesu hakutimiza unabii–Aliutimiza. Si kwa sababu walikuwa wamechanganyikiwa–hawakuwa wamechanganyikiwa. Hawakumtambua kwa sababu hawakuelewa maana ya Maandiko. Yesu aliwaambia:

Ninyi mnachunguza Maandiko mkidhani ya kuwa ndani yake mna uzima wa milele, maandiko haya ndiyo yanayonishuhudia Mimi. Lakini mnakataa kuja kwangu ili mpate uzima. (Yohana 5:39-40)

Walijivunia ufahamu wao wa Maandiko wakati muda huo wote yaliwaelekeza kwa Yesu (Lk. 24:25-27). Yesu alikuwa akiwaambia, "Mliwezaje kujua Maandiko Matakatifu na msinijue mimi?" Badala ya kuabudu Neno la Mungu (Yesu), waliabudu maneno ya Mungu.

Walitilia mkazo sheria wala si uhusiano na Mungu–sheria, wala si upendo wa Mungu. Vichwa vyao vilikuwa vimejaa maarifa, lakini mioyo yao haikubadilika.

Leo, tunapozingatia jinsi ya kujifunza Biblia, wacha tuchukue mtazamo tofauti. Hebu tujifunze Maandiko kwa unyenyekevu na hamu ya kumjua na kumfuata Yesu. Hebu tukue katika ukweli na upendo. Hebu tumwinue Yesu, si sisi wenyewe, kwa maarifa yetu mapya. Kwa sababu tunapofungua Biblia, tunatarajia kukutana na Mungu. Kumshuhudia Mungu kutaongeza hitaji letu la neema yake na kuzidisha upendo wetu kwake Yesu.

Sasa kwa kuwa tunajua Kujifunza Biblia tukiwa na lengo la kubadilisha moyo, si tu kupata maarifa akilini, hebu tuanze. Kuna njia nyingi za kujifunza Biblia. Ifuatayo ni njia moja iliyogawanywa katika hatua tano:

1. **Omba.**
Kabla hujaanza kusoma, OMBA. Roho Mtakatifu hutusaidia kuelewa Neno la Mungu (1 Yoh. 2:27). Anatuongoza kwenye kweli yote (Yn. 16:13). Mwambie akupe hekima na akufungue macho yako ya kiroho unaposoma Neno la Mungu (Zab. 119:18). Kisha tumainia kwamba atafanya kile ulichomwomba (Yak. 1:5-7). Sasa uko tayari kusoma.

2. **Soma.**
- Soma kwa umakini. Unaposoma Biblia, kuwa makini. Kusoma vifungu kwa sauti kunaweza kukusaidia kupunguza kasi na kuyasikiliza maneno unayosoma. Kuandika vifungu kunaweza kukusaidia kupunguza kasi na kuizingatia kile unachosoma. Njia moja ni kuchora mstari katikati ya kipande cha karatasi. Upande wa kushoto, andika kifungu, mstari kwa mstari. Upande wa kulia, andika maelezo na mawazo yako kando ya kila mstari. Unaposoma na kunakili, tafuta vidokezo kuhusu ujumbe ulio kwenye kifungu hicho: Ni nani anazungumza? Anazungumza na nani? Anasema nini? Kwa nini? Lini?

- <u>Soma ukirudiarudia.</u> Hii itakusaidia kupata vidokezo hivyo. Ukisoma kifungu kimoja mara nyingi, maelezo mapya, maana mpya, na matumizi ya kibinafsi yatajitokeza. Ni Neno lililo *hai* la Mungu, ambalo linamaanisha kwamba halijasimama-linafanya kazi (Ebr. 4:12). Neno la Mungu hupenya maishani mwetu ili kutathmini kile kilichopo.

- <u>Soma kwa ustadi.</u> Kusoma Biblia kunahitaji muda na bidii. **Ni muhimu kujifunza muktadha wa vifungu na hadithi za Biblia, la sivyo tunaweza kuvielewa visivyo.** Chukua muda kugundua mazingira ya kihistoria/kitamaduni, maana ya msingi ya kifungu husika (kile inachosema), na asili yake ya kifasihi (jinsi kinavyoshikamana na sura na kitabu husika cha Biblia). Tafakari jinsi kinavyohusiana na hadithi ya jumla ya Mungu (Wiki ya 1) na jinsi kinavyoweza kuelekeza kwa Yesu (Lk. 24:13-17, 27). Tunaposoma ili kuchunguza muktadha-mtazamo mkubwa–tunaweza kuelewa maana ya kifungu.

- <u>Soma kwa uangalifu.</u> Yatie maanani maelezo, pia. Ni vitenzi gani vimetumika? Maneno gani yanarudiwa? Iwapo kuna neno au mstari wowote unaoonekana kuwa muhimu, uandike chini. Ikiwa Biblia yako inatoa marejeo yanayohusiana na kifungu husika, yachunguze. Pia, angalia maneno ya kuashiria uhusiano. Ukiona *kwa hivyo*, soma sehemu iliyotangulia ili kuelewa kifungu husika vyema (Kwa nini imewekwa hapo?). Ukiona neno *lakini*, tafuta uelekezaji wa aina fulani. Iwapo huelewi neno, litafute mahali pengine katika Maandiko, na utumie muktadha ili kubaini maana yake, kama tulivyofanya na neno *takatifu* (Siku ya 13) na neno *kupumzika* (Siku ya 28). Acha Biblia ikusaidie kufasiri Biblia.

- <u>Soma kwa unyenyekevu.</u> Wakati mwingine, Biblia itakuwa ngumu kusoma kwa sababu huenda tusikubaliane nayo kila wakati. Hilo linapotokea, kumbuka kwamba njia za Mungu ziko juu zaidi kuliko njia zetu (Isa. 55:9). Mtumainie, na uliamini Neno Lake. Wakati mwingine, kifungu kitaonekana kuwa cha kawaida, na tunaweza kudhani kwamba tayari tumekielewa kikamilifu. Hilo likitokea, mwombe Mungu kwa unyenyekevu akufungue macho yako uyaone maelezo mapya, au matumizi mpya. Mwisho, katika nyakati ambazo huwezi kupata habari au majibu unayotaka kupata, kumbuka: "Mambo ya siri ni ya Bwana Mungu wetu, bali yaliyofunuliwa ni yetu na watoto wetu milele, ili tuweze kuyafanya maneno yote ya sheria hii" (Kum. 29:29). Zingatia *kile* alichokupa, ukijua kwamba kitakuwa kile unachohitaji.[1]

3. **Uliza Maswali.**

- Je, Mungu alikuwa akiwaambia nini wasomaji wa awali? Fikiria juu ya mambo ya kweli yaliyopo. Ni nini hasa kilifanyika katika kifungu husika? Tusikimbilie kutumia Biblia katika maisha yetu kabla ya kuelewa jinsi ilivyotumika kwa wasikilizaji/wasomaji wa hapo awali. Jaribu uelewe ni nini Roho Mtakatifu alikuwa akisema katika hali zao mahususi.

- Muundo ulikuwa upi? Namna maneno yalivyowasilishwa pia ni muhimu. Je, zaburi ilikusudiwa kusemwa au kuimbwa? Je, ilipaswa kusomwa kwa sauti kwa kikundi cha watu au ilikusudiwa kwa mtu binafsi? Kuzingatia jinsi ambavyo kila kifungu kiliwasilishwa kwa mara ya kwanza kunatoa muktadha ili kuelewa maana vizuri zaidi.

- Je, kuna kweli zisizopitwa na wakati kwa ajili ya waumini leo? Je, kuna ahadi au onyo ambalo ni kweli kwa watu wote na katika nyakati zote?

- Maandiko yanakuambia nini kumhusu Mungu? Nafsi yake? Tabia zake? Ahadi zake?

---

1 Sehemu hii ya "Soma" ndio iliyonisaidia kujifunza kusoma Biblia. Nimepata dhana hizi nyingi katika kitabu hiki: Howard G. Hendricks and William D. Hendricks, *Living By the Book: The Art and Science of Reading the Bible* (Chicago: Moody Publishers, 2007), 79-131.

- <u>Maandiko yanakuambia nini kuhusu wanadamu?</u> Mioyo yetu? Mahitaji yetu? Tabia zetu?

Kama una muda mchache, jiulize, "Mungu anataka nijue, nithamini, au nifanye nini?"

4. **Tumia.**

- <u>Je, Bibilia inakuambia nini kukuhusu?</u> Tunahitaji kulitumia Neno la Mungu katika maisha yetu binafsi: "Basi kuweni watendaji wa Neno wala msiwe wasikiaji tu, huku mkijidanganya nafsi zenu" (Yak. 1:22). Kumbuka, **Mungu hataki tu kutupatia taarifa ; Anataka kutubadilisha. Kusudi la Mungu ni kwamba tuwe zaidi kama Kristo** (Rum. 8:29). Kwa usaidizi Wake, tunalitumia Neno Lake katika maisha yetu ya kila siku ili kukuza sifa tabia, mitazamo, na tabia kama za Kristo.

- <u>Je, ulipata na ahadi?</u> Biblia ina maelfu ya ahadi, na nyingi zina masharti maalum. Kwa mfano, Warumi 10:9 inasema kwamba *ikiwa* tutasema na kumwamini Yesu kama Bwana, *basi* tutaokolewa. Ahadi zenye masharti hutuonyesha kile tunachopaswa kufanya.

- <u>Je, ulipata amri?</u> Je, kuna hatua yoyote ya kuchukua kulingana na kifungu hiki?

- <u>Je, ulipata tahadhari au onyo?</u> Mungu anataka kutulinda kutokana na hatari. Mara nyingi asili yetu ya dhambi ndio tishio letu kubwa zaidi. Maonyo yake hutusaidia kuepuka uchungu tusiyohitaji kukumbana nao.

5. **Omba na uandike shajara.**

- <u>Zungumza na Mungu.</u> Ikiwa amekupa mwelekeo, mwombe akuelezee hatua inayofuata na akusaidie kusonga mbele kwa imani. Ikiwa amekuonyesha dhambi, muombe akusamehe na akuepushe nayo. Ikiwa amekupa ahadi, mshukuru kwa uaminifu wake. Ikiwa amekuonyesha kitu kumhusu, mshukuru kwa kujidhihirisha kwako. Mwombe Mungu kwa kutumia vifungu vya Bibilia. (Tutajadili Kuomba kwa kutumia Maandiko wiki ijayo siku ya 40.)

- <u>Kuandika Shajara.</u> Andika vifungu, sala, na tafakari za kibinafsi. Kuwa na daftari la kawaida mahali ambapo unaweza kuandika kile unachojifunza kutakusaidia kukumbuka uaminifu wa Mungu. Pia kunaweza kukukumbusha mambo ambayo umejifunza ambayo yanaweza kuwasaidia wengine katika safari yao. Na, usisite kupigia mistari au kuandika kumbukumbu kwenye Bibilia yako. Yanaweza kuwa mawe ya ukumbusho (Siku ya 17) kuashiria yale uliyojifunza, jinsi Mungu alivyokusaidia katika wakati mgumu, na umbali gani umefika kwenye njia ya Mungu.

Baada ya kumaliza, SHIRIKI. Mweleze mtu ushuhuda wako wa Neno la Mungu. Shiriki kile ambacho Mungu anakufundisha kwa unyenyekevu. Waombe wengine washiriki kile wanachojifunza. Shiriki maarifa yako kadiri Mungu anavyoandaa fursa ya kufanya hivyo.

Ahadi na Masharti katika Bibilia

Unapotumia Neno la Mungu maishani mwako, kumbuka kwamba baadhi ya ahadi zilitolewa kwa watu mahususi kwa wakati mahususi. Kwa mfano, ahadi ya Mungu kwamba Mariamu atashika mimba na kumzaa mwana wa Mungu ilimhusu Mariamu pekee. Si ahadi zote za Biblia ni za watu wote. Kwa njia hiyo hiyo, si sheria zote za Agano la Kale bado zinatumika. Sheria nyingi za Walawi zilikuwa za ukuhani pekee na zilikusudiwa kuonyesha kwamba Waisraeli walitengwa na Mungu. Baada ya Yesu kuja na kuandaa njia kwa watu wa mataifa yote kujiunga na familia ya Mungu, sheria fulani zilibadilika. Kwa mfano, tohara ya kiroho ya moyo, ambayo hutokea wakati watu wanaweka imani yao katika Kristo, ilichukua nafasi ya tohara ya kimwili (Rum. 2:25–29). Pia, Mungu alibatilisha sheria za milo, akitangaza vyakula vyote kuwa safi, kama vile watu wote—Wayahudi na Mataifa— wangeweza kusafishwa kiroho kupitia Yesu (Mdo. 10). Ingawa muktadha ni muhimu, ni muhimu kukumbuka kwamba Mungu havunji ahadi zake. Yeye ni mwaminifu.

Vidokezo Zaidi vya Kujifunza Biblia:

1. Soma kifungu kile kile katika tafsiri tofauti za Biblia, iwapo zipo, ili uelewe vizuri zaidi.

2. Ikiwa Biblia yako ina vifungu vya marejeo, vitafute na uone jinsi mawazo au maneno makuu yanavyojitokeza katika sehemu nyingine za Biblia. Tunapolinganisha Maandiko na Maandiko mengine, tunajilinda dhidi ya kuyaelewa kwa njia isiyo sahihi. Kutumia marejeo ya Maandiko hutusaidia kuelewa maana ya mstari au kifungu na jinsi kinavyoweza kuunganishwa na sehemu nyingine za Biblia.

3. Wakati mstari fulani unaonekana kuwa muhimu, punguza kasi ya kusoma na uchunguze kila neno. Kwa mfano, Yesu aliwafundisha wafuasi Wake kuomba katika Mathayo 6:9-13. Tafakari kila neno kuanzia neno la kwanza "Yetu." Neno hili lililo katika hali ya wingi linakuonyesha nini? Nani amejumuishwa katika neno "Yetu"? Kisha nenda kwa neno la pili, "Baba." Jina hilo linakueleza nini kuhusu uhusiano wako na Mungu? Endelea kukagua kila neno polepole ili kupata taarifa muhimu. (Kumbuka: Tumia tafsiri ya Biblia ya neno kwa neno unapofanya uchambuzi wa maneno.)

4. Usitafute maana fiche. Biblia si fumbo; ni ufunuo wa Mungu wa ukweli usiopitwa na wakati kwa watu wote. Anataka

Tafsiri za Bibilia

Kiebrania cha Agano la Kale na Kigiriki cha Agano Jipya zote ni lugha ngumu. Miundo yao ya kisarufi na mitindo yao ya fasihi huenda isipatikane katika lugha nyingine, kwa hiyo kutafsiri Biblia ni kazi ngumu. Cha kupendeza, kwa sababu ya utafiti wa hali ya juu, tafsiri nyingi za kisasa ni nzuri sana. Ikiwa una tafsiri nyingi za kuchagua, jaribu kutumia tafsiri ya neno kwa neno unapofanya uchambuzi wa maneno (kama vile English Standard Bible). Unapochunguza dhana kwa ajili ya matumizi ya kisasa, tumia tafsiri za wazo-kwa-wazo (kama vile New Living Translation). Ili kutumia mbinu yenye usawa, tumia tafsiri patanishi (kama vile New International Version au Christian Standard Bible).

tuisome na tuielewe kwa usaidizi *Wake*, si kwa majaribu yetu ya kibinadamu ya kugeuza Maandiko ili yaunge mkono mawazo yetu au kuhalalisha misimamo yetu.

5. Kuna zana nyingi zinazopatikana mtandaoni na katika mfumo wa vitabu.[1] Watu wengi wana kamusi ya Biblia (ili kufafanua maneno mengi magumu yaliyojumuishwa katika Biblia) na konkodansi (ili kupata mahali maneno yalipo katika Biblia). Unaweza kuwa na moja au zana hizo zote mbili nyuma ya Biblia yako. Unapotumia miongozo ya kueleza Biblia, tathmini ufahamu wako *baada* ya kufanya uchambuzi. Ikiwa hakuna mtu mwingine ambaye amefikia mahitimisho kama yako, huenda umepotoka.

Ikiwa unalemewa na ukosefu wa hamu ya kujifunza Biblia, mwambie Mungu. Mwambie akupe hamu ya Neno Lake. Hilo ni ombi analopenda kujibu. Mungu anataka tufurahie muda wetu pamoja naye katika Neno lake. Anataka tupate nguvu, hekima, amani, na furaha kutoka katika kurasa za Biblia. Tunapofanya hivyo, tunaweza kujilinda dhidi ya hisia za kiburi kwa jinsi tunavyopata ujuzi. Kumbuka, Yesu anataka umjue, si tu kujua sifa zake. Mwalike Mungu abadilishe akili na moyo wako unapojifunza mapenzi Yake katika Neno Lake.

---

1 Tembelea allinmin.org kwa nyenzo zaidi ambazo tumekusanya ili kukusaidia kujifunza na kutumia kweli za Bibilia katika maisha yako.

Wacha Bibilia Inene

Zaburi 119:57-112 (Kwa hiari: Wafilipi 1:9-11)

Wacha Akili Yako Iwaze:

1. Ni hatua gani za kusoma Biblia ambazo tayari unazitekeleza?

2. Ni hatua gani geni kwako?

3. Ni kwa njia zipi unaweza kutumia yale unayojifunza kutokana na kujifunza Biblia? Mungu havutiwi na maarifa (kukusanya ukweli); Anataka uhusiano (kufanya kile anachosema pamoja naye). Je, unafikiri kusoma Biblia kutaboreshaje hadithi yako ya kumjua na kumtumikia?

Wacha Nafsi Yako Iombe:

Baba, kamwe nisiwahi kulipuuza Neno lako (Zab. 119:16). Nisaidie ninaposoma Biblia. Niongoze ninapoisoma na kuitumia maishani mwangu. Nipe fursa ya kushiriki kile Unachonifundisha na wengine … Katika jina la Yesu, amina.

Wacha Moyo Wako Utii:

(Mungu anakuongoza kujua, kuthamini au kufanya nini?)

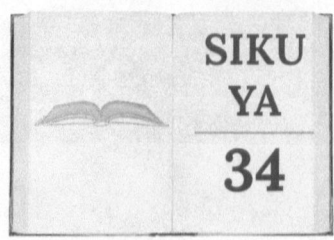

Likariri Neno La Mungu

Nimelificha neno lako moyoni mwangu ili nisikutende dhambi.
Zaburi 119:11

Kila siku kwa kila uamuzi tunaoufanya, huwa tunajibu maswali mawili yafuatayo: *Ninaamini nini kumhusu Mungu?* na Je, *ninaamini nini kujihusu?* Tuwe tunafahamu au la, tunayaona maisha kupitia lenzi ya theolojia na utambulisho. Mara nyingi, huwa hatutambui kwamba tuna dhana fulani na tunafikia mahitimisho fulani kuhusu Mungu, sisi wenyewe, na ulimwengu unaotuzunguka. Imani yetu (au mtazamo wetu wa ulimwengu) huathiri mazungumzo yetu na vitu tunavyovipa kipaumbele. Au, kusema kwa njia nyingine, vingine, kile kilicho ndani ya mioyo yetu ndicho "kinachoamua mwelekeo wa yote tunayofanya" (Mit. 4:23).

Neno la Mungu linasema Mengi kuhusu kuilinda mioyo yetu na kuyazingatia mambo yaliyo juu.[1] Tunahitaji mtazamo wa ulimwengu unaoweza kueleza, kuongoza, na kuhamasisha mambo yote ili kuyaelekeza kwa kile ambacho Mungu anatuitia kufanya. Kujua hadithi ya Mungu yenye sehemu nne (Wiki 1) kunatusaidia kuelewa ulimwengu na kuishi ipasavyo. Lakini pia tunahitaji kanuni za kibiblia kwa ajili ya nyanja zote na nyakati zote za maisha yetu. **Ndio maana kuficha Neno la Mungu mioyoni mwetu ni muhimu.**

Hebu tuangalie leo sababu na jinsi ya kukariri Neno la Mungu.

Kukariri Neno la Mungu hulifanya lipatikane wakati wote nyakati zote. Haijalishi tunakoenda au tunachokifanya, tuko tayari

---

1 Kwa mifano juu ya kulinda moyo wako, tazama Mit. 4:23; 24:12; Flp. 4:7; Kol. 3:1.

kila wakati kwa chochote kitakachotukabili. Neno la Mungu ni zana yetu yenye nguvu, ya kibinafsi, na yenye makusudi mbalimbali ya kuleta mabadiliko. Ni nuru kwa njia zetu, nyundo ya kuponda dhambi, kioo cha kuchunguza roho zetu, upanga wa kuwashinda maadui, na mengine mengi. Tunapokariri Neno la Mungu, hakuna anayeweza kutupokonya, na tunalifanya lipatikane ili Mungu alitumie kwa wakati wowote. Maandiko yanaweza kupenya katika sala na mazungumzo yetu "tunapokuwa nyumbani na ... barabarani ... kwenda kulala na ... kuamka" (Kum. 6:7). Maombi yenye nguvu, ya kubadilisha maisha yanaweza kutoka kwenye Maandiko au kutoka kwenye mioyo yetu wenyewe. Tunapokariri Maandiko, tunayaunganisha mambo hayo mawili. Roho Mtakatifu anatukumbusha kweli zilizoandikwa mioyoni mwetu ambazo mara nyingi ni majibu ya maombi yetu.

Kulikariri Neno la Mungu hutufariji sisi na wengine kwa maneno yanayofaa kwa wakati unaofaa. Kwa sababu sote tumepitia nyakati ngumu, tunapata faraja sana tukisaidiwa na watu wanaotupenda. Neno la Mungu linapoandikwa mioyoni mwetu, Mungu anaweza kuwatia moyo wengine kupitia sisi. Tunaweza kuwatazama na kuwaeleza maneno ya upendo na matumaini badala ya kuangalia Biblia au simu zetu ili kutafuta kifungu. Wakati mwingine ni sisi ndio tunahitaji kutiwa moyo. Lakini hakuna mtu anayeweza kuwa nasi kila dakika ya kila siku. Hakuna mwanadamu anayeweza kutubebea maumivu yetu. Hapo ndipo Mungu anatukumbusha kupitia Maandiko tuliyoyaficha mioyoni mwetu kwamba yupo na anafanya kazi. Neno la Mungu hutupatia faraja katika huzuni. "Maneno yako yalipokuja, niliyala; yakawa shangwe yangu na furaha ya moyo wangu, kwa kuwa nimeitwa kwa jina lako, Ee Bwana Mungu Mwenye Nguvu Zote" (Yer. 15:16).

Kukariri Neno la Mungu hubadilisha mawazo yetu. Kanuni za Biblia zinapingana na mambo yanayoungwa mkono na ulimwengu na tamaa zetu zenye ubinafsi. Si jambo la kawaida kwetu kufuata kanuni hizo si, lakini ni muhimu kwetu ili tukae ndani ya Kristo. Kukariri Maandiko huruhusu mawazo ya Mungu kujikita ndani ya nafsi zetu ili kututia nguvu, kuturekebisha, na kututia moyo. Hilo linapotendeka, tunaweza kufanya maamuzi yanayopingana na mwelekeo wetu wa asili. Mawazo yetu hubadilika kabisa (Rum. 12:2). Kwa mfano, tunaposhtakiwa au kusalitiwa, itikio letu la asili linaweza kuwa kujitetea au kulipiza kisasi. Neno la Mungu linatukumbusha tutulie: "Msilipe ovu kwa ovu, au jeuri kwa jeuri, bali barikini, kwa maana hili ndilo mliloitiwa ili mpate kurithi baraka" (1 Pet. 3:9). Tunapokabiliwa na mwanafamilia, mfanyakazi mwenza, au mshirika msumbufu kanisani, Mungu anatunong'onea, "Kwa unyenyekevu wote na upole, mkiwa wavumilivu, mkichukuliana kwa upendo" (Efe. 4:2). Macho yetu yanapofunguliwa na tunaona kiburi chetu cha na kujihesabia haki, Mungu anatukumbusha, "Jinyenyekezeni" (Yakobo 4:10). Badala ya kutaka tuonekane na wengine, tunawaelekeza kwa Mungu. Mtazamo wetu wa kuhukumu hugeuka kuwa huruma. Kukasirika kwa urahisi au hubadilika na tunakuwa wapenda amani. Tunakubali kurekebishwa na tunakubali tunapokosea. Hiyo si kawaida kabisa—hiyo ni kazi ya Maandiko mioyoni mwetu.

Kulikariri Neno la Mungu hutusaidia kutimiza kusudi letu. Kadiri tunavyojifunza Maandiko, ndivyo tunavyozidi kugundua tabia ya Mungu na wito wetu. Neno la Mungu hupenya mioyoni mwetu, na upendo wetu kwa Mungu na pia kwa watu wengine hukua. Tunataka kuona watu wakiwa na uhusiano wa karibu na Yesu. Tunataka kuwaona wakiokolewa kutokana na kifungo cha dhambi na kustawi katika maisha mapya—sasa na milele. Lakini kusudi letu la kumpenda Mungu, kuwapenda wengine, na kufanya wanafunzi ina maana kwamba tunahitaji kuwa tayari kila wakati kushuhudia tumaini letu katika Kristo (1 Pet. 3:15). Kwa kukariri Neno la Mungu, tunaweza kueleza ujumbe wa Mungu kwa maneno ya Mungu. Je, unakumbuka "Mkate wa Injili" katika Siku ya 18? Anza kwa kukariri kifungu kwa kila kimoja cha viungo hivi vinne muhimu:

- Mungu anatupenda: "Kwa maana jinsi hii Mungu aliupenda ulimwengu hata akamtoa Mwanawe wa pekee, ili kila mtu amwaminiye asipotee, bali awe na uzima wa milele." (Yn. 3:16).
- Dhambi hututenganisha na Mungu: "Kwa kuwa wote wametenda dhambi na kupungukiwa na utukufu wa Mungu" (Rum. 3:23).

- Yesu Anatuokoa: "Lakini Mungu anaudhihirisha upendo wake kwetu kwamba: Tulipokuwa tungali wenye dhambi, Kristo alikufa kwa ajili yetu" (Rum. 5:8).

- Toba na imani hutubadilisha: "Kwa sababu kama ukikiri kwa kinywa chako kwamba "Yesu ni Bwana," na kuamini moyoni mwako kwamba Mungu alimfufua kutoka kwa wafu, utaokoka. Kwa maana kwa moyo mtu huamini na hivyo kuhesabiwa haki, tena kwa kinywa mtu hukiri na hivyo kupata wokovu" (Rum. 10:9-10).

Kukariri neno la Mungu kunatusaidia kuepuka majaribu. "Nimelificha neno lako moyoni mwangu ili nisikutende dhambi" (Zab. 119:11). Maandiko yaliyokaririwa bila shaka ni silaha yenye nguvu ambayo hushinda dhambi tunapoitumia: "Kwa maana Neno la Mungu li hai tena lina nguvu. Lina makali kuliko upanga wowote wenye makali kuwili" (Ebr. 4:12). Ingawa Neno la Mungu daima lina ukali, wakati mwingine ufahamu wetu wa Neno la Mungu si mkali. Cha kupendeza ni kwamba tunaweza kuimarisha ufahamu wetu kwa kujituma katika kulikariri. Hakuna mfano bora kuliko Yesu. Kama tulivyojifunza katika Siku ya 26, Alilishikilia Neno la Mungu kwa uthabiti ili kuyashinda majaribu. Tunaweza kujitayarisha kwa ajili ya vita vya kiroho kwa kukariri Maandiko, hasa vifungu vinavyohusiana na majaribu na udhaifu unaotuathiri zaidi. Kwa mfano:

Majaribu	Kariri
Hasira	Wapumbavu huonyesha hasira yao, lakini wenye busara huizuia. Mithali 29:11
	Kila mtu awe mwepesi wa kusikiliza, lakini asiwe mwepesi wa kusema wala wa kukasirika. Kwa maana hasira ya mwanadamu haitendi haki ya Mungu. Yakobo 1:19-20
Kiburi	Kiburi husababisha migogoro; wanaokubali ushauri wana busara. Mithali 13:10
	Mungu huwapinga wenye kiburi bali huwapa neema wanyenyekevu. Yakobo 4:6

Kukosa busara katika kutumia pesa, kula, au kutosheleza tamaa zako za kimwili	Basi mtiini Mungu. Mpingeni ibilisi, naye atawakimbia. Yakobo 4:7 Hakuna jaribu lolote lililowapata ambalo si la kawaida kwa wanadamu. Naye Mungu ni mwaminifu; hataruhusu mjaribiwe kupita mnavyoweza. Lakini mnapojaribiwa atawapa njia ya kutokea ili mweze kustahimili. 1 Wakorintho 10:13
Ulimi Mkali	Maneno mabaya yasitoke vinywani mwenu, bali yale yafaayo kwa ajili ya kuwajenga wengine kulingana na mahitaji yao, ili yawafae wale wasikiao. Waefeso 4:29 Jawabu la upole hugeuza ghadhabu, bali neno liumizalo huchochea hasira. Mithali 15:1
Kuvitamani vitu vya kidunia	Lakini utauwa na kuridhika ni faida kubwa. Kwa kuwa hatukuja humu duniani na kitu chochote, wala hatuwezi kutoka humu na kitu. Lakini kama tuna chakula na mavazi, tutaridhika navyo. 1 Timotheo 6:6–8 Yalindeni maisha yenu msiwe na tabia ya kupenda fedha, bali mridhike na vile mlivyo navyo, kwa sababu Mungu amesema. "Sita kupungukia kamwe wala sitakuacha." Waebrania 13:5
Masengenyo	Mwenye udaku hupitapita akifunua siri; Bali mwenye roho ya uaminifu husitiri mambo. Mithali 11:13 Mtu akidhani ya kuwa anayo dini, wala hauzuii ulimi wake kwa hatamu, ilhali akijidanganya moyo wake, dini yake mtu huyo haifai. Yakobo 1:26
Wasiwasi/ Hofu	Uwe hodari na moyo wa ushujaa; usiogope wala usifadhaike; kwa kuwa BWANA, Mungu wako, yu pamoja nawe kila uendako. Yoshua 1:9 Maana Mungu hakutupa roho ya woga, bali roho ya nguvu, ya upendo na ya moyo wa kiasi. 2 Timotheo 1:7

Tunaona nguvu ya kukariri Maandiko, lakini kubaini jinsi ya kuyakariri ndipo watu wengi hukata tamaa. Iwapo unataka kukariri Maandiko lakini hujui pa kuanzia, hapa kuna baadhi ya mapendekezo ambayo yanaweza kukusaidia:

4. Chagua kifungu kilicho na maana kwako. Chagua kifungu ambacho Mungu anaweza kukitumia kwa njia mahususi maishani mwako.

"**Uwatakase** *kwa ile kweli; neno lako ndiyo kweli*" Yohana 17:17 (msisitizo umeongezwa).

5. Taja Kitabu, mlango na msitari wa kifungu kabla na baada ya kusoma kifungu husika, ili ujue pa kukipata.

> **Takasa:**
> Kusafisha au kufanya kuwa takatifu. Wazo ni kwamba watu au vitu kutengwa kwa ajili ya ibada ya Mungu.

Yohana 17:17 "*Uwatakase kwa ile kweli; neno lako ndiyo kweli*" *Yohana* 17:17

6. Vunja kifungu husika katika virai vifupi kisha ukariri kirai kimoja kwa wakati mmoja. **Zingatia kile ambacho kifungu kinasema ili kiandikwe akilini na moyoni mwako**:

> *Uwatakase kwa ile kweli / (Tafakari: Ukweli hubadilisha.)*
> *neno lako ni kweli. (Fikiria: Neno la Mungu ndilo kweli.)*

7. Soma kifungu hicho kwa sauti mara nyingi, ukitilia mkazo maneno muhimu. Kurudia ndio siri ya kujifunza, kwa hivyo pitia kifungu hicho mara kwa mara.

> UWATAKASE *kwa ile kweli / NENOlako ni kweli.*

8. Andika kifungu hicho na, bila kukiangalia, andika herufi ya kwanza ya kila neno katika kifungu hicho.

> *Yohana* 17:17 *Uwatakase kwa ile kweli; neno lako ni kweli.* *Yohana* 17:17
> *Yohana* 17:17 U K L K N L N K. *Yohana* 17:17

Siri ya kukariri Maandiko si kujaribu kukariri taarifa—herufi, maneno, na sentensi. Sisi si kompyuta, na hii si kazi ya kuingiza taarifa. Tunashirikisha moyo na akili zetu wakati wa kufanya maamuzi, kwa hivyo kariri kwa moyo na akili. Jifunze si tu kile kilichoandikwa bali pia kwa nini kiliandikwa. Elewa uhusiano, hadithi au maana. Unapochagua kifungu, zingatia mtindo na kiini cha kile kinachowasilishwa.

Mara nyingi tunafikiri kwamba ni vigumu kukariri Maandiko, lakini sote hukariri mambo yaliyo muhimu kwetu—kama vile tarehe muhimu, maneno ya siri, nyimbo, hata takwimu za michezo. Kama tulivyosema, kile tunachokizingatia hukua. Tukitenga muda wetu na umakini kwa ajili ya kukariri Maandiko, tunaweza kufaulu. Na unaweza kufanya liwe zoezi la kufurahisha. Jaribu kuiimba vifungu, kutumia ishara za mkono, au kuchora picha. Watu wengine hupendelea kukariri kwa kusikiliza Neno la Mungu. Kuna Biblia za kusikiliza zinazopatikana mtandaoni na za tepu zinazorahisisha kusikiliza na kukariri.

Kulikariri Neno la Mungu si kuwa na uwezo wa kukumbuka mfululizo wa maneno. Inahusu kujiandaa kwa lolote litakalokuja katika safari yako. Unapolificha Neno la Mungu moyoni mwako, unabeba mwanga ili kuangaza njia yako, maji ya kuburudisha nafsi yako, mkate wa kulisha roho yako, na upanga wa kupigana na adui yako. Uandae moyo wako vizuri.

Wacha Bibilia Inene:
Zaburi 119:113-176 (Kwa hiari: Yakobo 1:22)

Wacha Akili Yako Iwaze:

1. Unafikiri ni kwa nini watu wana wakati mgumu kukariri baadhi ya mambo? Kwa nini inafaa iwe rahisi kwetu kukariri Neno la Mungu?

2. Je, kuna sehemu za maisha yako ambapo unahisi Mungu anafanya kazi ili kukubadilisha? Tafuta kifungu cha kukusaidia, kukuimarisha, au kukuongoza katika sehemu hiyo na uanze kukikariri sasa.

3. Kati ya faida nyingi za kukariri vifungu vya Biblia, ni ipi muhimu kwako zaidi?

Wacha Nafsi Yako Iombe:
Bwana, andika Neno lako moyoni mwangu. Fanya akili yangu iwe kama sponji ili ifyonze Maandiko. Niongoze katika kukariri vifungu Unavyojua nitahitaji katika safari yangu. Kadiri Neno lako linapokita mizizi maishani mwangu, badilisha moyo wangu na ubadilishe mawazo yangu ... Katika jina la Yesu, amina.

Wacha Moyo Wako Utii:
(Mungu anakuongoza kujua, kuthamini au kufanya nini?)

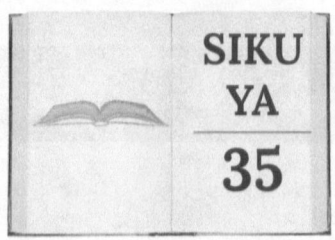

Pitia na Utekeleze Neno la Mungu

Usiache Kitabu hiki cha Sheria kiondoke kinywani mwako; yatafakari maneno yake usiku na mchana, ili upate kuwa mwangalifu kufanya kila kitu sawasawa na yote yaliyoandikwa ndani yake. Ndipo utakapofanikiwa na kisha utastawi.

Yoshua 1:8

Katika enzi za kale watu wangesafiri mwendo mrefu na kusimama kwenye foleni ndefu kwa siku kadhaa ili kukutana na viongozi wa kiroho. Walikuwa wakitafuta usaidizi kufanya maamuzi, utabiri wa siku za usoni, ufunuo wa kiroho, au baraka. Kama wafuasi wa Yesu, hatuhitaji kusafiri au kungoja ufunuo wa Mungu. Tunafungua tu Biblia. Tunapofanya hivyo, Mwandishi wa Biblia hutuongoza katika ukweli. Haijalishi ni bara gani, utamaduni, au kizazi kipi, Neno la Mungu ni lenye uhai na la kubadilisha maisha kwa watu wote nyakati zote.

Tumejifunza *mengi* kuhusu Neno la Mungu wiki hii, kwa hivyo hebu tuchukue muda wa kutumia yale tuliyojifunza (Mt. 7:24). Hebu tutumie mbinu za kujifunza Biblia kutoka kwenye masomo ya wiki hii kwa kifungu cha Maandiko na tupitie hatua tulizoangazia katika Siku ya 33:

1. Kabla hujaanza, *omba*.
2. Soma kifungu kwa uangalifu na ukirudierudie.
3. Uliza maswali kuhusu kile ulichosoma.

4. Tumia kile ulichosoma.
5. Omba na unakili kwenye shajara maombi na tafakari hizo. Hii itakusaidia kukumbuka na kushiriki na wengine yale ambayo umejifunza.

Kama tutakavyoona, wanafunzi wapya wa Biblia wanaweza kujifunza kweli muhimu za kiroho bila ufahamu au elimu yoyote maalum. Hebu tuanze.

Hatua ya 1: Omba sasa.
Mwombe Mungu hekima na ufahamu wa kiroho ili kuelewa na kutumia kifungu hiki cha Maandiko katika maisha yako.

Hatua ya 2: Soma kifungu
Kisome kwa unyenyekevu na kimakusudi. Zingatia maelezo ya kina. Kisha kisome kwa mara ya pili, ukipigia mstari maneno muhimu na uandike kumbukumbu pambizoni.

Yakobo 1:1-12

Yakobo, mtumwa wa Mungu, na wa Bwana Yesu Kristo,
kwa makabila kumi na mawili waliotawanyika;
Salamu.

Ndugu zangu, hesabuni ya kuwa ni furaha tupu, mkiangukia katika majaribu mbalimbali; mkifahamu ya kuwa kujaribiwa kwa imani yenu huleta saburi. Saburi na iwe na kazi kamilifu, mpate kuwa wakamilifu na watimilifu bila kupungukiwa na neno. Lakini mmoja wenu akipungukiwa na hekima, na aombe dua kwa Mungu, awapaye wote, kwa ukarimu, wala hakemei; naye atapewa. Ila na aombe kwa imani, pasipo mashaka yoyote; maana mwenye shaka ni kama wimbi la bahari linalochukuliwa na upepo, na kupeperushwa huku na huku. Maana mtu kama yule asidhani ya kuwa atapokea kitu kwa Bwana. Mtu wa nia mbili husitasita katika njia zake zote.

Lakini ndugu asiye na cheo na afurahi kwa kuwa ametukuzwa; bali tajiri kwa kuwa ameshushwa; kwa maana atatoweka kama ua la majani. Maana jua huchomoza kwa joto kali, huyakausha majani; ua lake huanguka, uzuri wa umbo lake hupotea; vivyo hivyo naye tajiri atanyauka katika njia zake.

Heri mtu astahimiliye majaribu; kwa sababu akiisha kukubaliwa ataipokea taji la uzima, Bwana aliyowaahidia wampendao.

Hatua ya 3: Uliza Maswali

(<u>Muhimu: Majibu yafuatayo ni kama mfano wa ufasiri katika kujifunza Biblia. Mungu anaweza kuzungumza kwa njia tofauti na watu tofauti kwa kutumia kifungu kimoja.</u>)

- <u>Nani anazungumza?</u> *Yakobo, mtumishi wa Bwana.*
- <u>Anazungumza na nani?</u> *Waumini waliotawanyika katika mataifa.*
- <u>Anasema nini?</u> (wazo kuu) *Yakobo kwamba anajua waumini wote watakumbana na majaribu ya kila aina na anatoa njia kwa waumini kuona majaribu yao kwa mtazamo wa umilele.*

Kujibu maswali haya matatu ya kwanza ni mwanzo mzuri. Sasa, hebu tuangalie kwa undani zaidi.

- <u>Je, Mungu alikuwa anawaambia nini wasomaji wa awali kupitia Yakobo?</u>
  - *Majaribu yanaweza kuwa kujaribiwa kwa imani kunakokupa uvumilivu.*
  - *Uvumilivu unahitajika kwa ajili ya ukomavu wa kiroho.*
  - *Ikiwa waumini wanahitaji hekima kwa ajili ya majaribu, wanapaswa kumwomba Mungu.*
  - *Mungu hupeana hekima kwa ukarimu bila kusita, mradi muumini ameomba bila kuwa na shaka kwamba Mungu atajibu.*
  - *Maskini au tajiri, hakuna anayeepuka majaribu au kifo.*
  - *Baraka huja baada ya kustahimili majaribu.*

- <u>Muundo ulikuwa upi?</u> *Kitabu cha Yakobo ni waraka kutoka kwa kiongozi mmoja unaoelekezwa kwa ndugu na dada walio katika imani.*

- Je, kuna ukweli wowote usiopitwa na wakati kwa waumini wa leo? Ahadi? Maonyo?
  - *Wauminin wote watapitia majaribu.*
  - *Waumini hawahitaji kujiuliza kuhusu kusudi la majaribu. Wanaweza kumwomba Mungu hekima naye atawapa kwa ukarimu.*
  - *Hali ya kifedha haina uhusiano wowote na msimamo wa milele na Mungu.*
  - *Taji iliyoahidiwa ya uzima (uzima wa milele) ni kwa wale wanaompenda Mungu, na ushahidi wa upendo huu unaonyeshwa na utiifu thabiti katika maisha haya.*

- Je, kifungu hiki kinakueleza nini kuhusu Mungu?
  - *Mungu anataka tukue ili tuwe imara kiroho ili tusiwe wanyonge, wadhaifu, na wa kuyumbayumba kwa urahisi.*
  - *Mungu hapuuzii mateso. Majaribu yanaweza kutumika kwa manufaa yetu.*
  - *Mungu hutoa hekima yake ya kiroho kwa ukarimu kwa wale wamuombao kwa dhati.*
  - *Mungu hukuza imani yetu kwa kutusaidia kuvumilia katika majaribu ili tuweze kuyashinda na kufurahia umilele pamoja Naye.*
  - *Mungu hutubariki sisi sote hapa duniani (ukomavu wa kiroho kupitia majaribu) na katika umilele (taji la uzima, baada ya kustahimili majaribu).*

- Je, kifungu hiki kinakufundisha nini kuhusu wanadamu?
  Waumini wote wanahitaji kukomaa katika imani. Majaribu yanaweza kutumika kukuza ustahimilivu, lakini tunahitaji kuchagua jinsi tunavyochukulia majaribu.

Hatua ya 4: Tumia kile unachojifunza:

- Je, kifungu hiki kinakueleza nini kukuhusu?
  Kifungu hiki kinanikumbusha jinsi majaribu hudhihirisha aina ya imani niliyo nayo. Mwitikio wangu kwa dhiki na shida

unaashiria kile ninachoamini na mahali ninapoweka tumaini langu. Ninapomtumainia Mungu wakati wa majaribu, Yeye hunipa hekima, uwezo, na nguvu Zake. Huko kumtegemea Mungu kunaleta ustahimilivu ili kunisaidia kukomaa na kuvumilia hadi mwisho.

Ninatambua kuwa ninaweza kuchagua jinsi nitakavyokabiliana na shida: Ninaweza kuchagua furaha na kumtumainia Mungu, nikijua Anafanya kazi ndani yangu, au ninaweza kuchagua kukata tamaa, nikiuamini uongo wa Shetani na kutilia shaka wema wa Mungu. Badala ya kuona majaribu kama matokeo ya kukosa imani, ninaweza kuvumilia shida nikijua Mungu anafanya kazi kwa ajili ya faida yangu ya kidunia na ya milele.

- Je, kuna ahadi? Amri? Onyo?

Mungu anaahidi kutupa hekima wakati wa majaribu ikiwa tutaomba bila kuwa na shaka. Hatujaachwa peke yetu kujaribu kukabiliana na dhiki au kujiuliza kusudi la Mungu la dhiki. Tunaweza kumwomba Mungu, naye anaahidi kutupa hekima yake. Mungu pia anaahidi kutubariki hapa (ukomavu wa kiroho) na katika umilele (taji la uzima).

- Je, Ungependa kukumbuka nini?

Kukuza ustahimilivu ni kama kujenga misuli ili niwe imara katika imani yangu ili niweze kustahimili shida. Sitaki kuwa mfuasi dhaifu wa Yesu, mfuasi ambaye anasukumwa kwa urahisi na kupeperushwa huku na huku kama mawimbi au upepo. Nataka kuwa imara katika Bwana. Ninahitaji kukumbuka kumtumainia Mungu katika majaribu kwa sababu kufanya hivyo kutaniwezesha kukomaa kiroho.Nina fursa ya kupata thawabu za milele. Ninachagua furaha.

Kariri: "Ndugu zangu, hesabuni ya kuwa ni furaha tupu, mkiangukia katika majaribu mbalimbali; mkifahamu ya kuwa kujaribiwa kwa imani yenu huleta saburi" (Yakobo 1:2–3).

Hatua ya 5: Omba.

Mungu, asante kwa kunisaidia kuyaona majaribu kupitia mtazamo wako. Ninashukuru kwamba majaribu si vikengeushi vya bure bali yanaweza kutumika kwa madhumuni mema, ya milele. Tafadhali nipe hekima na nguvu Zako ili niweze kujifunza na kukua imara ndani Yako. Nisaidie kuvumilia hadi mwisho nikiwa na mtazamo wa kiungu–kuchagua furaha. Una thamani kuliko jaribu lolote ninalopaswa kustahimili kwa sababu ulinipenda kwanza na ukateswa kwa ajili yangu. Nakupenda. Katika jina la Yesu, amina.

Kupitia mfano huo hapo juu, je, uliona jinsi unavyoweza kujifunza Biblia? Kwa kusoma kwa umakini, tuliweza kujifunza kweli za kiroho ambazo zinapingana na yale ambayo watu wengi wa ulimwengu husema kuhusu majaribu. Majaribu si lazima yaje kwa sababu hatuna imani, lakini yanaweza kukuza imani yetu. Zingatia kusoma kitabu kizima cha Yakobo ili uone jinsi mada hii ya majaribu na kukua katika imani inajitokeza kwa upana. Funzo moja kuu kutoka kwenye kifungu hiki ni kwamba tunaweza kufungua Neno la Mungu na kumwomba hekima yake.

Wiki hii tulichunguza nguvu ya Neno la Mungu. Wiki ijayo tutachunguza jinsi Neno la Mungu hutia nguvu maombi yetu. Yesu anatuahidi, "Ninyi mkikaa ndani yangu, na maneno yangu yakikaa ndani yenu, ombeni lolote mtakalo nanyi mtatendewa" (Yohana 15:7). **Kujifunza na kuomba ukitumia Neno la Mungu huchochea maombi ya kubadilisha moyo na kusogeza milima.**

Wacha Biblia Izungumze na Akili Yako Ifikirie:

Sasa, ni zamu yako. Tenga muda wa kufanya mazoezi ya kujifunza Neno la Mungu. Wiki hii tayari umesoma Mlango mrefu zaidi katika Biblia, Zaburi 119. Katika zoezi hili, soma Mlango mfupi zaidi katika Biblia, Zaburi 117.

1. Soma Zaburi 117 hapa chini. Fuata hatua za kujifunza Biblia zilizo hapo juu. (Kwa maelekezo ya kina zaidi, rejelea Siku ya 33.)
2. Pigia mistari, weka rangi, au chora duara kwenye maneno muhimu katika ukurasa huu. Unaweza kuandika kumbukumbu kuhusu kifungu husika pambizoni.
3. Ukishamaliza hatua zote, unaweza kuchagua kifungu cha kukariri. Katika mfano huu, unaweza kukariri zaburi nzima.
4. Jibu Maswali ya Majadiliano ya Wiki ya 5.

Zaburi 117

Msifuni Bwana, enyi mataifa yote;
mtukuzeni yeye, enyi watu wote.
Kwa kuwa upendo wake kwetu ni mkuu,
uaminifu wa Bwana unadumu milele.
Msifuni Bwana!

Wacha Nafsi Yako Iombe:

Mungu, asante kwa Neno Lako. Ninalithamini. "Sheria ya kinywa chako ni njema kwangu, Kuliko maelfu ya dhahabu na fedha" (Zab. 119:72). *Nisaidie kujifunza Biblia kila siku, na unisaidie kuelewa ninachosoma. Ninaomba kwamba sitajifunza tu kuhusu Maandiko bali yanibadilishe. Badili moyo wangu, mawazo yangu, maneno yangu na matendo yangu. "Uzielekeze hatua zangu kwa neno lako"* (Zab. 119:133) *... Katika jina la Yesu, amina.*

Wacha Moyo Wako Utii:

(Mungu anakuongoza kujua, kuthamini au kufanya nini?)

MASWALI YA KUJADILI YA WIKI YA 5:

Pitia masomo ya wiki hii na ujibu maswali yafuatayo.
Jadili majibu yako na marafiki zako mtakapokutana wiki hii.

1. Uliposoma mfano wa mbegu na udongo, ulijifunza nini kuhusu moyo wako mwenyewe? Unawezaje kuliitikia Neno la Mungu kwa ubora zaidi?

2. Tulichunguza sababu nyingi za kuliamini Neno la Mungu. Sababu gani ilikuwa geni kwako?

3. Katika ziara yetu ya vitabu vya Biblia, tulifuatilia Hadithi ya Biblia tangu uumbaji hadi umilele. Hadithi yako inaakisije Hadithi kuu tunayopata katika Neno la Mungu?

   ○ Watu wa Israeli walijikuta katika mzunguko wa dhambi na toba wakati wa waamuzi. Je, kujifunza kuhusu mzunguko huu na jinsi ya kupambana nao katika maisha yako kunaweza kukusaidiaje?

   ○ Je, umewahi kuhisi kuwa mbali katika uhusiano wako na Mungu, kama Waisraeli walivyohisi wakiwa uhamishoni? Kukariri Maandiko kunawezaje kukusaidia kuhisi uwepo Wake zaidi maishani mwako?

   ○ Je, kujifunza Neno la Mungu kunawezaje kutusaidia kuwa na ushirika wa karibu na Mungu, kama upendo unaoonyeshwa katika Wimbo Ulio Bora?

   ○ Kujifunza Neno la Mungu kutatusaidia kumjua Yesu vizuri zaidi, kama watu wa Injili. Kujifunza Neno la Mungu kunawezaje kukusaidia kukaa ndani ya Yesu?

4. Baada ya muda wetu pamoja katika somo hili la *Hadithi Yako ya Kweli*, ikiwezekana, kubaliana na kikundi chako kuhusu ratiba ya kusoma mnayoweza kutimia pamoja na mwendelee kukutana ili kujadili kile mnachojifunza.

WIKI YA SITA

MAOMBI — KUZUNGUMZA NA MWANZILISHI WA UZIMA

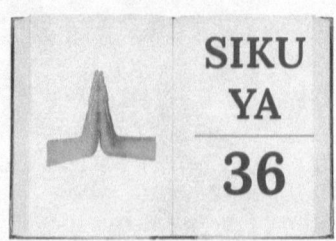

Zungumza na Mungu, Badilisha Moyo Wako

Na huu ndio ujasiri tulio nao kwake, ya kuwa, tukiomba
kitu sawasawa na mapenzi yake, atusikia. Na kama
tukijua kwamba atusikia, tunapoomba chochote, tunajua
kwamba tumetimiziwa zile haja tulizomwomba.
1 Yohana 5:14–15

Mungu anapenda kuzungumza nawe. Anathamini maombi yako kwa sababu ni ushahidi wa urafiki mtamu kati yako na yeye. Fikiria jinsi unavyoweza kuweka barua kama kikumbusho cha mtu muhimu au tukio muhimu. Biblia inasema kwamba Mungu huweka maombi yako katika mabakuli ya dhahabu, na yanamfikia kama harufu nzuri (Ufu. 5:8; Zab. 141:2). Anakunong'onea, "Usiache kuomba kamwe" (1 The. 5:17). Kwa nini? Kwa sababu maombi huimarisha uhusiano wako na Mungu. Marafiki wanakuwa na uhusiano wa karibu zaidi kadiri wanavyozungumza kati yao.

Hebu fikiria marafiki ambao hawazungumzi? Hawawezi kuwa na urafiki mwema. Au ndoa ambayo mume na mke hawazungumzi ana kwa ana, bali wanawasiliana tu kupitia mchungaji au mpatanishi mwingine. Bado watakuwa katika ndoa kihalali, lakini uhusiano wao utakuwa mgumu na usio wa karibu. Bila maombi, uhusiano wako na Mungu hautakuwa na uhai pia. Maombi huweka urafiki wako na Mungu kuwa wenye nguvu, hai, na wa karibu.

Maombi ni mazungumzo yanayoendelea wakati wote kutokana na urafiki wa karibu na Mungu. Unapozungumza Naye, "unachosema hutoka kwenye hazina ya moyo wako" (Lk. 6:45). Wazazi na watoto fanyeni zaidi ya kurudia tu salamu za kawaida, za kukariri: "Hujambo." "Habari yako?" "Nzuri. Habari yako?" "Nzuri." "Siku njema." "Kwaheri." La, katika mahusiano bora, watu pia huzungumza kutoka mioyoni mwao—kwa hiari na kwa unyoofu. Biblia ina mifano ya sala ambayo tunaweza kutumia ili kuzungumza na Mungu, lakini tunaweza pia kusema na Mungu kwa maneno yetu wenyewe. Hahukumu wala hakosoi maneno yetu; Anatazama ndani ya mioyo yetu. Hazingatii sarufi yetu wala hataki maombi yanayosikika kuwa ni ya kuvutia. Anakujali, na anapendezwa na kile unachosema kutoka moyoni mwako.

Lakini huenda baadhi wakaona ni vigumu kuzungumza na mtu wasiyemwona. Wengine wanaweza kuona ni vigumu kuomba kwa sababu wanaamini kwamba Mungu atafanya kile anachotaka bila kujali maombi yetu. Zingatia mawazo yafuatayo kuhusu kusudi na nguvu ya maombi.

Omba ili upate _kumjua_ Mungu zaidi, si tu ili _upate_ mengi zaidi kutoka kwa Mungu. Ndio, Mungu hufurahia kuyajibu maombi yetu, na tunaweza kumwomba Mungu haja za mioyo yetu (Zab. 37:4). Lakini tunapaswa kumtaka Mungu kuliko kitu kingine chochote. Omba kwamba mawazo yako yawe mawazo _Yake_; moyo wako, uwe moyo _Wake_; mapenzi yako, yawe mapenzi _Yake_. Kisha, unapoomba kulingana na mapenzi _Yake_ kwa ajili yako, Atafanya kile unachomuomba kwa wakati Wake mwafaka. "Nanyi mkiomba lolote kwa jina langu, nitafanya, ili Baba atukuzwe ndani ya Mwana. Mkiniomba neno lolote kwa jina langu, nami nitalifanya" (Yn. 14:13–14). Yesu anasema tunaweza kuomba kupitia mamlaka yake ili kuendeleza makusudi yake kwa utukufu wa Mungu. **Kusudi moja la maombi ni kugundua kile kilicho moyoni mwa Mungu ili tuweze kupatanisha mioyo yetu na Wake.**

Maombi hubadilisha mioyo yetu, lakini si hali zetu kila wakati. Maombi yetu yanapopatana na mapenzi ya Mungu, Anaahidi kutusikia (1 Yoh. 5:14–15). Jibu lake linaweza kuwa ndio au la kwa sasa. Ikiwa kuna ombi letu lolote lisilolingana na mapenzi yake, atajibu la. Mwombe Mungu afanye kazi moyoni mwako ili akusaidie kutembea katika njia zake, hata kama huelewi maelezo yake. Katika bustani ya Gethsemane, Yesu alisali ili kuepuka mateso makali aliyokuwa anaenda kupitia baada ya saa chache. "Baba yangu, kama inawezekana, kikombe hiki na kiniondokee. Lakini si kama nipendavyo mimi, bali kama upendavyo wewe" (Mt. 26:39). Yesu alitaka kuepuka mateso, lakini alitaka mapenzi ya Mungu yatimizwe *zaidi*. Hakupata jibu aliloliomba, lakini alimaliza maombi akiwa na moyo uliojisalimisha kikamilifu kwa mapenzi ya Baba Yake na ujasiri wa kuyaona yakitimizwa. Maombi hayatabadilisha hali zetu siku zote, lakini yatatusaidia kumtumainia Mungu *licha* ya hali zetu.

Omba kwa mamlaka ili usimame dhidi ya hila za ibilisi. Maombi si mazungumzo na Mungu tu bali pia ni silaha yenye nguvu katika vita vya kiroho. Kama tulivyojifunza katika Siku ya 26 na 27, Maandiko na maombi hutusaidia kushinda tamaa za mwili na mashambulizi ya adui. Yesu siku zote amekuwa na mamlaka juu ya adui, na alitupa mamlaka alipomshinda Shetani msalabani (Kol. 2:15). **Sasa tunahitaji kudai ushindi wa Yesu ili sisi pia tuweze kushinda nguvu za adui** (Lk. 10:19). Zitegemee nguvu za Mungu na uchukue hatua kupitia maombi. Kama tulivyojadili Siku ya 26, omba kwa sauti na mamlaka majaribu yanapokushambulia: "Mimi ni mtoto wa Mungu, na katika Kristo nina ushindi juu ya_____." Taja dhambi au suala lolote unalolishughulikia. Kumbuka adui hawezi kutulazimisha kutenda dhambi. **Tuna mamlaka kupitia Yesu kumpinga adui na kujiweka chini ya ulinzi wa Mungu.**

Hebu tuunganishe ufahamu wetu wa maombi na miongozo ya kufuata itakayotusadia kuomba, kusikiliza, na kusonga mbele katika mapenzi ya Mungu:

1. **Omba katika kikundi**—Maombi ya kikundi (wakati mwingine huitwa maombi ya ushirika) yenye ufanisi yanahitaji umakini na unyenyekevu. Tunapoomba pamoja kwa ajili ya kusudi lile lile, Roho Mtakatifu hutuongoza kwa njia mahususi zaidi. Kuwa mkweli na wazi unapoamua kuomba. Usisite kuchangia, usiwe na wasiwasi kuhusu maoni ya wengine juu yako, au kuogopa kufanya makosa. Sote tunajifunza kutoka kwa Roho Mtakatifu na kutoka kwa wenzetu. Hata wale walio na uzoefu wa kusali bado wako katika mchakato wa

kukomaa katika imani yao. Unaweza kusema kitu cha kutia moyo au cha kuleta uwazi kwa kikundi cha maombi.

Hata hivyo, hatufai kuyatawala maombi au kuomba huku tukiwasilisha ujumbe fulani ambao tunataka mshiriki mwingine ausikie. Badala yake, nyenyekea mbele za Bwana (Yak. 4:10). Kuomba pamoja na waumini wengine hutuleta karibu zaidi na Mungu (Mt. 18:20). Kanisa la kwanza lilitoa mfano wa kujitolea kwa Mungu *walipokuwa wakiabudu na kuomba pamoja* (Mdo. 2:42–47).

2. **Omba peke yako**—Ingawa hatuko peke yetu *kiroho* katika maombi (Rum. 8), kuomba tukiwa pekee yetu *kimwili* huweka nia zetu safi. Tuko huru kutokana na jaribu la kuhisi kana kwamba tunapaswa kuomba kwa namna fulani ili kuwafurahisha wengine au kuwa na wasiwasi kuhusu kile ambacho watu wengine wanafikiria juu yetu. Maombi ya faragha ni bora zaidi ukiwa huna kitu kinachoweza kukukengeusha fikira (bila simu, bila saa, bila kompyuta). Yesu anasema, "Lakini wewe unaposali, ingia chumbani mwako, funga mlango na umwombe Baba yako aliye sirini. Naye Baba yako aonaye sirini atakupa thawabu yako" (Mt. 6:6). Sala zetu za siri–zile zinazosikiwa tu na Mungu–ni zenye thamani zaidi Kwake.

3. **Omba kwa Kutumia mwili wako.** Tumia mwili wako ukusaidie kueleza hisia zako. Mkao wenye unyenyekevu unaonyesha moyo mnyenyekevu, hivyo unaweza kujaribu kupiga magoti mbele za Mungu (Zab. 95:6). Unaweza pia kuinua uso wako utazame juu (Yoh. 17:1), kufungua mikono yako ili upokee (Ezra 9:5), au kulala kifudifudi kwenye sakafu mbele za Mungu (Mt. 26:3). Njoo mbele za Mungu ukiwa na mtazamo sahihi moyoni. Yeye ni Mungu, wala sisi ni wanadamu. Anatupatia kila kitu, na sisi hatuna cha kutoa isipokuwa kile anachotupa. Omba kwa nguvu zako zote.

4. **Omba kwa sauti.** Kuzungumza kwa sauti kunaweza kukusaidia kudumisha umakini wako. Kutakukumbusha kuwa unazungumza na mtu halisi.

5. **Panga maombi yako.** Ikiwa unahitaji kudumisha umakini wako, andika vidokezo (katika shajara yako, ikiwezekana). Yaandike maswali au sifa zako. Mzingatie Mungu, kisha andika ni vifungu vinavyokujia akilini **unapoyasikiliza mawazo ya Mungu ndani ya mawazo yako.** Jumuisha vile vipengele hivi vinne unapoomba: Ibada, Ungamo, Shukrani, na Dua. (Kumbuka akronimi IUSD.) Kesho, tutajifunza kuhusu muhtasari huu wa sala kutokana na mfano wa Mfalme Yehoshafati.

Yakobo 5:16 inasema hivi: "Maombi ya mwenye haki yana nguvu tena yanafaa sana." Mungu anapenda kuzungumza nawe, kwa hivyo tenga muda uzungumze naye. Kisha, *yasikilize* majibu Yake. Matokeo yatayabidilisha maisha yako.

Wacha Bibilia Inene:
Mathayo 6:1-18 (Kwa Hiari: Zaburi 86)

Wacha Akili Yako Ifikirie:
1. Je, unaweza kuelezaje maombi yako? Ili kuimarisha muda wako
    wa maombi, pitia maombi yaliyo katika Biblia. Vifungu vingi
    vinaweza kugeuzwa kuwa maombi; vifungu vinavyotafakari
    juu ya tabia ya Mungu na ahadi zake zinaweza kuelezwa
    kwa maneno ya mtu binafsi na kufanywa kuwa maombi ya
    kuelekezwa kwa Mungu.

2. Je, uko katika kikundi cha maombi? Kama sivyo, je, kuna kundi
    la waumini unaloweza kujiunga nalo kwa ajili ya maombi?

3. Unaombea nini leo? Zingatia kutenga nafasi ya maombi kwenye
    pembe ya chumba chako. Weka vidokezo vya maombi na
    Maandiko ili vikusaidie kuomba na kusudi. Kutenga nafasi kwa
    ajili ya maombi pekee kutakusaidia kuyapa maombi kipaumbele.

Wacha Nafsi Yako Iombe:
*Baba, ninashangazwa kwamba Wewe, Muumba wa ulimwengu,
unataka kuzungumza nami. Asante! Nikuze katika maombi. Nisaidie
kuomba siku zote kwa moyo mnyoofu. Fanya moyo na akili yangu
viwe kama yako ili niweze kuomba kulingana na mapenzi yako ...
Katika jina la Yesu, amina.*

Wacha Moyo Wako Utii:
(Mungu anakuongoza kujua, kuthamini au kufanya nini?)

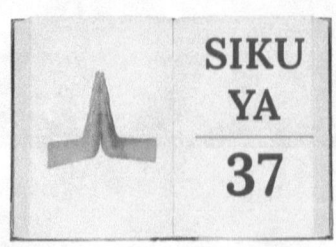

Omba na Usikilize

Niite nami nitakuitika na kukuambia mambo
makuu na yasiyochunguzika usiyoyajua.
Yeremia 33:3

Wajumbe walikimbia kuelekea Yerusalemu wakiwa na onyo la
kutisha kwamba jeshi lililokuwa liwavamie lilikuwa likikaribia jiji
hilo. "Jeshi kubwa linakuja dhidi yenu" (2 Nya. 20:2). Muungano wa
mataifa ulikuwa unakuja kumshambulia Mfalme Yehoshafati na watu
wa Yuda. Habari hii isiyotarajwa ilimpa mfalme hofu moyoni. Lakini
badala ya kuwaita wanajeshi na kuandaa mipango ya vita, mfalme
huyo mwenye hekima aliitikia kwa imani. Amri ilitolewa kwa taifa
zima: KILA MTU AFUNGE NA AOMBE! Watu waliacha kila kitu na
mara moja wakawasili katika mji mkuu wa Yuda kutoka kila mji ili
wamtafute Bwana pamoja. Mfalme alisimama hekaluni mwa Bwana,
akapaza sauti yake kuelekea mbinguni, na akaongoza mkutano huo
wa maombi.

Mungu alisikia maombi yao na kuwaokoa kimuujiza: muungano
wa mataifa uliokuwa ukija dhidi ya Mfalme Yehoshafati *walipigana
wenyewe kwa wenyewe*. Watu wa Yuda hawakutumia hata silaha
moja na bado walishinda jeshi lililokuwa kubwa sana kiasi kwamba
iliwachukua siku tatu kukusanya mali zote ambazo maadui wao
waliacha.

Tunaweza kujifunza mambo mengi kutokana na sala ya
Mfalme Yehoshafati. Jukumu lake katika Hadithi ya Mungu lilikuwa
kurejesha ufalme wa kusini kiroho, lakini pia alitoa kielelezo cha sala
yenye nguvu. Tunapotazama sala hii kwa makini, tunaona kwamba

inajumuisha vipengele vinne vikuu: ibada, ungamo, shukrani na dua maombi.

1. **Ibada:** Yehoshafati alianza kwa kuomba, "Ee Bwana, Mungu wa baba zetu, si wewe ndiwe uliye Mungu mbinguni? Si wewe ndiwe utawalaye juu ya falme zote za mataifa? Uweza na nguvu viko mkononi mwako, wala hakuna yeyote awezaye kushindana nawe" (2 Nya. 20:6). Tunapoanza maombi yetu kwa ibada, tunakumbuka yule tunayezungumza naye–Mwenyezi Mungu. Hebu fikiria unaingia katika chumba cha kiti cha enzi cha Mungu (Ebr. 4:16) na umuonyeshe upendo wako. **Kumwabudu Mungu huchochea imani yetu.** Matatizo tunayomletea huanza kufifia hata kabla hatujayazungumzia tunapoyatazama huku tukizingatia nguvu na ukuu wa Mungu. Tusingoje mpaka vita viishe ili tumpe sifa. Chukua muda wa kumheshimu Baba yako wa mbinguni.

2. **Ungamo:** Yehoshafati alifuatia ibada yake kwa unyenyekevu: "Ee Mungu wetu, je, wewe hutawahukumu? Kwa kuwa sisi hatuna uwezo wa kukabiliana na jeshi hili kubwa linalokuja kutushambulia. Sisi hatujui la kufanya, bali macho yetu yanakutazama wewe" (2 Nya. 20:12). Mfalme Yehoshafati alikiri kwamba hakuwa na nguvu za kutosha au maarifa ya kutosha kukabiliana na kile kilichokuwa kinakuja. Lakini aliyaelekeza macho yake kwa Mungu. Tunaweza kufuata mfano wake. Baada ya kusifu ukamilifu wa Mungu, **kubali kwamba hauko kamili–si tu kwa sababu ya dhambi zako zilizo wazi, bali pia kwa sababu ya mapungufu yako yako.** Unapofanya hivyo, unakita mizizi ndani ya neema ya Mungu (Siku ya 24), ukijua "Mungu huwapinga wenye kiburi, lakini huwapa neema wanyenyekevu" (Yak. 4:6).

3. **Shukrani:** Ijapokuwa hatari kubwa ilikaribia, Yehoshafati aliamua kushukuru jinsi Mungu alivyokuwa amewajali watu wake hapo awali:

> "Je, si wewe, Ee Mungu wetu, uliyewafukuza wenyeji wa nchi hii mbele ya watu wako Israeli, ukawapa wazao wa Abrahamu, rafiki yako, hata milele? Wameishi ndani yake na humo wamekujengea mahali

patakatifu kwa ajili ya Jina lako, wakisema: 'Kama maafa yakitujia, ikiwa ni upanga, hukumu, tauni, au njaa, tutasimama mbele zako, mbele ya Hekalu hili ambalo limeitwa kwa Jina lako na kukulilia katika shida yetu, nawe utatusikia na kutuokoa.' "Lakini sasa hawa watu wa kutoka Amoni, Moabu na Mlima Seiri, ambao hukuwaruhusu Israeli wazivamie nchi zao wakati walitoka Misri, hivyo wakageukia mbali nao na hawakuwaangamiza, tazama jinsi wanavyotulipa kwa kuja kututupa nje ya milki uliyotupa sisi kuwa urithi". (2 Nya. 20:7–11)

Shukrani hutusaidia kuona jinsi Mungu anavyotulinda. Kadiri tunavyozidi kukumbuka uaminifu wake, ndivyo imani yetu inavyozidi kuwa na nguvu. Na kadiri tunavyozidi kutazamia mkono wa Mungu katika maisha yetu, ndivyo tunavyozidi kuuona mkono wake katika mambo ya maisha yetu. Tunatambua kwamba vitu vyote vizuri hutoka Kwake, kwa hivyo hatudanganyiki (Yak. 1:16–17). Shukrani hutufanya tutosheke na kile tulicho nacho. Mfalme Yehoshafati aliukumbuka uaminifu na baraka za Mungu. Aliamua kwamba Mungu atatosha. Hebu tushukuru, tufungue macho yetu ili tuyaone yale ambayo Mungu tayari ametupatia, na tuamini kwamba atakidhi mahitaji yetu katika siku za usoni.

4. **Dua:** Yehoshafati alimwomba Mungu awakomboe watu wake kutokana na maadui wao kwa sababu alijua kwamba yeye mwenyewe hangeweza kufanya hivyo: "Ee Mungu wetu, je, wewe hutawahukumu? Kwa kuwa sisi hatuna uwezo wa kukabiliana na jeshi hili kubwa linalokuja kutushambulia. Sisi hatujui la kufanya, bali macho yetu yanakutazama wewe" (2 Nya. 20:12).

Kama vile mtoto humtegemea mzazi kukidhi mahitaji yake, tunamtegemea Baba yetu wa mbinguni. Mungu anatualika tumwombe kile tunachohitaji na anafurahia kutupa vitu vyema (Mt. 7:11). Lakini tusipomtazamia au kumwamini, hatumwaliki katika hali yetu. "Mmepungukiwa kwa sababu hammwombi Mungu" (Yak. 4:2). **Mkabidhi mahitaji yako yote, na umruhusu aamue kile kilicho bora zaidi.** Mahitaji yako ni yapi? Mwombe Mungu akupe. Waombee wengine, pia. Tunapaswa "kukesha kila wakati tukiwaombea watakatifu wote" (Efe. 6:18). Hakuna ombi lako lililo kubwa sana, na hakuna lililo dogo sana. Zingatia kuweka orodha ya madua yako katika shajara yako na uisasishe kila wiki, ukirekodi wakati na jinsi Mungu alivyojibu maombi yako. Kadiri unavyomwona Mungu akijibu maombi yako mahususi, imani yako kwake itakua. Tutajifunza zaidi kuhusu kuwaombea wengine katika Siku ya 41.

Kujumuisha vipengele vya maombi (IUSD) kutatusaidia kudumisha umakini wetu. Adui anataka kuharibu mawasiliano yetu na Mungu na atajaribu kukengeusha fikira zetu. Usikubali akukengeushe fikiria. Ikiwa mawazo yanayokukengeusha fikiria yanahusu majukumu unayopaswa kukamilisha, yaandike kisha uyaweke kando hadi utakapomaliza kuomba. Ikiwa mawazo ya kukukengeusha fikira hayatoweki, yakatae kwa jina la Yesu.

Tunaposali, iwe tuko peke yetu au katika vikundi, tunahitaji kukumbuka kutulia kwa muda na _kumsikiliza_ Mungu. "Huniamsha asubuhi kwa asubuhi, huamsha sikio langu lisikie kama mtu afundishwaye" (Isa. 50:4). Kila mtu awe na zamu ya kuzungumza na kusikiliza mnapoomba, kama mnavyofanya katika mazungumzo ya kila siku na watu. Omba, "Nena, Bwana, kwa maana mtumishi wako anasikia" (1 Sam. 3:9). Sauti ya Mungu mara nyingi ni kama "sauti ya utulivu ya kunong'ona" (1 Fal. 19:12), kwa hivyo tuliza moyo wako ili uisikie. Tulia na umzingatie Yesu. Anasema, "Kondoo wangu huisikia sauti yangu nami nawajua, nao hunifuata" (Yn. 10:27).

Baada ya Yehoshafati kuomba, alimsikiliza Mungu. Mungu akamjibu Yehoshafati, akimwambia, "Msiogope wala msifadhaike kwa sababu ya jeshi hili kubwa. Kwa maana **vita hivi si vyenu, bali ni vya Mungu...** . Hamtahitaji kupigana vita hivi. Kaeni kwenye nafasi zenu, simameni imara na mkaone wokovu Bwana atakaowapatia" (2 Nya. 20:15, 17. Msisitizo umeongezwa). Maajabu! Yehoshafati bila shaka alitii, na ukombozi wa Mungu ukaja kama alivyoahidiwa. Tunaweza kuwa na uhakika huo huo kwamba anatusikia: "Bwana yu karibu na wote wamwitao, karibu na wote wamwitao kwa uaminifu. Huwatimizia wamchao matakwa yao, husikia kilio chao na kuwaokoa. Bwana huwalinda wote wampendao" (Zab. 145:18–20).

Tunaweza kumtii kabla ya kuomba, tukijua kwamba vita ni _vyake_, si vyetu. Na kisha tunaweza kuufuata mwongozo wake.

Wacha Bibilia Inene:

2 Nyakati 20:1-23 (Kwa Hiari: 2 Nyakati 6:1-11, 34-35)

Wacha Akili Yako Ifikirie:

Jizoeze kuandika maombi yako kwa kutumia mpangilio ufuatao. Weka maombi yako katika shajara na uandike tarehe ili uweze kukumbuka na kuona jinsi Mungu alivyokujibu (jiwe la ukumbusho–Siku ya 17).

1. **I**bada (Mwabudu Mungu.)
2. **U**ngamo (Ungama dhambi zako na udhaifu wako.)
3. **S**hukrani (Shukuru kwa ajili ya mambo yote, hata majaribu.)
4. **D**ua (Taja mahitaji yako.)
5. Subiri *kusikia* majibu ya Mungu, *andika* kile Anachosema, *mwombe* akithibitishe, na *utii* kwa kufuata mwongozo Wake.

Wacha Nafsi Yako Iombe:

Baba, nifundishe kuomba. Ninapokuja Kwako, nifanye niwe mtu mwenye kuabudu, mnyenyekevu, mwenye shukrani, na mwenye kujiamini katika neema na uwezo Wako. Ongeza ufahamu wangu wa sauti yako. Nifundishe kusikiliza. Nisaidie kujifunza na kutafakari Neno Lako ili niweze kuomba kulingana na mapenzi yako na kusikia sauti yako vizuri ... Katika jina la Yesu, amina.

Wacha Moyo Wako Utii:

(Mungu anakuongoza kujua, kuthamini au kufanya nini?)

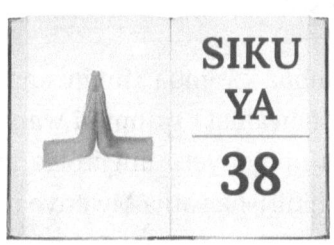

Epuka Vizuizi vya Maombi

Ndipo watakaponiita lakini sitawajibu; watanitafuta
lakini hawatanipata. Kwa kuwa walichukia maarifa,
wala hawakuchagua kumcha Bwana.
Mithali 1:28–29

Huenda tusiishi muda mrefu vya kutosha ili kujifunza kutokana na makosa yetu yote. Wakati mwingine kujifunza kutoka kwa makosa ya wengine husaidia. Huenda hivyo ndivyo Mfalme Yehoshafati alikuwa akifanya. Jana tuliona jinsi alivyoshughulikia kwa maombi uvamizi wa mataifa mengi kwa kumtegemea Mungu kwa unyenyekevu. Miaka mingi hapo awali, tishio lingine la kijeshi lilimhitaji baba yake Yehoshafati, Mfalme Asa, achukue hatua. Badala ya kumgeukia Mungu, aligeukia taifa lingine na kuwalipa ili wawapiganie vita vyao. Ingawa Asa alikuwa amejionea uwezo wa Mungu wa kukomboa, alikuwa amejawa na shaka. Nabii Hanani alimueleza mfalme Asa:

"Kwa maana macho ya BWANA hukimbia-kimbia duniani mwote, ili ajionyeshe mwenye nguvu kwa ajili ya hao, waliokamilika moyo kuelekea kwake. Kwa hayo umetenda upumbavu; kwani tangu sasa utakuwa na vita." (2 Nya. 16:9)

Kwa sababu moyo wa Asa haukuwa mwaminifu kikamilifu kwa Mungu mmoja wa kweli, migogoro ilikithiri katika siku zake zilizosalia. Kama Yehoshafati, sisi pia tunaweza kujifunza kutoka kwa Mfalme Asa kutambua kwamba Mungu anawatafuta wale ambao wamejitolea Kwake. Anawafuata waumini wanaomtafuta kwa moyo wao wote. Anapopata mioyo yetu imejitolea kwake, Mungu hujibu maombi yetu na kujidhihirisha kama Mwenye nguvu kwa niaba yetu.

Lakini wakati mwingine tunapoomba, Mungu huwa hajibu. Maombi yetu huonekana ni kama hayaendi mahali. Si kwamba tunahitaji kipaza sauti au kuzungumza kwa uwazi zaidi. Wakati mwingine Mungu hatusikizi kwa sababu tuna dhambi maishani mwetu inayozuia maombi yetu (Zab. 66:16–20; Isa. 5). Au, tunaomba tukiwa na nia mbaya. Ndio, maamuzi yetu mabaya (si maamuzi mabaya ya wengine) yanaweza kuzuia maombi yetu. Kwa leo, tutambue makosa makubwa ambayo watu wanaweza kufanya wanapokwenda mbele za Mungu katika maombi ili tuweze kuyaepuka. Orodha hii haijakamilika, lakini ina sababu saba zinazoweza kumfanya Mungu asijibu maombi yetu.

1. **Dhambi ambayo haijaungamwa:** Je, umewahi kubadilisha mada wakati mazungumzo fulani yanakutia wasiwasi? Huwa tunafanya hivyo kwa Mungu pia. Anapotuonyesha dhambi kupitia usadikisho wa Roho Mtakatifu nasi tunaepuka kuiungama, na tunaendelea kuombea mambo mengine, tunajitengenezea kizuizi. **Mungu hatasikiliza maombi yetu mpaka tuungame dhambi ambazo tayari ametuonyesha.** Mbona tumtarajie Mungu atusikilize na kutujibu wakati sisi hatumsikilizi na hatumtii? Mtunga Zaburi aliandika, "Kama ningekuwa nimeyaficha maovu moyoni mwangu, Bwana asingekuwa amenisikiliza" (Zab. 66:18). Dhambi zetu humhuzunisha Mungu, na dhambi inapaswa kutuhuzunisha sisi pia (Efe. 4:30). Ndio maana tunahitaji kuungama dhambi mara tu Mungu anapotuonyesha. Yeye ni mwaminifu na atatusamehe (1 Yoh. 1:9) na kurejesha uhusiano wetu naye. Mruhusu akurejeshe.

2. **Kutotii:** Pamoja na kuungama, tunahitaji pia kutubu kwa kuacha dhambi na kumgeukia Mungu. Tunapoazimia kufuata njia zetu wenyewe na kupuuza maagizo ya Mungu, maombi yetu huwa hayana thamani kwa Mungu. "Kama mtu yeyote akikataa kusikia sheria, hata maombi yake ni chukizo" (Mit. 28:9). Kuna tofauti kati ya mtu

anayejisalimisha kwa ukuu wa Yesu huku akiwa na mapungufu katika kumtii na mtu anayemwomba Mungu baraka huku akikosa kumtii kwa makusudi. Tunapomuomba Mungu baraka lakini tunakataa njia zake, maombi yetu yanaweza kuzuiliwa, hata tufanye mambo mazuri kiasi gani. "Je, Bwana anafurahia sadaka za kuteketezwa na dhabihu kama vile kuitii sauti ya BWANA? Kutii ni bora zaidi kuliko dhabihu, nako kusikia ni bora kuliko mafuta ya kondoo dume" (1 Sam. 15:22). Mungu anajua mioyo yetu na anatamani kutusamehe, lakini tunahitaji kumtumainia na kumfuata.

3. **Ubinafsi:** Ubinafsi–kutojali mahitaji ya wengine–huhujumu maombi. Mungu anataka tujitunze, lakini tunahitaji pia kujali mahitaji ya wale tunaoishi nao. Mapenzi ya Mungu huyaelekeza maombi yetu, na sehemu ya mapenzi yake ni kwamba tuwapende na kuwatumikia wengine: "Kila mmoja wenu asiangalie faida yake mwenyewe tu, bali pia ajishughulishe kwa faida ya wengine" (Flp. 2:4). Mungu huona nia zetu halisi. "Mnapoomba hampati kwa sababu mnaomba kwa nia mbaya, ili mpate kuvitumia hivyo mtakavyopata kwa tamaa zenu" (Yak. 4:3). Wakati maombi yetu ni ya ubinafsi, Mungu anaweza kukosa kuyajibu.

4. **Shaka:** Tunapoomba kwa imani, tunatumainia utambulisho wa Mungu na yale ambayo amefanya. Kinyume cha hilo, tunapoomba *bila* imani, tunatilia shaka ahadi na uwezo Wake. **Kumwomba Mungu bila kuamini kwamba atatusaidia ni thibitisho kwamba tuna shaka.** Je, huwa unaomba kwa shaka au kwa imani? "Lakini anapoomba, lazima aamini wala asiwe na shaka, kwa sababu mtu aliye na shaka ni kama wimbi la bahari, lililochukuliwa na upepo na kutupwa huku na huku. Mtu kama huyo asidhani ya kuwa atapata kitu chochote kutoka kwa Bwana" (Yak. 1:6-7). Ni kawaida kumtilia Mungu shaka wakati mwingine, na hilo linapotokea, tunaweza kumwomba aimarishe imani yetu, tukisali kama yule mtu aliyemlilia Yesu akisema, "Ninaamini; nisaidie kutokuamini kwangu" (Mk. 9:24). **Omba kwa imani, namaanisha imani katika *wema wa Mungu*, si imani kwamba atafanya kila kitu tunachomwomba.** Mungu halazimiki kutimiza kila ombi letu kwa sababu tu tunalitamani sana.

Kumbuka kwamba: *Mungu ni mwema, haijalishi ni nini kinatokea.* Tunapoamini hilo, tutatumainia jibu lake kwa lolote tunalokabiliana nalo. Ikiwa tuna shaka kwamba Mungu ni mwema, basi tutakuwa na shaka kwamba jibu lake litakuwa jema, iwe ndio, hapana, au la kwa sasa. **Omba kwa imani, na umruhusu *Mungu* aamue matokeo**, ukikumbuka kwamba "huwapa thawabu wale wamtafutao kwa bidii" (Ebr. 11:6).

5. **Kutosamehe:** Ikiwa tunashikilia kinyongo, Mungu huenda asisikilize maombi yetu. Kukataa kusamehe wengine kunaonyesha kwamba hatuelewi gharama kubwa ya dhabihu ya Yesu kwa ajili *yetu*. Lakini tunapokua katika neema ya Mungu na kutambua kiwango cha msamaha wake, tunawasamehe wengine kama tulivyosamehewa—hata watu wakituumiza mara kwa mara. "Ndipo Petro akamjia Yesu na kumuuliza, 'Bwana, ndugu yangu anikosee mara ngapi nami nimsamehe? Je, hata mara saba?' Yesu akamjibu, 'Sikuambii hata mara saba, bali hata saba mara sabini'" (Mt. 18:21-22). Kusamehe wengine, hata wakati—na hasa—wakati ni vigumu kufanya hivyo, humpa Mungu utukufu mkuu na ni ushahidi wa imani yetu Kwake. Ni mojawapo ya njia muhimu zaidi ambayo kwayo sisi kama wafuasi wa Yesu huonyesha sisi ni akina nani katika Kristo. (Angalia Siku ya 10 na Siku ya 25 kwa mengi zaidi juu ya msamaha.)

Nielewe vizuri, kuwasamehe wengine hakumaanishi tunapaswa kusalia katika hali ya kudhulumiwa. Hakuna haja ya kujiweka katika hali yoyote ya hatari. Kama ilivyotajwa hapo awali, msamaha ni kuachilia hasira au uchungu wowote tunaoelekeza kwa wanaotudhulumu na kuruhusu upendo na neema ya *Mungu* ituponye. Kufanya hivyo kunakuweka huru ili uweze kupata msamaha wa Mungu katika maisha yako mwenyewe. **Hata kama hawastahili, wasamehe wengine kwa sababu *ulisamehewa* na Mungu wakati hukustahili.** Hatimaye, msamaha hukuweka huru na huweka maombi yako huru.

6. **Kosa**: Je, umemkosea mtu au kumchukiza? Yesu anasema kwamba tunahitaji kurekebisha mambo kabla ya kuja kwa Mungu katika maombi. "Kwa hiyo, kama unatoa sadaka yako madhabahuni,

ukakumbuka kuwa ndugu yako ana kitu dhidi yako, iache sadaka yako hapo mbele ya madhabahu. Enda kwanza ukapatane na ndugu yako; kisha urudi na ukatoe sadaka yako" (Mt. 5:23–24). Wakati mwingine huenda tusijue tumekosea wapi. Mtu anaweza kubadilika katika matendo yake au ajitenge na wewe. Ni bora kumwendea na kumuuliza ikiwa umemkosa. Mwambie pole. Mwombe msamaha. Fanya mambo yawe sawa. Zakayo alipokutana na Yesu, alitubu kutokana na kuiba. Alirekebisha makosa yake kwa kutoa nusu ya mali yake kwa maskini na kuwalipa watu mara nne ya kile alichochukua kutoka kwao (Lk. 19:8). Tunapotubu mbele za Mungu na kurekebisha makosa tuliyowatendea wengine, tunaweza kufanya zaidi ya kile kinachohitajika. Wakati mwingine mtu ambaye umemkosa anaweza kukataa kukusamehe, hata baada ya kujaribu kurekebisha makosa uliyomtendea. Tunahitaji kukumbuka kila mtu hupitia maumivu kwa njia tofauti, na pengine mtu huyo anahitaji muda zaidi. Hilo linapotokea, omba na ujue kwamba **Mungu ndiye anayehusika na kubadilisha mioyo, si sisi.** Mwachie Mungu, ukijua kwamba ulifanya kile alichotaka ufanye. Paulo anafundisha, "Kama ikiwezekana, kwa upande wenu kaeni kwa amani na watu wote" (Rum. 12:18).

7. **Migogoro ya Ndoa:** Migogoro katika ndoa pia inaweza kuzuia maombi. Mtume Petro anafundisha hivi: "Vivyo hivyo ninyi waume, kaeni na wake zenu kwa akili, nanyi wapeni heshima mkitambua ya kuwa wao ni wenzi walio dhaifu, na kama warithi pamoja nanyi wa kipawa cha neema cha uzima, ili kusiwepo na chochote cha kuzuia maombi yenu" (1 Pet. 3:7). Ingawa Petro anaelekeza kifungu hiki kwa waume, wake pia hawawezi kuleta migogoro katika ndoa zao bila matokeo mabaya. Tukileta matatizo katika ndoa zetu, tutaharibu pia uhusiano wetu na Mungu. Usitatizwe na mitazamo na matendo ya mwenzi wako wa ndoa; hakikisha tu kwamba mitazamo na matendo *yako* yanamheshimu Mungu.

Tukijifunza kutokana na makosa haya, tunaweza kuepuka kuyafanya. Mungu huchukulia dhambi kwa uzito kwa sababu anatupenda. Ikiwa angeturuhusu tuwe na maisha bora ya maombi huku dhambi ikizuia uhusiano wetu, Atakuwa anakubali mitazamo na matendo ambayo yanakiuka asili yake takatifu, na hiyo ingetuumiza. Mungu anatupenda sana kiasi kwamba hawezi kutufanyia hivyo.

Kwa hiyo ikiwa unakabiliwa na mojawapo ya vizuizi hivi vya maombi, jua kwamba Mungu anatamani kukusamehe. Ikiwa una shaka, mwombe Mungu aimarishe imani yako. Ikiwa umebeba mzigo wa dhambi ambayo haijaungamwa, kutotii, au ubinafsi, ungama mambo hayo kwa Mungu. Kisha, songa mbele katika toba. Ikiwa unashikilia vinyongo, viachilie viende. Ikiwa umemkosea mtu au una mgogoro na mwenzi wako wa ndoa, rekebisha mambo kati yenu. Kisha urafiki wako wa karibu na Bwana utarejeshwa. "Lakini macho ya Bwana yako kwa wale wamchao, kwa wale tumaini lao liko katika upendo wake usio na kikomo" (Zab. 33:18). Mungu hufurahia sana kusikia na kujibu maombi yako.

Wacha Bibilia Inene:
Isaya 59 (Kwa Hiari: Zaburi 66)

Wacha Akili Yako Ifikirie:
1. Je, maombi yako yanazuiliwa? Baada ya kusoma somo la leo, unafikiri nini kinaweza kuwa kinazuia maombi yako?

2. Unaposali, je, unasukumwa zaidi na mapenzi ya Mungu au na tamaa zako mwenyewe? Kwa nini unafikiri hiyo ni kweli?

3. Je, unaomba kwa imani au unapambana na shaka? Unaweza kufanya nini ili kuimarisha imani yako?

Wacha Nafsi Yako Iombe:
Baba, nionyeshe kila kitu kinachoyazuia maombi yangu. Nifanye niwe jasiri katika kuondoa dhambi ili niweze kufurahia mawasiliano ya wazi na Wewe. Mara tu kizuizi kinapoingia, nifahamishe ili niweze kukabiliana nacho mara moja. Sikia maombi yangu. Nena nami. Nisaidie kukusikiliza ... Katika jina la Yesu, amina.

Wacha Moyo Wako Utii:
(Mungu anakuongoza kujua, kuthamini au kufanya nini?)

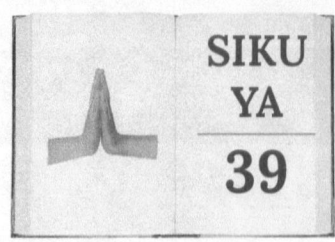

Funga katika Maombi

Ndipo utaita, naye Bwana atajibu, utalia kuomba
msaada, naye atasema: "Mimi hapa."
Isaya 58:9

Kuna wakati katika maisha ya kila mtu ambapo maombi pekee hayatatosha. Hali zinakuwa ngumu sana. Mahitaji yanakuwa mazito mno. Maamuzi yanakuwa muhimu sana. Kuna wakati tunahitaji kusikia kutoka kwa Mungu, na tunahitaji kusikia kutoka kwake haraka iwezekanavyo.

Fikiria kuhusu Malkia Esta na sehemu yake katika Hadithi ya Mungu. Aliyahatarisha maisha yake ili awaokoe wayahudi kutokana na njama mbaya ya mauaji (Esta 4). Waziri mkuu wa mfalme aliwadharau sana Wayahudi kiasi kwamba akapanga mpango wa kuwaangamiza katika ufalme wote. Akaweka tarehe ya kuwaangamiza. Esta, yatima Myahudi aliyeolewa na mfalme wa Uajemi, alihitaji kuingia katika kikao cha mfalme bila ruhusa ili kumsihi mfalme awahurumie watu wake, lakini angeuwawa kwa kufanya hivyo. Hali ilikuwa mbaya. Mordekai, binamu yake Esta, na mlezi wake, akamwambia, "Nani ajuaye kwamba hukuja kwenye nafasi ya mamlaka *kwa ajili ya wakati kama huu*?" (Esta 4:14, msisitizo umeongezwa). Esta alihitaji ujasiri, na Wayahudi walihitaji ukombozi. Kila mtu alihitaji ulinzi kutokana na uovu. Kwa hivyo wakaomba na kufunga kwa siku tatu. Akiwa amechochewa na imani, Esta aliingia katika makao ya mfalme kwa unyenyekevu, akimtumainia Mungu kwa matokeo. Mungu alimpa kibali mbele ya mfalme. Kwa mara nyingine tena, Mungu aliwaokoa watu wake walipomtazamia.[1]

Tena na tena, tunaona katika Biblia wakati mwafaka wa *kusali na kufunga*, iwe ni mtu binafsi au kama kikundi. Maombi ya dhati ya aina hii ni mazito kwa sababu hali ni mbaya. Kinachotofautisha mfungo wa kibiblia na mifungo mingine ni nia: kuutafuta moyo wa Mungu. Wakati mwingine, kuutafuta kiasi cha kulia machozi. Bwana asema, "Nirudieni kwa mioyo yenu yote, na kwa kufunga, na kwa kulia, na kwa kuomboleza" (Yoe. 2:12). Kufunga si tu kutokula chakula; ni maombi ya dhati yanayoambatana na toba, maombezi, au uchungu. Yesu pia alizungumzia wakati wa huzuni ambapo wanafunzi Wake watafunga. "Lakini wakati utafika ambapo bwana arusi (Yesu) ataondolewa kwao. Siku hiyo ndipo watakapofunga" (Mk. 2:20). Lakini mfungo wa kibiblia ni upi, na tunawezaje kufunga kwa njia inayompendeza Bwana?

Kufunga ni dhihirisho la nje la maombi ya ndani. Ni tendo la kujinyima ambalo kwalo tunaacha kuzingatia nafsi zetu (mahitaji yetu ya kimwili) ili kumzingatia Mungu. Kufunga si mpango wa lishe wa kupunguza uzito, adhabu, au sharti la kupata wokovu. Katika mfungo, hatujadiliani na Mungu; kujinyima kwetu hakutuletei kibali mbele Zake. Badala yake, kufunga kwetu kwa maombi kunaonyesha hitaji letu la dhati la kumwona Mungu akiingilia kati kwa njia *Yake* mwenyewe na uhakika wetu kwamba atatenda. Kuna nguvu katika kufunga.

Tunapofunga, tunajinyima chakula ili kuonyesha njaa yetu ya Mungu. Kijinyima kimwili kunaongeza ufahamu wetu wa mambo ya kiroho huku miili yetu ikijisalimisha kwa Roho. Badala ya kutafuta chakula tunapohisi njaa, tunaruhusu maumivu hayo ya njaa kuwa kichocheo cha maombi kinachotusukuma kwa Mungu. Njaa au uchovu wetu hutukumbusha udhaifu wetu wa kibinadamu na hitaji letu la neema ya Mungu isiyo na mwisho. Tunapoendelea kuomba na kujilisha Neno Lake, matokeo yake ni kumtegemea Mungu kwa kina zaidi na ushirika Naye. Ndio maana baadhi ya madhehebu ya Kikristo yana namna za kufunga kama sehemu ya desturi zao za

---

1 Soma kitabu cha Esta ili kuelewa vyema utunzaji wa Mungu kwa ajili ya watu wake.

kawaida. Mfano mzuri ni kufunga katika kipindi cha kabla ya Pasaka (siku arobaini kabla ya Jumapili ya Pasaka) ili kuandaa mioyo yao kwa ajili ya kusherehekea ufufuo wa Kristo.

Kuna aina tofauti za kufunga. Kwa kawaida, kufunga kunamaanisha kujinyima chakula na kunywa maji tu kwa saa ishirini na nne, kuanzia baada ya mlo wa jioni. (Unamkumbuka Mfalme Yehoshafati Siku ya 37? Watu walifunga hivyo.) **Kabla hujajinyima chakula, wasiliana na daktari wako.** *Kufunga kwa kunywa maji tu hakupendekezwi bila usimamizi wa kimatibabu.* Mbinu nyingine ya kufunga ni kunywa maji, kahawa/chai, na sharubati siku nzima, kufungua tu wakati wa mlo wa jioni. Unaweza pia kuondoa mlo mmoja kwa siku au kula mlo wa mboga, mchuzi, sharubati, kahawa/chai, na maji kwa siku kadhaa. Mifungo hii iliyopangwa kwa namna mahususi hukuruhusu kuwa na nguvu ya kutosha ya kufanya kazi.

Ikiwa unajinyima chakula na maji (inayoitwa "kufunga kikamilifu"), unapaswa kufunga kwa muda mfupi sana. Mfungo wa aina hiyo haupaswi kutekelezwa bila maandalizi ya kimwili, ushauri, na usimamizi. Ikiwa una umri wa chini ya miaka kumi na minane, mjamzito, au una hali ya kiafya isiyo ruhusu kufunga kwa kutokula chakula, unaweza kuamua kujinyima kitu kingine.[1] Kwa mfano, unaweza kufunga kwa kujinyima teknolojia (k.m., simu, kompyuta, mitandao ya jamii) au burudani (k.m., televisheni, filamu, muziki).

Mungu hazingatii *kile* tunachojinyima tunapofunga bali anazingatia zaidi *kwa nini* tunafunga. Kama tulivyojifunza jana, nia ni muhimu kwa Mungu.

Kadiri karne zilivyozidi kupita, Waisraeli walianza kufunga ili tu kutosheleza masharti ya kisheria, na Mungu alifichua unafiki wao. Walijifanya kana kwamba walitaka kumtukuza Mungu, lakini kwa kweli, walijali tu kuwavutia wengine. Walijivunia umakini wao katika kufuata masharti ya kidini na walifikiri kwamba Mungu alipaswa kujivunia jambo hilo pia. Walishangaa kwa nini Mungu hangeshangilia jitihada zao, hivyo Aliwaambia hivi waziwazi: "Wao husema,

---

1 Biblia haisemi kuhusu watoto kufunga. Watoto wanakatazwa kufunga kwa kutokula chakula kwa sababu ya kuzingatia mahitaji yao ya kimetaboliki na lishe. Ikiwa una historia ya matatizo ya kiafya au ni mjamzito au unaugua kisukari, bado unaweza kufanya maombi ya dhati katika mtazamo wa kufunga (huku ukila lishe uliyopendekezwa) kwa kujinyima kitu kingine isipokuwa chakula.

'Mbona tumefunga, nawe hujaona? Mbona tumejinyenyekeza, nawe huangalii?' Lakini katika siku ya kufunga kwenu, mnafanya mnavyotaka na kuwadhulumu wafanyakazi wenu wote. Kufunga kwenu huishia kwenye magomvi na mapigano, na kupigana ninyi kwa ninyi kwa ngumi za uovu. Hamwezi kufunga kama mnavyofanya leo na kutazamia sauti zenu kusikiwa huko juu" (Isa. 58:3–4). Mfungo wao wa kujitukuza, pamoja na dhambi zao ambazo hawajaziungama, ilimkasirisha Mungu. Yesu alionya hivi: "Mnapofunga, msiwe wenye huzuni kama wafanyavyo wanafiki. Maana wao hukunja nyuso zao ili kuwaonyesha wengine kwamba wamefunga. Amin, amin nawaambia wao wamekwisha kupata thawabu yao kamilifu" (Mt. 6:16). **Mungu huchukia watu wanapofunga ili waonekane**.

Mfungo wetu unapaswa kuonekana tofauti sana na mfungo ambao Yesu aliukemea katika Mathayo 6. Badala yake, anawaagiza waumini, "Lakini mnapofunga, jipakeni mafuta kichwani na kunawa nyuso zenu ili kufunga kwenu kusionekane na watu wengine ila Baba yenu aketiye mahali pa siri; naye Baba yenu aonaye sirini atawapa thawabu yenu kwa wazi" (Mt. 6:17–18). Usiri utaweka nia yako safi. Unapofunga na kundi, wengine watajua kuwa umefunga, lakini usitake kujionyesha. **Mungu anapenda kufunga kwa siri.**

Kuna sababu nyingi za kibiblia za kufunga,[1] lakini leo tutazingatia mbili: kufunga ili kutatua tatizo na kufunga kwa ajili ya uamsho wa kiroho. Nabii Ezra alikuwa na tatizo aliporudi Yerusalemu kutoka uhamishoni huko Uajemi. Sehemu yake katika Hadithi ya Mungu ilikuwa kusimamisha tena sheria ya Mungu pamoja na makuhani wengine wa Bwana, lakini maadui kutoka maeneo jirani waliwapinga. Hilo lilikuwa tishio zito, lakini Waisraeli walikuwa na hofu sana na waliona haya kumwomba mfalme wa Uajemi msaada. Ezra alisema, "Nilitangaza kufunga, ili tujinyenyekeze mbele za Mungu wetu na kumwomba" (Ezra 8:21). Mungu alijibu, na Ezra aliendelea kusema,

---

1 Neno la Mungu linatupa mifano mingi ya kufunga tunayopaswa kufuata. Katika Agano la Kale, watu wa Mungu walitubu na kufunga kwa ajili ya uamsho wa kiroho (1 Sam. 7:1-8), kwa ajili ya usalama na kutatua matatizo (Ezra 8:21-23), kwa ajili ya rehema na kibali (Neh. 1-2), kwa ajili ya ustawi wa kimwili (Dan. 1:12-20), na kwa ajili ya ulinzi kutokana na uovu (Est. 4:16). Katika Agano Jipya, waumini pia walifunga kwa ajili ya kujitolea kibinafsi katika ibada (Lk. 2:37), kwa ajili ya kujitolea kama kikundi (ushirika) katika ibada (Mdo. 13:2), na kwa ajili ya maandalizi ya huduma (Mdo. 14:23).

"Kwa hiyo tulifunga na kumwomba Mungu wetu kuhusu jambo hili, naye akajibu maombi yetu" (Ezra 8:23). Mungu alikubali mfungo wa kijamii wa Ezra, kwa hivyo tunaweza kuutazamia kwa ajili ya kupata mwongozo. Vipengele vitatu vinajitokeza:

1. **Ezra aliorodhesha kila mtu aliyeathiriwa na tatizo hilo kufunga**. Ikiwa tatizo linaathiri kikundi, watu wanaoshiriki katika mfungo huo wanapaswa kuwa wengi iwezekanavyo. (Tatizo la kibinafsi linahitaji kufunga kibinafsi.)[1]

2. **Walifunga kwa dhati na kwa unyenyekevu.** Walitamani sana suluhisho la Mungu, wakimtafuta kwa mioyo yao yote ili awasaidie. Kuwa na bidii katika maombi unapofunga.

3. **Walifunga *kabla* ya kujaribu kutatua tatizo.** Usichukue hatua kabla hujaomba, kufunga na kusikia kutoka kwa Mungu. Ni muhimu kwamba *tusubiri* jibu Lake.

Huenda hukabiliwi na tatizo la kutishia maisha kama Ezra, lakini kufunga katika maombi kutakusaidia unapotafuta hekima kwa ajili ya kufanya maamuzi bora zaidi.

Mungu anaweza kukuita kwenye mfungo wa uamsho wa kiroho—mfungo wa kupata uhuru wa kiroho, kwa ajili ya kuvuviwa, kwa ajili ya kumrudia Mungu katika ndoa yako, katika jamii yako, katika taifa lako, au hata katika maisha yako mwenyewe. Nabii Samweli aliwaita watu wa Mungu wafunge kwa sababu walikuwa wamedhoofika kiroho kwa miaka mingi. Sanduku la agano, ambalo liliashiria uwepo wa Mungu, lilikuwa limeibwa kwa sababu ya dhambi ya Waisraeli. Walihisi kana kwamba Mungu alikuwa amewaacha, kwa hiyo Samweli akaitisha mfungo. Kabla ya kuwaombea watu, aliwaamuru waondoe miungu yao yote ya uwongo. Walimimina maji mbele za Bwana katika sherehe, ikiashiria utakaso na uamsho wa kiroho. "Siku hiyo walifunga na wakaungama, wakisema, 'Tumetenda dhambi dhidi ya Bwana.'" (1 Sam. 7:6). Mungu alijibu kwa kuwashinda maadui wao

---

1 Elmer L. Towns, *Fasting for Spiritual Breakthrough: A Guide to Nine Biblical Fasts* (Ventura, CA: Regal Books, 1996), 46–47.

na kuwakabidhi sanduku la agano kwa mara nyingine tena. Mfungo wa Samweli unatupa vipengele viwili vya mwongozo:

1. **Kama vile Ezra, Samweli alihusisha kila mtu katika mfungo.** Jamii nzima ilitaka uamsho wa kiroho, kwa hivyo jamii nzima ilifunga.

2. **Waliungama na kutubu dhambi zao pamoja.**[1] Waliwajibikia dhambi iliyowafanya wawe mbali na Mungu na kuwa na njaa ya kiroho. "*Tumemtenda* dhambi dhidi ya Bwana" (1 Sam. 7:6, msisitizo umeongezwa). Hawakuungama dhambi zao tu bali pia walitubu kwa kuharibu sanamu zao na kumrudia Mungu.

Tunaweza kutazama sehemu yao katika Hadithi ya Mungu na kujifunza kutokana na mfano wao. Nidhamu ya kufunga si jambo la kuchukulia kwa urahisi. Kufunga ni kwa ajili ya hali zinazohitaji umakini mkubwa. Mungu anatualika kufunga na kuomba kwa sababu kunamheshimu na kunatunufaisha kwa kuongeza ufahamu wetu wa uwepo wake katika hali zetu. Unapofikiria kuhusu maisha yako, labda unaweza kuelewa kilio cha Ezra na Samweli cha kutaka Mungu aingilie kati. Ikiwa Mungu anakuongoza ufunge, zingatia maswali yafuatayo kabla hujaanza:

1. Tambua kusudi la kufunga kwako. Kwa nini unafunga?
2. Tangaza imani yako katika uwezo wa Mungu wa kuingilia kati (Isa. 59:1).
3. Amua jinsi utakavyofunga (maji na sharubati pekee, mlo mmoja kwa siku, n.k.). **Wasiliana na daktari wako kabla ya kujinyima chakula.**
4. Amua ni wakati gani utaanza kufunga na ni wakati gani utamaliza.
5. Tafuta ahadi ya Biblia ya kukutia moyo unapofunga: "Ndipo utaita, naye Bwana atajibu, utalia kuomba msaada, naye atasema: 'Mimi hapa'" (Isa. 58:9).

---

[1] Ibid., 66-89.

Kufunga kunadhihirisha kwetu na kwa Mungu kwamba tumechukulia kwa uzito uhusiano wetu naye. Unapofunga huku moyo wako ukizingatia mapenzi ya Mungu, tarajia majibu kutoka kwa Yule anayekupenda na anayetamani umpate (Yer. 29:13). Mkaribie Mungu na uimarishe imani yako unapomwabudu Mungu kwa unyenyekevu kupitia maombi na kufunga.

Wacha Bibilia Inene:
Isaya 58 (Esta 4)

Wacha Akili Yako Ifikirie:

1. Je, umewahi kufunga katika maombi? Ikiwa ndio, je, unahisi kufanya hivyo kuliboresha wakati wako wa maombi? Eleza.

2. Je, unaona matatizo yoyote katika maisha yako au katika jamii yako yanayohitaji kufunga?

3. Je, wewe na marafiki zako mnafikiria kufunga kwa ajili ya uamsho wa kiroho? Ikiwa ndio, zungumzeni na kusali pamoja kuhusu uwezekano wa kufunga pamoja.[1]

Wacha Nafsi Yako Iombe:
Baba, nisaidie kukua na kukomaa kiroho, nikijua jinsi na wakati wa kufunga. Ninapofunga, nisaidie nisikubali kujihurumia au kujivuna, lakini badala yake, nisaidie kujitoa kwenye maombi ya dhati, yaliyojaa imani. Naomba siku zote niwe na njaa kwa ajili Yako zaidi ya mambo mengine yote ... Katika jina la Yesu, amina.

Wacha Moyo Wako Utii:
(Mungu anakuongoza kujua, kuthamini au kufanya nini?)

---

1 Tembelea allinmin.orgili upate zana zinazoweza kupakuliwa kuhusu kufunga kama kikundi.

Omba Kwa Kutumia Neno la Mungu, Gundua Mapenzi ya Mungu

Ninyi mkikaa ndani yangu na maneno yangu yakikaa ndani yenu, ombeni lolote mtakalo, nanyi mtatendewa.

Yohana 15:7

Haijalishi unaishi wapi katika ulimwengu, utagundua kuwa wanadamu ni viumbe wanaofuata mazoea fulani. Tunaamka saa fulani kila asubuhi. Tunatayarisha vyakula vile vile kila siku. Tuna tabia ya kuketi sehemu zilezile kwenye kanisani kila wiki. Lakini ingawa taratibu za maisha ya kila siku zinaweza kukusaidia, zikiunda mazingira yenye utaratibu na ya kutegemewa, zinaweza pia kuwa na madhara katika tabia yetu ya maombi. Kwenda mbele za Mungu kwa njia ile ile bila kufikiria, kwa sala ile ile, siku baada ya siku, kunaweza kusababisha uhusiano wetu naye kuhisi kama umedorora na hauna uhai. Wakati mwingine, tunahitaji kuyapa maombi yetu uhai, na tunaweza kufanya hivyo kwa Maandiko yalioongozwa na Mungu.

Kuomba ukitumia Maandiko huchochea mawasiliano na Mungu. Tunaona desturi hiyo ikidhihirishwa kama kielelezo katika Biblia, kwani waumini wakuu—na Bwana wetu Yesu Mwenyewe—waliomba kwa kutumia Maandiko kwa ujasiri. Maombi kwa kutumia Maandiko yanaweza kutusaidia kuweka mawasiliano yetu na Mungu katika hali ya kuwa na uhai, ufanisi, na yanayomzingatia *Yeye* (si sisi) na utukufu

Wake (si wetu). **Kwa kutumia maneno *Yake*, tunapatanisha mawazo yetu na Yake na kuomba kulingana na mapenzi *Yake*.** Tunaamini ahadi kwamba anasikia na kujibu maombi ambayo yanakubaliana na mapenzi Yake (1 Yoh. 5:14–15). Kwa sababu hiyo, mtunga Zaburi Daudi alisema kwa ujasiri, "Jifurahishe katika Bwana naye atakupa haja za moyo wako" (Zab. 37:4).

Lakini watu wengine hutumia Maandiko haya vibaya kana kwamba ni njia za kipekee za kupata kile wanachotaka. *Jifurahishe katika Bwana? Sawa, nakupenda, Bwana! Ninapenda kukusifu, Bwana! Ningependa ujibu maombi yangu yote sasa, Bwana.* Hayo si mambo yanayokusudiwa na kifungu hicho. "Kujifurahisha katika Bwana" ni kumtamani, na atakupa matamanio mapya—Matamanio yake. Mungu anataka nini? Siku zote anataka mapenzi yake

- kwa ajili ya utukufu wake (Rum. 11:36);
- ili kuwa na uhusiano nasi (Mt. 23:37);
- ili kutuleta kwake kwa njia ya Kristo (Rum. 5:1);
- ili tuwe kama Kristo (Rum. 8:29);
- ili tufurahi, tushukuru, na tuombe bila kukoma (1 The. 5:16–18);
- kwa ajili ya utakatifu wetu (1 The. 4:3);
- ili watu wote waende kwake (2 Pet. 3:9);
- ili ukweli utujaze (Kol. 3:16);
- kwa ajili ya mioyo yetu zaidi ya matendo yetu (Hos. 6:6);
- ili tukae ndani Yake na tufurahie maisha tele (Yn. 10:10; 15:1–17).

Tunajua mambo haya ni mapenzi ya Mungu kwa sababu Neno Lake linasema hivyo, na tunaweza kuomba tukiwa na uhakika kwamba atafanya kazi ili kutimiza kile anachotamani. Hata hivyo, katika suala la maamuzi mahususi zaidi ya kibinafsi—kama vile mahali pa kuhamia au pa kutafuta kazi—hatutapata mapenzi Yake katika Biblia. Huenda hilo likaonekana kuwa jambo la kuvunja moyo mwanzoni. Lakini tunapoendelea kujikita katika Neno la Mungu, akili zetu zinabadilishwa. Na tutakuwa bora zaidi katika kubaini mapenzi Yake ya *kipekee* kwetu na kutambua kazi ya mkono Wake katika mambo yetu mahususi. Jambo kuu ni kubadilisha mawazo ya kidunia kwa akili ya Kikristo: "Msifuatishe tena mfano wa ulimwengu huu, bali mgeuzwe kwa kufanywa upya nia zenu. Ndipo mtaweza kuonja na kuhakikisha ni nini mapenzi ya Mungu yaliyo mema, yanayopendeza machoni pake na ukamilifu" (Rum. 12:2).

Wakati mwingine, hata tunapojaribu kubaini kile Mungu anachotaka kwa maombi, huwa hatujui tunavyopaswa kuomba. Tunapokosa kujua la kusema katika maombi, Maandiko yanaweza kutupa maneno tunayohitaji. Na pia tunaweza kumtegemea Roho Mtakatifu *atuombee*. Mungu anajua kila tamanio na hitaji letu, hata yale ambayo bado hatuyatambui. Tunaweza kumtumainia kupanga hali zetu na kukidhi mahitaji yetu kwa wakati mwafaka, kwa njia mwafaka, hata tunapokosa maneno mwafaka:

> Vivyo hivyo, Roho hutusaidia katika udhaifu wetu, kwa sababu hatujui kuomba ipasavyo. Lakini Roho mwenyewe hutuombea kwa uchungu usioweza kutamkwa. Naye Mungu aichunguzaye mioyo, anaijua nia ya Roho, kwa sababu Roho huwaombea watakatifu sawasawa na mapenzi ya Mungu. (Rum. 8:26–27)

Kupitia msaada huo kutoka kwa Roho Mtakatifu, tunaweza kumwachia Mungu mahangaiko yetu, tukitumainia kwamba ataamua matokeo kulingana na mapenzi yake. Hatuhitaji kubaini mapenzi ya Mungu *kabla* ya kuomba. **Maombi hutuongoza kugundua mapenzi ya Mungu**. Kupitia maombi, Mungu hubadilisha moyo wako ili uendane na mapenzi yake. Omba kwa unyenyekevu kwa ajili ya kile unachotaka, lakini omba kwa moyo uliojisalimisha kwa makusudi yake: "Walakini si mapenzi yangu, bali yako yatendeke" (Lk. 22:42). Mungu anapoanza kukuonyesha mapenzi yake, endelea kumtumainia kwa kuchukua hatua zinazofuata za utiifu. Mtume Paulo alionyesha mfano wa jambo hilo kwa uaminifu. Mara tatu alimwomba Mungu aondoe "mwiba katika mwili [wake], mjumbe kutoka kwa Shetani," na mara tatu Mungu alikataa ombi lake (2 Kor. 12:7-10).

Hata hivyo, Paulo aliendelea kuwa mwaminifu kwa Mungu kwa sababu tamanio lake lilikuwa mapenzi ya Mungu, zaidi ya yote. Kupitia hali hiyo, alijifunza kwamba neema ya Mungu inatosha kutimiza mapenzi ya Mungu. Kwa hiyo, Paulo "alimaliza shindano la mbio" na "akabaki mwaminifu" hadi mwisho kabisa (2 Tim. 4:7), na Mungu alitukuzwa sana kupitia maisha yake.

Tunapomtegemea Mungu na Neno Lake katika maombi, hasa katika nyakati ngumu, tunapata nguvu zake zaidi za kuishi kulingana na mpango Wake. **Labda katika nyakati hizo ngumu ndipo tunaona zaidi jinsi Maandiko huimarisha maombi yetu. Kuomba kwa kutumia Neno la Mungu kunaachilia nguvu za Mungu za kubadilisha mioyo na hali.** Pia ni "lenye pumzi ya Mungu, lafaa kwa mafundisho, na kwa kuwaonya watu makosa yao, na kwa kuwaongoza, na kwa kuwaadibisha katika haki; ili mtu wa Mungu awe kamili, amekamilishwa apate kutenda kila tendo jema" (2 Tim. 3:16–17). Neno la Mungu halishindwi kamwe; linazungumza nasi na kututayarisha kwa ajili ya mipango yake.

Tukijua kwamba Neno la Mungu hutimiza kazi yake siku zote, tunaweza kudai ahadi zake kwa ujasiri na kutumaini kwamba atazitimiza. Kuna zaidi ya ahadi elfu saba katika Maandiko, na nyingi zina masharti. Ahadi zingine ni za watu fulani. Na ahadi zingine zinahitaji hatua fulani. Unaposoma ahadi, chunguza muktadha wake wa asili kwa makini ili kuona ikiwa ina masharti. Zingatia kama ni lazima ufanye jambo kabla *Mungu* hajafanya jambo fulani. Tunapojumuisha ahadi zenye masharti katika maombi, tunamwomba Mungu atusaidie kutimiza wajibu wetu. Kisha tunamwita ajibu utiifu wetu kama alivyoahidi. Hapa kuna baadhi ya mifano:

- "Basi mtiini Mungu. Mpingeni ibilisi, naye atawakimbia. Mkaribieni Mungu, naye atawakaribia ninyi" (Yak. 4:7–8).

  Mungu, nisaidie nijisalimishe Kwako na nimpinge adui ili aniache. Nisaidie kukutafuta. Nakuja karibu na Wewe moyoni mwangu sasa. Tafadhali njoo karibu nami, Bwana.

- "Kama tukiziungama dhambi zetu, yeye ni mwaminifu na wa haki, atatusamehe dhambi zetu na kutusafisha kutoka kwenye udhalimu wote" (1 Yoh. 1:9).

  Baba, asante kwa uaminifu wako wa kunisamehe. Nina-kiri nime _____. Tafadhali nisafishe kutokana na

udhalimu wote na unisaidie kutembea katika Roho Wako kwa
ajili ya utukufu Wako.

- "Utafuteni kwanza Ufalme wa Mungu na haki yake, na haya yote atawapa pia" (Mt. 6:33).

  Bwana, nisaidie kutanguliza makusudi Yako na kuishi
  kulingana na kanuni Zako juu ya mambo ya ulimwengu huu.
  Ninajua nitakapofanya hivyo, Utakiidhi mahitaji yangu yote.
  Nakutumainia.

Maombi huchochea ahadi za Mungu katika maisha yetu. **Huenda tusijue ni wakati gani au ni kwa jinsi gani Mungu atatimiza ahadi, lakini tunajua kuomba kwa msingi wa ahadi Yake hutusaidia kumtumainia na kuishi kulingana na mapenzi Yake**. "Kwa maana ahadi zote za Mungu zilizo katika Kristo ni "Ndiyo." Kwa sababu hii ni kwake yeye tunasema "Amen" kwa utukufu wa Mungu" (2 Kor. 1:20). Mungu anatupenda na anataka tuombe, tunene Neno Lake kwa imani, tudai ahadi zake, na tuweke tumaini letu Kwake kabisa. "Kumbuka neno lako kwa mtumishi wako, kwa sababu umenipa tumaini" (Zab. 119:49).

Wacha Bibilia Inene:

Mathayo 6:9–13 (Kwa Hiari: Warumi 12:1–2)

Wacha Akili Yako Ifikirie:

1. Kujua mapenzi ya Mungu hutusaidia kukabiliana na matatizo na kufanya maamuzi. Je, unategemea ahadi gani katika Maandiko? Tafuta moja leo ambayo inakusaidia kwa njia fulani.

2. Je, matamanio ya moyo wako yamebadilika kadiri unavyokua katika urafiki wako na Mungu? Eleza.

3. Ikiwa unatatizika katika jambo fulani, tafuta mstari au kifungu katika Maandiko sasa ili kukusaidia kushinda tatizo lako. Andika kifungu kimoja mahali na ukikariri (Siku ya 34). Omba maneno hayo kutoka kwenye Maandiko mara kwa mara. Mungu anapenda kusikia Neno lake, na anapenda kusikia kutoka kwako na jinsi anavyoweza kukusaidia kuwa mshindi.

Wacha Nafsi Yako Iombe:

Baba, Neno lako lina nguvu. Nisaidie kuomba kutokana na Neno lako ili niombe kulingana na mapenzi yako. Nionyeshe ni ahadi gani unazozitimiza katika maisha yangu, na unisaidie kuzikariri na kuziomba nikizielekeza Kwako. Nipe haja za moyo wako ... Katika jina la Yesu, amina.

Wacha Moyo Wako Utii:

(Mungu anakuongoza kujua, kuthamini au kufanya nini?)

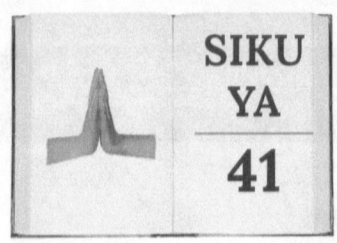

Waombee Wengine– Nguvu ya Kuwaombea Wengine

*Awali ya yote, nasihi kwamba dua, sala, maombezi
na shukrani zifanyike kwa ajili ya watu wote.*
1 Timotheo 2:1

Katika dakika za mwisho kabla ya Yesu kujisalimisha ili asulubiwe, aliwapa wanafunzi wake zawadi isiyo na kipimo. *Aliwaombea–na alikuombea.*[1]

Maombi yasiyokoma yalikuwa sehemu ya uhusiano wa Yesu na wanafunzi Wake. Aliomba kabla ya kuwachagua (Lk. 6:12–16). Aliwaombea katika huduma yake yote. Na maombi yake kwa ajili yao na kwa ajili yako hayakukoma alipopaa mbinguni. **Leo, sasa hivi, Yesu anaendelea kukuombea kutoka katika kiti chake cha enzi mbinguni** (Rum. 8:34; Ebr. 7:25). Yesu huwafunika wale anaowapenda kwa maombi, na kwa hivyo sisi–kama mabalozi Wake–tunafanya vivyo hivyo.

Mungu anataka tumwombee akina nani?

- Walio mamlakani (1 Tim. 2:1–2)
- Waumini ulimwenguni kote (Efe. 6:18)

---

1 Unaweza kupata sala hii–sala ndefu zaidi katika Biblia nje ya Zaburi–katika Yohana 17.

- Wagonjwa (Yak. 5:14–15)
- Watenda dhambi wenzetu (Yak. 5:15–16)
- Maadui (Mt. 5:44; Lk. 6:28)
- Watenda kazi (Mt. 9:38)
- Watu WOTE (1 Tim. 2:1)

Kwa nini maombezi (kuwaombea wengine) ni muhimu sana?
Kuombeana humwalika Mungu katika uhusiano—hutuunganisha
pamoja katika upendo na umoja. Maombezi hubadili mioyo yetu
kwa mtu tunapojinyenyekeza, "si kuangalia faida [zetu] wenyewe
bali [pia] ... kwa faida ya wengine" (Flp. 2:4). Hatutembei katika njia
ya Mungu peke yetu. Tuna ndugu na dada wanaotembea nasi, na
tumeitwa tuwatunze na tuwatie moyo. **Lakini ni vigumu kwetu
kuwafanyia watu jambo lolote lenye umuhimu wa milele *kabla* ya
kuwaombea. *Baada* ya kuwaombea, kila neno na tendo la fadhili
hubeba nguvu za Mungu.** Zingatia mifano hii ya kibiblia ya maombezi:

- Abrahamu alimwombea Lutu, na Mungu alimwokoa kutokana
  na maangamizi ya Sodoma (Mwa. 18).
- Musa aliombea taifa zima—Waisraeli walioasi—na Mungu
  alijizuia kuwaangamiza (Kut. 32–33; Zab. 106:23).
- Samweli aliwaombea watu wa Mungu, na Mungu aliwasamehe
  dhambi zao na kuwashinda maadui wao (1 Sam. 7).
- Eliya aliiombea nchi, na Mungu alileta mvua (1 Fal. 18:41–46).
- Ayubu aliwaombea marafiki zake waliokuwa wamemshtaki
  kwa uongo, na Mungu aliwasamehe (Ayu. 42).
- Esta aliwaombea Wayahudi, na Mungu aliwakomboa
  kutokana na Waajemi (Est. 4:15–17).
- Kanisa la kwanza liliomwombea Petro aliyefungwa, na Mungu
  alifungua milango ya gereza (Mdo. 12).
- Yesu alituombea, na Mungu alituokoa kutokana na dhambi
  zetu (Isa. 53:12).

Tunayo mifano mingi ya maombezi katika Neno la Mungu kwa
sababu jambo hilo ni muhimu sana Kwake. Sehemu ya mapenzi
yake kwetu ni kuwaombea wale anaowapenda. Kwa hivyo tunahitaji

kumwomba atusaidie kuwaona wengine kama yeye anavyowaona. **Mungu atakupa hekima na uwezo wa kubaini jinsi ya kuombea mahitaji unayoletewa.** Ikiwa rafiki fulani anapitia wakati mgumu kwa sababu ya mateso, Mungu anaweza kukuongoza uombe kwa ajili ya uvumilivu au faraja. Ikiwa anateseka kwa sababu ya maamuzi mabaya, Anaweza kukuongoza kuomba kwa ajili ya *toba* na ukombozi. Mungu anapobadilisha moyo wako ili uwaone wengine jinsi anavyowaona, maombi yako pia yatabadilika. Huenda usiombe, "*Mungu, tatua matatizo yao,*" "*Maliza maumivu yao,*" "*Watumie pesa.*" Badala yake, unaweza kuomba,

> *Mungu, wape baraka zako kuu zaidi, hata kama kupokea baraka hizo kuu kunahitaji uchungu. Leta faraja haraka iwezekanavyo, na uwatie nguvu kuu wakati huu. Wakomboe kutokana na uovu. Wakomboe kutokana na dhambi na chochote kinachozuia uhusiano wao na Wewe. Tukuzwa katika maisha yao. Wape uvumilivu na wawezeshe kuona nguvu zako zaidi sasa kuliko wakati mwingine wowote. Wape furaha na amani yako. Nionyeshe jinsi ninavyoweza kuwasaidia na kuwatia moyo.*

Tunapowaombea wengine, tunahitaji kukumbuka kwamba sala zinazosemwa kwa imani na kuandamana na matendo humletea Mungu heshima na huwabariki wengine. Je, unahisi kana kwamba huna imani ya kutosha? Ikiwa Mungu alikupa imani ya kumpokea Yesu, tayari unayo imani ya kutosha kuwaleta wengine kwa Yesu kwa maombi. Hata imani ndogo kama mbegu ya haradali inaweza kuondoa vikwazo vikubwa. "Ninawaambia kweli, mkiwa na imani ndogo kama punje ya haradali, mtauambia mlima huu, 'Ondoka hapa uende pale,' nao utaondoka. Wala hakutakuwa na jambo lisilowezekana kwenu" (Mt. 17:20). Itikio la Mungu kwa maombi yetu hauuhusiani na ukubwa wa imani yetu. Haijalishi umekuwa muumini kwa muda gani au umefanya dhambi kwa kiwango gani hapo awali au maombi yako yanaonekana dhaifu kiasi gani, maombi yako yanaweza kuhamisha milima. Tunaweza kuomba maombi makubwa kwa ajili ya hali zisizowezekana hata kama tuna imani ndogo. *Mambo yote yanawezekana* kwa Mungu wetu ajuaye yote, mwenye uwezo wote na aliyepo wakati wote (Mt. 19:26; Mk. 10:27).

Hatimaye, **kumbuka kuomba na matendo**. "Dumuni sana katika maombi, mkikesha katika hayo pamoja na kushukuru" (Kol. 4:2). Ukiona mtu au suala linalohitaji maombi, omba papo hapo. Tukikawia, tunaweza kukengeushwa. Mtu akikualika umwombee, chukulia hilo kama fursa muhimu, na uweke sirini mambo anayotaka uombee. Unapowaombea wengine, Mungu anaweza kukuonyesha jinsi ya kuwasaidia.

- Ikiwa unamwombea mtu apate kazi na ufikirie mtu anayeweza kusaidia ambaye anaajiri watu, muunganishe rafiki yako na mtu huyo.
- Ikiwa unamwombea rafiki mgonjwa na unagundua kuwa una chakula bora unachoweza kumpa, mpelekee, rafiki yako chakula hicho.
- Ikiwa unaomba mtu amjue Kristo, tafuta nafasi ya kumueleza habari za Yesu.
- Ikiwa uko katika ndoa na mtu asiyeamini, maombi yako na matendo yako ya yanayomcha Mungu yatamshawishi mwenzi wako katika ndoa. Mtume Petro alisema hivi kuhusu waume wasioamini: "Kadhalika enyi wake, watiini waume zenu, ili kama kunao wasioamini lile neno, wapate kuvutwa na mwenendo wa wake zao pasipo neno, kwa kuuona utakatifu na uchaji wa Mungu katika maisha yenu" (1 Pet. 3:1–2).

Maombi hayapaswi kufanywa bila matendo. Maombi yanapaswa kuambatana na matendo. Usikawie katika kutenda mema (Mith. 3:28).

Uwezo wetu wa kukidhi mahitaji ya kimwili una mipaka, lakini uwezo wetu katika maombi hauna kikomo. Tunaweza kuendeleza injili duniani kote kwa maombezi na kushawishi mamilioni ya watu kwa utukufu wa Mungu!

Wacha Bibilia Inene:
Yohana 17 (Kwa hiari: Wakolosai 1:9–12; 3; 4:2–6)

Wacha Akili Yako Ifikirie:
Je, unakumbuka mtazamo wetu mpya kama mabalozi wa Kristo (Siku 17-19)? Leo, wacha wito huo uongoze maombi yako unapoomba kutoka kwenye kitabu cha Wakolosai.

1. **Ombea kizazi kijacho (Kol. 1:9–12).** Omba ili wamjue Mungu, waelewe mapenzi yake (mstari wa 9), waishi maisha yenye kuzaa matunda (mstari wa 10), washuhudie nguvu za Mungu (mstari wa 11), na kumshukuru Baba kwa furaha (mstari wa 12).

2. **Ombea majirani zako na mataifa (Kol. 4:2–6).** Ombea fursa za kushiriki habari za Kristo (mstari wa 3) na kumwakilisha vyema kwa kuishi kwa hekima na kushiriki maneno yaliyojaa neema (mstari wa 5–6).

3. **Omba ili kumpa Mungu utukufu (Kol. 3).** Mwombe Mungu akusaidie kumzingatia Kristo (mstari wa 1) na akusaidie kufanya utukufu wake kuwa lengo lako kuu zaidi (mstari wa 3). Omba kwamba maisha yako yatavikwa huruma, fadhili, unyenyekevu, upole, na subira—yakiwa matakatifu na yanayomletea Mungu utukufu unapopenda na kusamehe wengine kwa hiari (mstari wa 5–15).

Wacha Nafsi Yako Iombe:
Baba, Unasema, "Ataniita, nami nitamjibu; nitakuwa pamoja naye katika taabu, nitamwokoa na kumheshimu" (Zab. 91:15). Nisisite kamwe kukuita kwa ajili yangu na wengine ... Katika jina la Yesu, amina.

Wacha Moyo Wako Utii:
(Mungu anakuongoza kujua, kuthamini au kufanya nini?)

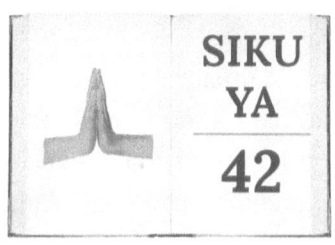

Omba Kwanza. Omba Kila Mara. Omba Sasa.

Dumuni sana katika maombi, mkikesha
katika hayo pamoja na kushukuru.
Wakolosai 4:2

Mojawapo ya ukweli muhimu zaidi, wa kina zaidi, na wa ajabu zaidi katika ulimwengu wote ni huu: **Mungu hujibu maombi.** Tusiwahi kuchukulia kijuujuu ukweli huu wa ajabu. Tusichukulie kwamba ni jambo la kawaida Mungu kusikiliza maombi yetu na kuyajibu. Anajibu maombi yetu kwa sababu ya jinsi alivyo. Itikio letu kwa neema na wema wake: Ufalme wa Mungu uje na utendeke katika maisha yetu, ndoa zetu, familia zetu, makanisa yetu, na mataifa yetu (Mt. 6:10). Wiki hii tumejifunza mengi kuhusu fursa hii ya pekee tuliyo nayo pamoja na Mungu:

- Maombi hutokana na uhusiano wako na Mungu na hukuza uhusiano wako na Mungu.
- Maombi ni mazungumzo na Mungu ambayo wakati mwingine hubadilisha hali zako na kubadilisha moyo wako *kila wakati*.
- Tunahitaji kujihadhari na vizuzi vya maombi na kuvisuluhisha mara moja.
- Tunaweza kufunga au kuomba kwa kutumia Maandiko ili kuimarisha maisha yetu ya maombi.
- Tunawaombea wengine tunaowajua kibinafsi na, kama Mungu anavyoongoza, kwa ajili ya wengine wengi.

Muhimu zaidi, kusudi la maombi ni kuujua moyo wa Mungu, na mara nyingi Yeye hutuonyesha moyo Wake kupitia Neno Lake. Ndio maana ni muhimu sana kujifunza Maandiko na kuyakariri. Neno la Mungu ni njia yake ya kuzungumza nasi. Tunapojifunza Maandiko, Roho Mtakatifu atatukumbusha vifungu kwa wakati mwafaka (Yn. 14:26). Anapofanya hivyo, omba kwa kutumia vifungu hivyo.

Mungu huzungumza kwa njia nyingine pia. "'Katika siku za mwisho,' asema Mungu, 'nitamimina Roho yangu juu ya watu wote. Wana wenu na binti zenu watatabiri. Vijana wenu wataona maono, na wazee wenu wataota ndoto'" (Mdo. 2:17). Wakati mwingine Mungu huzungumza kupitia hali, misukumo, mawazo yanayoibuka yenyewe, ndoto, maono, au watu wengine katika kanisa. Kuna mifano kadhaa ya kibiblia kuhusu jambo hili:

- **Mungu alizungumza** na Abrahamu (Mwa. 12:1), Hajiri (Mwa. 16:7–13), Musa (Kut. 3:5), manabii wote, Sauli (Paulo) (Mdo. 9:5), na Yohana (Ufu. 1:17–18).
- **Mungu alimpa Yakobo ndoto** (Mwa. 28:12), Yusufu (mwana wa Yakobo) (Mwa. 37:5), Farao (Mwa. 41), Nebukadneza (Dan. 2), Yusufu (mume wa Mariamu) (Mt. 1:20-21; 2:13), na mamajusi (Mt. 2:12).
- **Mungu alitoa maono** kwa Isaya (Isa. 2:1), Yeremia (Yer. 24:1), Ezekieli (Eze. 1:1), Danieli (Dan. 10), Petro (Mdo. 10:9–16), Paulo (Mdo. 16:9), Yohana (Ufu. 1), na wengine wengi.
- **Mungu alitoa kanisa** kwa watu wa Yudea, Galilaya, Samaria (Mdo. 9:31), Antiokia (Mdo. 13), Yerusalemu (Mdo. 15), na sisi.

Jinsi Mungu anavyozungumza nasi si muhimu kuliko jinsi *tunavyoitikia* kile tunachofikiri anasema. Inafurahisha kujua kwamba Mungu huzungumza nasi kwa njia mbalimbali, lakini uwe mwangalifu. Kukosa kumwelewa Mungu kunaweza kusababisha madhara. **Jambo moja ni hakika–Mungu anapozungumza nasi, hatapinga Neno Lake**. Watu wengine wamejaribu kutabiri nyakati za mwisho, wakiamini walipokea ufunuo maalum, lakini Neno la Mungu linasema hakuna mtu atakayejua siku au saa ambayo Yesu atarudi (Mt. 24:36). Viongozi wengine hufundisha kwamba magonjwa *yote* husababishwa na dhambi ambayo mtu hajatubu. Lakini Biblia inafundisha kwamba wanadamu wote wanateseka kwa sababu ya matokeo ya dhambi, ambayo ni pamoja na magonjwa (Rum. 8:20–22).

Unapoamini kuwa umesikia kutoka kwa Mungu, mwombe Mungu authibitishe ujumbe wake. Unapofanya hivyo, mchungaji au rafiki anaweza kutaja kifungu kinachohusu hali yako bila kujua. Au, katika wakati wako wa ibada ya kibinafsi pamoja na Bwana, unaweza kuvutiwa na kifungu kinachothibitisha kile ulichosikia. Waumini waliokomaa na viongozi wa kanisa wenye hekima ya Biblia wanaweza pia kukusaidia kutambua kama ujumbe ulitoka kwa Mungu. Unapothibitisha kwamba umesikia kutoka kwa Mungu, mtii kikamilifu mara moja. Roho wake Mtakatifu atakuwezesha kufuata mwongozo wake. Kuchelewa kutii au kutii bila ukamilifu si kutii, na, kama tulivyojifunza hapo awali, kutotii kunaweza kuzuia maombi yetu.

Tunapoendelea na safari yetu ya maombi na Mungu, hapa kuna mapendekezo matatu ya kuimarisha nyakati zetu za maombi:

1. **Panga maombi.** Tunaweza kujihisi huru kumweleza Mungu yale yaliyo mioyoni mwetu bila kupanga, lakini pia tunahitaji kuwa mpango mahususi kuhusu *kile* tunachoomba—**jumuisha ibada, ungamo, shukrani, na dua** (Siku ya 37). La sivyo, tunaweza kuruka ibada na kutumia muda wetu wote kumwomba Mungu vitu, au tunaweza kupotea katika kuungama dhambi zetu na kusahau kutoa shukrani. Kama ilivyopendekezwa katika Siku ya 37, weka orodha ya mahitaji ya maombi utakayosasisha kila wiki, na uandike maelezo yanayoeleza ni wakati gani na jinsi Mungu amejibu maombi hayo. Unaweza hata kuweka ratiba ya maombi ya kila wiki kwa ajili ya sehemu ya "dua" ya muda wako wa maombi ili kukusaidia kuzingatia watu mahususi au mahitaji kila siku ya wiki. Kwa mfano:

Jumapili: Matatizo ya Kibinafsi na Wiki Inayokuja
Jumatatu: Mamisionari na Huduma (baraka na kibali)
Jumanne: Walimu, Viongozi wa Serikali, Wanajeshi na Polisi (hekima na ulinzi)
Jumatano: Wanafamilia (mahitaji yao ya maombi)

<u>Alhamisi</u>: Marafiki (Mahitaji yao ya maombi)
<u>Ijumaa</u>: Majirani na Mataifa (kwa ajili ya uamsho wa kiroho, na amani kwa ajili ya Yerusalemu [Zab. 122:6–9])
<u>Jumamosi</u>: Wachungaji (wapumzike vizuri na wahubiri kwa nguvu za Mungu)

Iwapo jamii yako ya ibada hutoa mihtasari ya maombi, miongozo ya maombi, au kalenda za maombi, iwe kutoka kwa kanisa lako la kieneo au mtandaoni, unaweza pia kufikiria kutumia rasilimali hizo.

2. **Tanguliza maombi.** Mara nyingi Yesu aliondoka kwenda mahali pa faragha ili kuanza siku Yake kwa maombi, na Aliwasiliana na Baba Yake mchana kutwa. Alimtazama Baba Yake. Alifanya kile alichomwona Baba yake akifanya (Yn. 5:19). Alisikiliza maneno ya Baba yake na kusema kile Alichomsikia Baba yake akisema (Yn. 12:49). Wanafunzi wa Yesu walishuhudia wenyewe jinsi alivyotegemea maombi. Walipochukua nyadhifa za uongozi katika kanisa la kwanza, waliwakabidhi watu wengine majukumu ili wajitoe kikamilifu katika maombi na kufundisha Neno la Mungu (Mdo. 6:4). Roho Mtakatifu alidhihirisha nguvu yake kuu kwa ajili ya maombi yao (Mdo. 1:14–2:4). Anaweza kutufanyia vivyo hivyo.

3. **Fikiria kwamba unaomba katika chumba cha kiti cha enzi cha Mungu.** Kuomba si tu kitendo bali ni mahali. "Basi na tukikaribie kiti cha neema kwa ujasiri, ili tupewe rehema, na kupata neema ya kutusaidia wakati wa mahitaji" (Ebr. 4:16). Tunapoomba, tunakaribia kiti cha enzi cha Mungu. Mwandishi wa Waebrania anatukumbusha kwamba Yesu ndiye Kuhani wetu Mkuu (Ebr. 2:17; 4:14) na anatuhimiza tukaribie kiti cha enzi cha Mungu kwa ujasiri. Kuchukulia maombi kwa njia hii kunabadilisha jinsi tunavyokwenda mbele za Mungu kwa maombi yetu. Unaweza kuchagua kupiga magoti au kuinamisha kichwa chako ili kujitayarisha kimwili kwa ajili ya mkutano huu.

Kiti cha enzi cha Mungu ni tofauti na kiti chochote cha enzi duniani. Ameketi kwenye neema. Anatupa neema. Neema yake inatosha kukidhi mahitaji yetu kwa wakati mwafaka. Kwa sababu Yesu ni Kuhani wetu Mkuu, tunaweza kukaribia kiti cha neema.

Bwana asema, "Neema yangu inakutosha, kwa kuwa uweza wangu hukamilika katika udhaifu" (2 Kor. 12:9). Tumeitwa kuvumilia, na tuna neema ya kutuwezesha katika safari yetu–hadithi yetu ya kweli na Mungu na kusudi Lake kwetu. Ni taswira nzuri na tukufu iliyoje tunayoweza kukumbuka tunapomkaribia Mungu katika sala!

Rafiki, unaalikwa kufurahia mazungumzo yanayoendelea na Mungu tangu unapoamka na kutwa nzima. Mwamini Yule unayemwomba ni "mwenye neema na huruma, si mwepesi wa hasira na ni mwingi wa upendo" (Zab. 145:8). Yeye ni Baba yetu mwema, na anafurahia kusikia maombi ya watoto wake (Mit. 15:8).

Wacha Bibilia Inene:

Luka 18:1–14 (Kwa Hiari: Waebrania 4:14–16)

Wacha Akili Yako Ifikirie:

1. Je, kujua kwamba unakikaribia kiti cha enzi cha Mungu cha neema kunabadilishaje jinsi unavyoyashughulikia maombi?

2. Jibu Maswali ya Majadiliano ya Wiki ya 6.

Wacha Nafsi Yako Iombe:

Baba, asante kwa kunialika kwenye kiti chako cha enzi cha neema. Niongoze ninapoomba. Ni baraka iliyoje kwamba unataka kusikia kutoka kwangu, kwamba unataka nimimine moyo wangu Kwako. Tafadhali nisaidie kujua moyo Wako ninapoanza mazungumzo haya yasiyokoma na Wewe. Tafadhali toa rehema na neema yako katika wakati wangu wa mahitaji ... Katika jina la Yesu, amina.

Wacha Moyo Wako Utii:

(Mungu anakuongoza kujua, kuthamini au kufanya nini?)

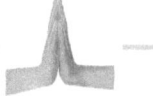

MASWALI YA KUJADILI YA WIKI YA 6:
**Pitia masomo ya wiki hii na ujibu maswali yanayofuata.
Jadili majibu yako na marafiki zako mnapokutana wiki hii.**

1. Ni nini kinachokusaidia kuwa makini unapoomba? Kuomba kwa sauti? Kupiga magoti? Kuandika kwenye shajara yako? Kupanga utaratibu wa maombi yako? Kitu kingine?

2. Tulijadili vipengele vinne vikuu (IUSD) vya maombi: ibada, ungamo, shukrani, na dua. Ni kipi kati ya hivi nirahisi zaidi kwako? Je, ni kipi ungependa kuboresha zaidi? Sala ya Bwana ni mfano mzuri unaojumuisha sehemu hizi kuu. Ikiwa hujui Sala ya Bwana, fungua Mathayo 6:9-13 na uisome sasa.

3. Ni wakati gani Mungu ametumia maombi kubadili moyo wako bila kubadili hali yako? Je, ni jibu gani kubwa zaidi la maombi unaloweza kukumbuka?

4. Je, kuna vizuizi vyovyote vya maombi katika maisha yako? Je, utachukua hatua gani leo ili kushinda vizuizi hivyo? Mwombe mtu fulani akuwajibishe katika kufanya mabadiliko yoyote ambayo Mungu anakuita kufanya.

5. Shirikini mahitaji ya maombi na mjizoeze kufanya maombezi kwa kuombeana. Wajulishe wengine Mungu akijibu maombi hayo.

WIKI YA SABA

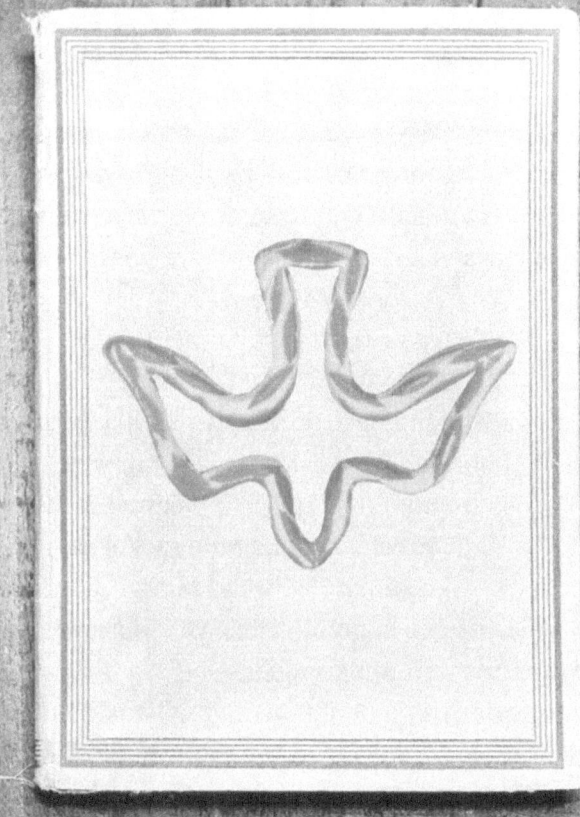

ROHO MTAKATIFU – KUTEKELEZA HADITHI YAKO KWA NGUVU ZA MUNGU

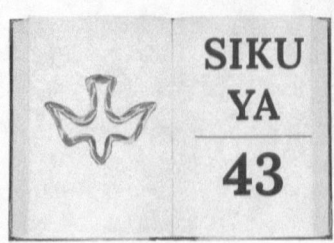

Jua Nguvu za Mungu Zilizo Ndani Yako

Nami nitamwomba Baba, naye atawapa Msaidizi mwingine akae nanyi milele. Huyo ndiye Roho wa kweli ambaye ulimwengu hauwezi kumpokea, kwa sababu haumwoni wala haumjui. Ninyi mnamjua kwa kuwa yuko pamoja nanyi naye anakaa ndani yenu.
Yohana 14:16–17

Tumehifadhi zawadi nzuri zaidi kwa ajili ya wiki yetu ya mwisho pamoja. Ulisikia habari zake katika safari hii yote kwa sababu haiwezekani kukosa kuzungumza juu Yake. Lakini sasa, hebu tukutane rasmi na Yule anayekuwezesha kumjua Mungu, kukaa ndani ya Yesu, na kutimiza sehemu yako katika Hadithi ya Mungu. Sasa ni wakati wa kumjua Roho Mtakatifu na kugundua jinsi ya kufurahia uwepo wake.

Ukweli ni kwamba waumini wengi duniani wanaelewa kuwa Roho Mtakatifu yupo lakini hawajui jinsi ya kuingiliana naye. Wanaweza kuhudhuria kanisa mara kwa mara, kujifunza Biblia, na kujitolea katika huduma. Hata hivyo, kuna jambo ambalo linaonekana kukosa katika uhusiano wao pamoja na Mungu. Wanaweza kushangaa kwa nini hawapati furaha au wanapata ushindi mdogo dhidi ya dhambi au wanahisi kukosa amani na kufadhaika. Hawatambui kuwa si kwamba kuna *kitu* wanachokosa maishani bali ni *mtu*. Hakuna mtu ambaye amewafundisha jinsi ya kuwa na uhusiano wa uzima wa kila siku na Mungu kupitia Roho Mtakatifu, kwa msingi wa kazi iliyokamilika ya Yesu. Mungu hakukusudia watoto Wake wahisi hivyo. Ndio maana Yesu alipoenda mbinguni, alituachia vitu vitatu:

1. Mwili Wake: Kanisa (Kol. 1:18)

Kanisa ni familia ya Mungu, si jengo.[1] Biblia inaita kusanyiko hili la waumini mwili wa Kristo (Siku ya 12). Kama vile viungo tofauti vya mwili hufanya kazi tofauti lakini ni vya mtu mmoja, sisi kama waumini tunaunda mwili wa Kristo. Tunatiana moyo na kusaidiana. **Roho Mtakatifu hutupatia uwezo maalum–karama za kiroho–ili tufanye kazi vizuri pamoja kama familia ya imani** (1 Kor. 12). Kwa sababu sisi sote hatuna karama zinazofanana, tunabarikiana kwa njia tofauti, lakini daima kwa kusudi la kusaidiana kwa utukufu wa Mungu. Roho Mtakatifu na kanisa hufanya kazi pamoja katika Maandiko.

2. Akili Yake: Neno la Mungu (1 Kor. 2:16)

Yesu Kristo ni Neno lililofanyika mwili (Yohana 1:14). Yesu (Neno la Mungu katika umbo la *mwanadamu*) aliporudi mbinguni, Maandiko (Neno la Mungu *lililoandikwa*) yalibaki nasi. Kupitia Neno la Mungu, tunajua nia ya Mungu–mapenzi na mawazo Yake–na tunafanywa upya katika nia zetu (Rum. 12:1-2). **Kupitia Roho Mtakatifu, nia ya Yesu Kristo inatolewa na kueleweka.** "Lakini mambo haya Mungu ametufunulia kwa Roho wake, ... 'Kwa maana ni nani aliyefahamu mawazo ya Bwana ili apate kumfundisha?' Lakini sisi tunayo mawazo ya Kristo" (1 Kor. 2:10, 16). Roho Mtakatifu na Injili huenda pamoja katika Maandiko.[2]

3. Roho wa Mungu: Roho Mtakatifu (Rum. 8)

Yesu pia alituachia Roho Mtakatifu, Msaidizi, Roho wa Kweli. Roho Mtakatifu hajatenganishwa na Mungu bali *ni* Mungu (2 Kor. 3:17). Tunapowacha dhambi zetu na kuweka tumaini letu katika Yesu pekee kwa ajili ya wokovu, Mungu anatusamehe dhambi zetu *na kutufanya upya* kupitia Roho Mtakatifu (Tito 3:5). **Roho Mtakatifu hutujaza, hutufariji, hutufundisha, hutuombea, na hututia nguvu.** Katika maneno ya mwisho ya Yesu kwa wanafunzi Wake, Alizingatia kipawa hiki cha Roho Mtakatifu (Yohana 14:15–27; Matendo 1:8). Roho

---

1 Soma Siku ya 12 kuhusu "Jinsi ya Kupata Kanisa Bora."
2 J. D. Greear, *Jesus, Continued...: Why the Spirit Inside You Is Better than Jesus Beside You* (Grand Rapids, MI: Zondervan, 2014), 21.

Mtakatifu na muumini aliyezaliwa upya daima ni kitu kimoja katika Maandiko.[1]

Ndio, ni Roho Mtakatifu ndiye anayefanya kazi ndani na kupitia kanisa, akifunua wazi nia ya Kristo, na kutusaidia kuishi maisha ya imani. Uwezo wetu wa kutimiza kusudi la Mungu unategemea uhusiano wetu na Mungu kupitia Roho Mtakatifu. Tunahitaji kujifunza juu yake, na tunahitaji kumtegemea anapotuelekeza kwa Yesu (Yohana 15:26). Sasa kwa utangulizi.

Roho Mtakatifu ni nani? Biblia inaeleza Roho Mtakatifu kama Mungu kamili. Pamoja na Mungu Baba na Mungu Mwana (Yesu), Mungu Roho ni nafsi ya tatu ya Utatu. Mungu mmoja katika nafsi tatu—pamoja, lakini tofauti. Tunaona Utatu ukiwepo wakati wa uumbaji (Mwa. 1:2, 26), ukifanya kazi katika ubatizo wa Yesu (Mt. 3:16–17), ukitangazwa katika Agizo Kuu (Mt. 28:19), ukirejewa katika nyaraka za Agano Jipya (Mt. 2 Kor. 13:14), na ukijumuishwa katika Maandiko yote. Kwa kuwa Roho Mtakatifu ni Mungu, Yuko sawa kwa kila njia na Mungu Baba na Mungu Mwana.

Kama Baba na Mwana, Roho pia ni mtu, si nguvu isiyoeleweka. Roho Mtakatifu si nguvu isiyo na utu bali ni mtu mwenye akili, hisia na mapenzi Yake mwenyewe. Anahusiana nasi kwa bidii, huwasiliana nasi, na hutusaidia. Yeye ndiye "Roho wa milele" (Ebr. 9:14) ambaye atakuwa pamoja nasi milele (Yohana 14:16).

Wakati wa Yesu duniani ulipokwisha, aliwaambia wanafunzi wake, "Ni kwa faida yenu mimi niondoke" (Yohana 16:7). Kwa manufaa yetu? Fikiria kauli hiyo. Je, inawezaje kuwa vizuri kwa Yesu kuondoka? Yesu aliendelea kueleza, "Nisipoondoka, huyo Msaidizi hatakuja kwenu; bali mimi nikienda zangu, nitamtuma kwenu" (Yohana 16:7). Ni baada tu ya Yesu kuondoka ndipo Wakili, Roho Mtakatifu, angetujia. **Yesu alijua kwamba Mungu ambaye ni Roho anayeishi *ndani* yao angekuwa bora kuliko Mungu Mwana anayeishi *kando* yao.** Haifikiriki, lakini ni kweli.

Roho Mtakatifu ametolewa kwa waumini wote. Sasa hivi, Roho Mtakatifu anaishi ndani yako. Wewe sasa ni hekalu la Mungu.[2] Kama

---

1 Yesu alitumia neno "kuzaliwa upya" alipozungumza na kiongozi wa kidini kuhusu wokovu (Yohana 3:3–8).

2 1 Kor. 3:9, 16–17; 6:17–19.

mahali patakatifu panapotembea, tunaye Roho Mtakatifu anayefanya kazi ndani yetu na kupitia kwetu ili kuleta nuru na upendo wa Yesu ulimwenguni. Hatujaokolewa tu *kutokana* na dhambi zetu; bali pia tumeokolewa *kwa ajili ya* makusudi ya Mungu na kutiwa nguvu na Roho Mtakatifu wa Mungu. Hatuwezi kufanya lolote la thamani la kudumu au kwa ajili ya utukufu wa Mungu peke yetu. "'Si kwa uwezo wala si kwa nguvu, bali ni kwa Roho yangu,' asema Bwana Mwenye Nguvu Zote" (Zek. 4:6).

Ili kutimiza sehemu yetu katika Hadithi ya Mungu, tunahitaji Roho Mtakatifu katika kila nyanja ya maisha yetu kama

- Mwalimu Anayeishi Ndani Yetu—anayetufunulia na kutukumbusha ukweli wa Neno la Mungu (Yohana 14:26).
- Msaidizi wa Milele—anayetuongoza na kutusaidia kila wakati (Yohana 14:16).
- Mkurugenzi wa Utume— anayetuwezesha sisi kama mashahidi wa Yesu ulimwenguni (Matendo 1:8).
- Mwombezi —anayetuombea wakati hatujui tuombe nini (Warumi 8:26).
- Mvunja-dhambi—anayetuweka huru kutokana na dhambi (Rum. 8:2, 12–13).
- Muonyeshaji wa Kweli—anayetuongoza katika kweli yote (Yohana 16:13).
- Mpaji wa Kipawa—anayetuandaa kwa kutupa karama za kiroho (Rum. 12:3–8; 1 Kor. 12).
- Mzalishaji wa Matunda—anayevuna matunda ya kiroho katika maisha yetu (Gal. 5:22–23).
- Mkamilishaji wa Wokovu—anayetuahidi hali yetu milele kama watoto wa Mungu (Efe. 1:13–14).

Ndio maana Yesu alizungumza *tena* juu yake baada ya kufufuka kwake. Muda mfupi kabla ya kurudi mbinguni, Yesu aliwaahidi wanafunzi wake:

Mtapokea nguvu akiisha kuwajilia juu yenu Roho Mtakatifu. Nanyi mtakuwa mashahidi wangu, mkihubiri habari zangu kila mahali, katika Yerusalemu, na katika Uyahudi wote, na Samaria, na hata miisho ya dunia. (Matendo 1:8)

Kupitia nguvu za Roho Mtakatifu, watamwakilisha Yesu katika eneo lao (Yerusalemu), katika eneo jirani (Yudea), katika sehemu ambayo watu wengine wangepaepuka (Samaria), na katika sehemu nyinginezo za ulimwengu. Kati ya ushauri wote na maneno ya kutia moyo ambayo Yesu angeweza kutoa kwa wanafunzi Wake, maneno Yake ya mwisho yalikuwa kuhusu Roho Mtakatifu. Maisha ya Yesu yalimtegemea Roho Mtakatifu—kutoka kuzaliwa kwake na ubatizo wake hadi kutiwa kwake mafuta, mwelekeo wa maisha wake, na kifo chake.[1] Hatimaye, Yesu alifufuliwa kutoka kwa wafu na Roho (Rum. 8:11). Ikiwa Yesu alimtegemea Roho Mtakatifu wakati alipokuwa duniani, tunawezaje kuishi kwa njia tofauti na yake? Jiulize maswali yafuatayo:

- Je, ninahitaji uwezo wa kupambanua mambo ili kuyaelewa Maandiko? (Yoh. 14:26; 1 Kor. 2:13–14)
- Je, ningependa kukumbushwa Neno la Mungu kwa wakati unaofaa? (Yohana 14:26)
- Je, ninataka kutiwa nguvu ili kutimiza makusudi ya Mungu? (Matendo 1:8)
- Je, niko tayari kuongozwa na Roho Mtakatifu? (Rum. 8:14; Gal. 5:18)
- Je, ninahitaji msaada wakati mwingine ninaposali? (Rum. 8:26–27)
- Je, ningependa kuwa huru kutokana na mtego wa dhambi? (Rum. 8:2, 12–13)
- Je, ninatamani kutii Neno la Mungu? (Eze. 36:27)
- Je, ninatafuta kukua katika kumcha Mungu ? (2 Kor. 3:18; 2 Thes. 2:13)
- Je, ninahitaji majibu ya hekima ninapoulizwa kumhusu Mungu? (Luka 12:12)

---

1 1 Luka 1:35; Luka 3:22; Luka 4:18; Luka 4:1; Ebr. 9:14.

Ikiwa jawabu lako ni ndio kwa swali lolote kati ya hayo hapo juu, uko tayari kwa Roho Mtakatifu kufanya kazi Yake zaidi ndani yako. Naye yuko tayari kufanya kazi pamoja nawe, pia. Kadiri unavyozidi kumruhusu Roho Mtakatifu udhibiti kamili wa maisha yako, ndivyo utakavyozidi kufahamu uwepo wa Mungu wa kudumu na wa upendo. Matokeo yake ni upendo wa kina zaidi kwa Yesu, ambayo ndiosababu ya Roho Mtakatifu kuja. Kama vile Yesu alikuja duniani kumwinua na kumfunua Mungu Baba (Mt. 11:27), Roho Mtakatifu alikuja duniani ili kumwinua na kumtukuza Yesu (Yoh. 16:13–14).

"Katika siku za mwisho, asema Mungu, nitawamiminia watu wote Roho yangu… . Na kila atakayeliitia jina la Bwana ataokolewa." (Matendo 2:17, 21)

Katika Agano la Kale, watu wengi walimpuuza Mungu Baba. Katika Agano Jipya, watu wengi walimpuuza Mungu Mwana. Leo, tusifanye makosa ya kumpuuza Mungu Roho. Badala yake, tuimarishe uhusiano wetu na Mungu kupitia Roho Mtakatifu kwa kumwalika afanye kazi ndani yetu na kupitia kwetu. Atafanya hivyo. Kesho utajua jinsi ya kufanya hivyo. Itakuwa wiki nzuri ya mwisho pamoja.

Wacha Bibilia Inene:

Yohana 14:15–27 (Kwa Hiari: Matendo 1–4. Ukipata muda wiki hii, **soma kitabu cha Agano Jipya cha Matendo**, mara nyingi huitwa "Matendo ya Roho Mtakatifu," ili kumuelewa vyema Roho Mtakatifu na jinsi Anavyofanya kazi ndani ya maisha ya waumini.)

Wacha Akili Yako Ifikirie:

1. Roho Mtakatifu ni nani? Soma tena baadhi ya vifungu vya Biblia vilivyo hapo juu na umueleze kwa maneno yako mwenyewe.

2. Je, anaweza kuathiri maisha yako kwa njia zipi?

3. Tumezoea sana watu kufanya kazi nasi au kwa ajili yetu. Je, ina maana gani kwa Roho Mtakatifu kufanya kazi kupitia kwetu?

Wacha Nafsi Yako Iombe:

Baba, asante kwa zawadi ya ajabu ya Roho wako Mtakatifu. Nataka uhusiano wa kina unaonipa uzima nawe, kupitia Roho Mtakatifu, kwa msingi wa kazi iliyokamilika ya Yesu. Nisaidie kufurahi katika Roho wako ninapotembea katika njia zako. Mbali na Wewe, siwezi kufanya chochote. Nikumbushe kufungua zawadi ya Roho wako kila siku, nikiishi kwa neema Yako, kwa utukufu Wako ... Katika jina la Yesu, amina.

Wacha Moyo Wako Utii:

(Mungu anakuongoza kujua, kuthamini au kufanya nini?)

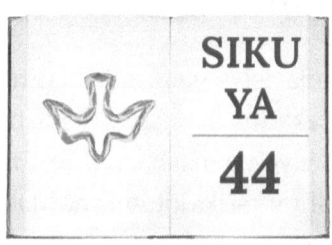

Jazwa Roho–Jisalimishe

Mjazwe Roho.
Waefeso 5:18

Je, ungefanya nini ikiwa Yesu angekuja kukutembelea ana kwa ana? Yamkini ungemkaribisha, umletee chakula chako bora zaidi, na kumuonyesha sehemu bora zaidi ya maisha yako. Je, kama angekuambia kwamba ataishi nawe *milele*? Kila kitu kingebadilika. Unaweza kutulia na kumruhusu aingie katika kila sehemu ya maisha yako. Kila siku unaweza kuishi katika uwepo halisi wa Yesu, katika upendo Wake kwako, na katika uwezo Wake wa kutatua tatizo lolote. Maisha yangekuwa tofauti sana.

Hivyo ndivyo maisha yanavyoweza kuwa hata sasa. Roho Mtakatifu yu pamoja nasi, na si tu pamoja nasi, bali pia *ndani* yetu. Mara tu tunapomwomba Yesu awe Bwana wetu, Roho Mtakatifu daima yuko tayari kutusaidia na kutuongoza–katika kila nyanja ya maisha yetu. Kwa kweli, si kila kitu kitaenda tutakavyo au kwa wakati wetu, lakini hatuna sababu ya kuwa na wasiwasi kwa sababu tunajua tunaweza kupumzika katika utunzaji wake. Tunajuaje hilo?

Mungu hutupatia Roho Mtakatifu tunapomwamini Yesu.[1] Si kwa muda mfupi tu, bali wakati wote. Yesu anaahidi kwamba Roho Mtakatifu ataishi ndani yetu *milele* (Yohana 14:15–17). Lakini Roho Mtakatifu anayeishi *ndani* yetu wakati wa wokovu wetu ni tofauti na Roho Mtakatifu *anayetujaza*. Hatuamui kuwa na Roho Mtakatifu anayeishi ndani yetu tunapoweka imani yetu katika Yesu–hiyo ni

1 1 Yohana 7:37–39; Rum. 8:9; 1 Kor. 12:13; Gal. 3:2; Efe. 1:13–14. Kuna majadiliano mengi juu ya mada hii, lakini waumini ulimwenguni kote wanakubali kwamba Mungu anataka kufanya kazi ndani na kupitia kwa watoto Wake. Tafadhali endelea kusoma ili ujue mengi zaidi.

baraka ya moja kwa moja, isiyo na masharti (Efe. 1:13). *Ila* tunachagua kujitoa kwa Roho Mtakatifu ili Afanye kazi ndani yetu na kupitia kwetu–hiyo ni baraka iliyo na masharti (Efe. 5:18).

Tunaona uhusiano huu katika kitabu cha Matendo. Roho Mtakatifu alidhihirisha nguvu zake ndani ya waumini ambao "walijazwa na Roho Mtakatifu." Gundua kwamba vifungu hivi kimahususi vinahusu ujazo wa Roho Mtakatifu:

- "Petro, akiwa amejaa Roho Mtakatifu, akajibu, 'Enyi watawala na wazee wa watu!'" (Matendo 4:8).
- "Hata walipokwisha kumwomba Mungu, mahali pale walipokusanyika pakatikiswa, wote wakajaa Roho Mtakatifu, wakanena neno la Mungu kwa ujasiri" (Matendo 4:31).
- "Kwa hiyo ndugu, chagueni watu saba miongoni mwenu, watu wenye sifa njema, waliojawa na Roho Mtakatifu na hekima, ambao tunaweza kuwakabidhi kazi hii." (Matendo 6:3).
- "Wakamchagua Stefano (mtu aliyejawa na imani na Roho Mtakatifu)" (Matendo 6:5).
- "Lakini yeye Stefano, akiwa amejaa Roho Mtakatifu, alikaza macho mbinguni, akaona utukufu wa Mungu, na Yesu akiwa amesimama mkono wa kuume wa Mungu" (Matendo 7:55).
- "Barnaba alikuwa mtu mwema, aliyejaa Roho Mtakatifu, mwenye imani, nayo idadi kubwa ya watu wakaongezeka kwa Bwana" (Matendo 11:24).
- "Ndipo Sauli, ambaye pia aliitwa Paulo, akiwa amejawa na Roho Mtakatifu, akamkazia macho Elima huyo mchawi, akamwambia, 'Ewe mwana wa ibilisi, wewe ni adui wa kila kilicho haki!'" (Matendo 13:9–10).

Dhihirisho la muda mfupi la mbinguni? Mahubiri yenye nguvu? Uongozi wenye ujasiri? Ndio, waumini hawa wote, wanaojulikana kwa imani na nguvu zao katika Bwana, *walijazwa* na Roho Mtakatifu. Mungu aliwatia nguvu, akawaandaa, na kuwaunganisha ili watangaze ujumbe wa Yesu kutoka Yerusalemu hadi kingo za dunia. Ukweli ni huu: Mungu anatamani kutujaza leo na nguvu zizo hizo za Roho Mtakatifu (Efe. 1:19). Anafanyaje jambo hilo?

Hebu tuchunguze Waefeso 5:18 kwa makini zaidi. Neno asili la Kigiriki la "jaza" katika kifungu hiki ni amri na kitenzi cha wakati uliopo, kitu kinachoendelea. Kwa kuchunguza lugha ya asili, tunajifunza kwamba ni Mungu *pekee* ndiye anayejaza, si sisi. Mungu pia *anatuamuru* tujazwe, mara kwa mara, kumaanisha kwamba ni jambo linaloendelea, sawa na hitaji letu la kukaa ndani ya Yesu wakati wote (Wiki ya 4).

Labda unajiuliza, "Ninawezaje kumpata Roho Mtakatifu zaidi?" **Hatuhitaji kumpata Roho Mtakatifu zaidi; tunahitaji *kijitoa* kwa Roho Mtakatifu zaidi.** "Mungu humtoa Roho pasipo kikomo" (Yohana 3:34). Roho wa Mungu atajaza nafasi yoyote utakayompa. Wakati mwingine, tunaviruhusu vitu vingine vitujaze badala ya Roho Mtakatifu. Maisha yaliyojawa na dhambi hayawezi kujazwa na Roho kama vile ndoo iliyojaa uchafu haiwezi kujazwa na maji safi. Kizuizi kikuu cha uhusiano na Roho ni kukataa kushirikiana Naye. Waumini wanaweza kuwa na mtazamo wa kutojali kuhusu jinsi ya kuwa wafuasi wa Kristo wenye ufanisi au ushindi kisha kushangaa kwa nini wanakosa furaha au kwa nini wanahisi kushindwa. Tusipompa Roho Mtakatifu nafasi, tutafadhaika na kuwa na imani dhaifu. Kumbuka, hatukuumbwa kuishi kama wafuasi wa Kristo kwa nguvu *zetu* wenyewe.

Je, unataka kumpa Roho Mtakatifu nafasi? Kwanza, tathmini kile kilicho moyoni mwako sasa hivi. *Kwa maombi* na kwa uaminifu jibu maswali yafuatayo. Utakapomaliza, angalia nyanja za maisha yako ambazo unazijaza na kitu kingine isipokuwa Roho Mtakatifu wa Mungu.

1. Upendo—Je, mimi huawapa wengine muda wangu na kuwasikiliza, pamoja na wale ninaowaona kuwa wasumbufu au tofauti nami?
2. Furaha—Je, mimi hufurahia wengine wanapofaulu, au ninaona vigumu kusherehekea pamoja nao?
3. Amani—Je, ninatafuta kuwa na amani na wengine, nikiomba msamaha inapohitajika?
4. Subira—Je, ninatawaliwa na ukweli au hisia na hali zangu?
5. Utu Wema—Je, mimi huwa mkarimu kila mara, au nawashutumu wengine au kuwaona kuwa kero?

6. Fadhili—Je, huwa nabeba mizigo ya wengine, au ninafurahi kwa siri wengine wanaposhindwa?

7. Uaminifu—Je, mimi ni mwaminifu, nimejitoa katika mawazo na matendo yangu, kwa ajili ya marafiki zangu (au, ikiwa niko katika ndoa, nimejitoa kwa mwanandoa mwenzangu)?

8. Upole—Je, mimi ni mpole kwa wengine, au ninawajibu kwa ukali?

9. Kiasi— Je, ninakuza tabia bora, au nimejizoesha jambo ambalo linaniumiza mimi au wengine?

10. Shukrani—Je, ninashukuru mara kwa mara, au mimi hulalamika mara kwa mara?

11. Unyenyekevu—Je, ninajinyenyekeza ili kuwatumikia wengine, au ninafikiri majukumu fulani ni duni hivyo sipaswi kuyatekeleza?

12. Ukarimu—Je, ninashiriki habari za Yesu na wengine ninapoongozwa na Roho Mtakatifu?

13. Utiifu—Je, ninamtii Mungu au ninachelewasha utiifu?

14. Kuridhika—Je, nimetosheka na yale ambayo Mungu amenipa, au ninatamani yale ambayo wengine wanayo?

15. Msamaha—Je, nimewasamehe wale walioniumiza au nimekataa kuwasamehe?

16. Kutia Watu Moyo—Je, mimi hujaribu kuwatia moyo watu au hujaribu kuwavutia?

17. Kumcha Mungu—Je, ninafundishika na niko tayari kujifunza, au ninajitetea ninaporekebishwa na kupinga uwajibikaji wa kibiblia?

18. Kujiamini—Je, ninajiamini kwa msingi wa utambulisho wangu katika Kristo au nazingatia utambulisho wangu mwenyewe?

19. Mwadilifu—Je, mimi huzuia masengenyo, au ninafurahia au kukubali masengenyo kwa kukaa kimya yanaposemwa nikiwepo?

20. Jamii ya Kibiblia—Je, mimi ni mwaminifu kwa kanisa langu, au jamii ya kibiblia si kipaumbele kwangu?

21. Utakatifu—Je, ninatafuta utakatifu katika kile ninachosema, kufanya, kutazama, kusikiliza, au kusoma?

Ingawa maswali haya yanaweza kuwa magumu, kujitathmini ni muhimu (2 Kor. 13:5). Sherehekea nyanja za maisha yako ambapo kazi ya Mungu ya kuleta mabadiliko inafanyika katika maisha yako. Kiri na utubu dhambi ambazo orodha hii mekufunulia. "Tubuni basi mkamgeukie Mungu, dhambi zenu zifutwe, ili zipate kuja nyakati za kuburudishwa kwa kuwepo kwake Bwana" (Matendo 3:19). Toba ni kazi ngumu, isiyokoma, si tukio la mara moja, lakini Mungu *tayari* yuko upande wako. **Roho Mtakatifu ndiye Msaidizi wetu, na Baba yetu wa mbinguni ni mwepesi wa kusamehe.** "Ni nani Mungu kama wewe, ambaye anaachilia dhambi na kusamehe makosa ya mabaki ya urithi wake? Wewe huwi na hasira milele, bali unafurahia kuonyesha rehema" (Mika 7:18). **Tunapoomba msamaha kwa dhati, Mungu husema, "Imekwisha!" Tunaweza kupumzika katika neema ya Mungu na uhuru wa ukombozi.** Sasa, "Kwa hiyo, sasa hakuna hukumu ya adhabu kwa wale walio ndani ya Kristo Yesu... . Kwa sababu sheria ya Roho wa uzima katika Kristo Yesu imeniweka huru mbali na sheria ya dhambi na mauti." (Rum. 8:1-2).

Tahadhari: Kubadilisha mienendo yako ili kumfuata Roho Mtakatifu badala ya mifumo yako ya zamani ya dhambi kutahitaji nia na uvumilivu. Katika Mathayo 12:43-45, Yesu anafundisha kwamba nyumba iliyofagiwa na kuwa safi lakini ikaachwa *tupu* ni kama kusafisha maisha yetu kwa kuondoa ushawishi mbaya, lakini *kutomruhusu* Roho Mtakatifu kujaza nafasi mpya ambayo tumetengeneza. Ni kama kumwalika adui arudi ndani na ushawishi zaidi wa kipepo, na kutuacha katika hali mbaya zaidi kuliko tulivyokuwa hapo awali. Kiutendaji, hii ina maana kwamba tunabadilisha tabia mbaya na mazoea ya dhambi na kuwa na mawazo na mazoea mapya yanayomcha Mungu *kupitia nguvu ya Roho Mtakatifu.* Mlevi anayeacha ulevi, aliyejazwa na Roho Mtakatifu, anapata njia nzuri ya kustarehe au kujumuika na wengine. Kwa njia hii, haongozwi katika majaribu (Yakobo 1:13-18). Fikra iliyojaa roho husaidia kukuza tabia zinazofaa na kumsukuma nje adui. Omba ili uweke "nyumba" yako katika hali ya kujazwa na Roho.

Hatua hii muhimu inayofuata inaweza kubadilisha hadithi yako ya kweli kutoka kuwa ya kawaida na ikawa isiyo ya kawaida. Uko tayari kusalimisha maisha yako kwa Roho Mtakatifu? Hauitaji kushinda dhambi zote ili ujisalimishe. Roho mtakatifu atakusaidia.

1. **Kiri dhambi zako kwa Mungu.** Anza kwa kutubu yale mabaya uliyoyatenda, mazuri uliyoshindwa kufanya na vitu ulivyoficha kutoka kwa Mungu. Nyenyekea.

2. **Tubu.** "Aache uovu, atende mema" (Zab. 34:14). Salimisha kwa Mungu nafsi yako yote pamoja na yote uliyo nayo. Roho Mtakatifu mara nyingi hutuonyesha mara tunapofanya kile anachokataza ("kumhuzunisha" [Efe. 4:30-31]) au kushindwa kufanya kile anachoamuru ("kumzimisha" [1 Thes. 5:16-19]). Zingatia mwongozo Wake, mtii mara moja, na ushughulikie dhambi haraka.

3. **Omba ujazwe na Roho mtakatifu na uamini kwamba Mungu Atafanya hivyo.** Mungu anapenda kutujaza na Roho Mtakatifu: "Basi ikiwa ninyi mlio waovu, mnajua kuwapa watoto wenu vitu vizuri, si zaidi sana Baba yenu aliye mbinguni atawapa Roho Mtakatifu wale wamwombao!" (Luka 11:13). Na anaamuru kwamba tujazwe na Roho Mtakatifu: "Mjazwe Roho" (Efe. 5:18). Kuwa na imani katika ahadi hii, ukitumaini kwamba atakujaza.

4. **Timiza kusudi la Mungu unapojijaza na Neno la Mungu.** "Neno la Kristo na likae kwa wingi ndani yenu" (Kol. 3:16). Roho Mtakatifu anafunua mapenzi ya Mungu katika Neno la Mungu. **Tunapotafuta kutekeleza utume wa Mungu, tunajiweka katika nafasi ambapo Roho Mtakatifu anaweza kutujaza na kutiririka kupitia kwetu ili tuwabariki wengine.** Tazama ili uone nafasi uliyochukua. Utapata rasilimali bora za kiroho na nguvu zinazopatikana unapofanya kile ambacho Roho Mtakatifu anakusukuma kufanya kulingana na Neno la Mungu. Omba anapokuongoza kuomba. Shiriki habari za Yesu anapokuambia ufanye hivyo.

Huenda usihisi Roho Mtakatifu akifanya kazi ndani yako na kupitia kwako, lakini jua kwamba Anafanya kazi kwa njia za ajabu na za moja kwa moja. Utapata ufanisi. imani, nguvu, na upendo zaidi unapotekeleza hadithi yako ya kweli. Kama tulivyojifunza wiki iliyopita, ikiwa tutaomba chochote kulingana na mapenzi ya Mungu, atatusikia na kutupa kile tuombacho (1 Yohana 5:14-15). Mapenzi ya Mungu ni Roho Mtakatifu akujaze—mara kwa mara (Efe. 5:18). Utapata furaha isiyo na kifani na kukaribiana na Yesu **Roho Mtakatifu anapokujaza na kumfanya Yesu kuwa halisi zaidi kwako.** Rafiki, jazwa na Roho Mtakatifu.

Wacha Bibilia Inene:
Warumi 6 na 8:1–17 (Kwa hiari: Matendo 5–8)

Wacha Akili Yako Ifikirie:

1. Je, toba na utiifu hutuwekaje katika nafasi ya kujazwa na Roho Mtakatifu? Je, ni mtazamo upi unaohitaji kuusalimisha kikamilifu kwa Roho Mtakatifu katika mambo yote?

2. Orodha ya ukaguzi ilikujulisha nini kuhusu kile kinachokujaza kwa sasa?

3. Unawezaje kutengeneza nafasi zaidi kwa ajili ya Roho Mtakatifu katika maisha yako? Ikiwa Roho yu ndani yenu, ni nini kingine ni kweli kukuhusu sasa (Warumi 8:10)?

4. Tenga muda wa kukiri mitazamo na dhambi zako, na utubu. Mwombe Mungu akujaze na Roho Wake, na uamini kwamba atafanya hivyo.

Wacha Nafsi Yako Iombe:
Bwana, nijaze na Roho wako Mtakatifu. Nataka Yesu awe halisi zaidi kwangu. Sitaki kumhuzunisha Roho Wako kwa kutenda dhambi, wala sitaki kumzimisha Roho Wako kwa kupuuza yale unayoniambia nifanye. Ninakiri nimejijaza na vitu duni. Nisamehe. Nionyeshe jinsi ya kubadilika. Yaongoze na uyaelekeze mawazo. maneno, vitendo, na hisia zangu ili ziweze kukupendeza Wewe ... Katika jina la Yesu, amina.

Wacha Moyo Wako Utii:
(Mungu anakuongoza kujua, kuthamini au kufanya nini?)

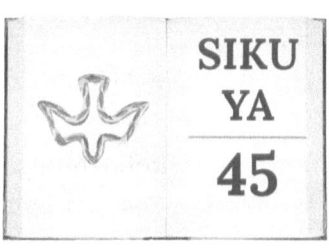

Jitakase Kwa Ajili ya Maisha ya Ufufuo– Utakaso

Mungu mwenyewe, Mungu wa amani, awatakase ninyi
kabisa. Nanyi mhifadhiwe roho zenu, nafsi zenu na miili yenu,
bila kuwa na lawama katika Bwana wetu Yesu Kristo.
1 Wathesalonike 5:23

Mungu hakutuokoa ili kutufanya tuwe watu bora. Alituokoa ili
kutukomboa kutokana na adhabu ya dhambi zetu na kuanzisha upya
uhusiano wetu naye–kwa ajili ya utukufu Wake. Tunakuwa watu
bora *kupitia uhusiano huo*: "Kwa hiyo kama mtu akiwa ndani ya
Kristo, amekuwa kiumbe kipya; ya kale yamepita, tazama, yamekuwa
mapya" (2 Kor. 5:17). Mapya! **Mungu hutuokoa *kupitia* Yesu na kisha,
kupitia nguvu za Roho Mtakatifu, hutubadilisha *tufanane* na Yesu.**

Ndio, mchakato huu wa mabadiliko–
unaoitwa **utakaso**–unaendelea katika
safari yetu yote ya imani. Kuwa muumini
ni mwanzo tu wa safari yetu ya utakaso.
Mchakato wa kuishi kwa namna tofauti
na kuwa kama Yesu unahitaji muda
na msaada kutoka kwa Mungu. *Roho
Mtakatifu* anawajibika katika kutufanya
watakatifu–akituumba upya kuwa

> **Utakaso:**
> Kufanywa kuwa
> mtakatifu. Neno
> la Kigiriki la asili,
> hagiazo, maana yake
> ni "kutenganisha,"
> "kutengwa," au
> "kufanya takatifu."
> "Tukue, hata tumfikie
> yeye aliye kichwa,
> yaani, Kristo"
> (Efe. 4:15).

kama Yule ambaye siku zote tumekusudiwa kuakisi mfano wake (Mwanzo 1:27).

Siku zijazo, tutajifunza jinsi Roho Mtakatifu anavyotukomaza tunapotumika, kushiriki habari za Yesu, na hata kupitia mateso. Leo, tujifunze jinsi tunavyoshirikiana Naye.

Utakaso unahitaji utiifu (1 Pet. 1:2). Baada ya Neno la Mungu kutuambia cha kufanya, Roho Mtakatifu hutusaidia kupambanua mwitikio wetu (Warumi 8). Tunapotafakari Neno la Mungu, tunafanya upya akili zetu, na mawazo yetu yanaanza kubadilika (Rum. 12:1–2). Tunaanza kufikiria zaidi kuhusu kile ambacho ni "kizuri na kinachostahili kusifiwa" (Flp. 4:8). Mawazo yetu huathiri maneno na matendo yetu ili tuseme yale ambayo "yanayofaa na ya kuwajenga wengine" (Efe. 4:29) na "tutende haki" (1 Yoh. 2:29).

Lakini utakaso hauhusu kufuata sheria. Utakaso unahusu kumfuata Yesu. Mungu anapendezwa zaidi na kubadilishwa kwetu kuliko jinsi tunavyoenenda. **Ikiwa tunakuwa kama Kristo, _tutaenenda_ zaidi kama Yeye na kupata kuridhika zaidi ndani Yake pekee.** Tabia ya kikristo hukua kutokana na moyo wa kikristo, si kutokana na kufuata sheria za kidini tulizojifunza Siku ya 25. Yesu aliwashutumu Mafarisayo kwa sababu tabia yao ilionekana kuwa safi kwa nje, lakini mioyo yao ilikuwa michafu kwa ndani:

> "Ole wenu, walimu wa sheria na Mafarisayo, ninyi wanafiki! Kwa maana mnasafisha kikombe na sahani kwa nje, lakini ndani mmejaa unyang'anyi na kutokuwa na kiasi! … Kwa nje ninyi mnaonekana kwa watu kuwa wenye haki, lakini kwa ndani mmejaa unafiki na uovu." (Mat. 23:25, 28)

Hatupaswi kuzingatia tabia ya nje bali tunapaswa kuzingatia _moyo_ ambao unakua zaidi na zaidi kama wa Kristo (Efe. 4:15). Jambo la muhimu si sheria; ni _uhusiano_. Ili kuelewa mchakato huu vizuri zaidi, hebu tuzingatie mojawapo ya mifano ya Yesu. Mara nyingi katika Maandiko, Yesu anawalinganisha watu na ngano. Kwa kuchunguza jinsi ngano inavyokua, tunajifunza zaidi juu ya kukua ndani ya Kristo.

1. **Hatuwezi kulazimisha ukomavu wa kiroho, hivyo tunahitaji kuweka imani katika _Roho Mtakatifu_ ili atukuze.** Punje ya ngano

haijilazimishi kukua. Haifikirii kwamba, "Ninahitaji kuchipuka. Sasa ninahitaji kukuza shina, na baada ya hapo, lazima nitoe nafaka." Mtume Paulo alifadhaishwa na waumini waliomwamini Kristo kuwaokoa kutokana na dhambi lakini hawakumwamini Kristo kwa ajili ya ukuaji wa kiroho. Wagalatia walizingatia sana kufuata sheria na kueneza mafundisho ya uongo kwamba wokovu unaambatana na kanuni za *ziada*. Paulo aliwauliza, "Je! Mmekuwa wajinga namna hii? Baada ya kuanza katika Roho, mnataka kukamilishwa sasa katika mwili?" (Gal. 3:3). Tunahitaji kumkaribisha Roho Mtakatifu afanye kazi *Yake* ndani yetu. Kujazwa Naye (Siku ya 44). Tunaweza kuona ukuaji Anaozalisha kadiri muda unavyopita:

> "Ufalme wa Mungu unafanana na mtu apandaye mbegu shambani. Akiisha kuzipanda, usiku na mchana, akiwa amelala au ameamka, mbegu huota na kukua pasipo yeye kujua ikuavyo. Udongo huifanya iote kuwa mche, halafu suke, kisha nafaka kamili kwenye suke" (Marko 4:26–28)

2. Tunashirikiana na Roho Mtakatifu kwa kukuza hali zinazofaa kwa ajili ya ukuaji. Hata nafaka zenye afya zaidi haziwezi kukua bila udongo mzuri, maji, na mwanga wa jua. Nafaka za ngano ambazo zilipatikana zikiwa zimetundikwa kwenye mitungi ya kale kwa maelfu ya miaka huenda zikaonekana kuwa zimepitisha muda wa kumea tena, lakini mara tu wanaakiolojia walipozigundua na kuzipanda kwenye udongo mzuri, zilimea kama vile ungetarajia nafaka yoyote nzuri imee. Kanuni hiyo hiyo inatumika kwetu. Ikiwa unataka kukua katika Kristo, unahitaji vitu vitatu:

- Udongo Mzuri: Je, moyo wako ni udongo mzuri? Je, unamwamini na kumtii Mungu kupitia Neno Lake (Siku ya 30)?
- Maji Safi: Je, unakuza mizizi yenye kina kirefu katika Neno la Mungu ili uweze kufyonza maji yenye uzima ya Roho Mtakatifu (Siku ya 24)? Je, unakaa ndani Yake?
- Mwanga wa Jua: Je, unatembea katika nuru ya Yesu? Je, unamwomba Mungu afichue dhambi zako ili aweze kukuponya (Siku ya 26)?

Tambua kuwa mazingira unayokuza yanahusu moyo wako zaidi kuliko hali zako. Hata kama unaishi mahali penye uhasama dhidi ya wafuasi wa Yesu au unapitia matatizo, unaweza kukuza hali mwafaka kwa ajili ya ukuaji wa kiroho ndani ya moyo na akili yako.

3. **Ukuaji wa kiroho hutokea katika ushirika.** Shina la ngano likipandwa peke yake halitaishi. Haliwezi kuhimili urefu wake, na kabla ya kukomaa, litaanguka, kulegea au kuvunjika kabisa. Lakini likipandwa katika shamba lenye mamilioni ya mbegu nyingine za ngano, bua hilo moja la ngano litasimama hata katika dhoruba. Hata katika upepo mkali, mashina hayo yatahimiliana na kuyumbayumba kama kitu kimoja kwa upatano mzuri. Ndivyo ilivyo kwetu sisi. **Hatuwezi kukua peke yetu.** Ikiwa huna familia ya imani, mwombe Mungu akusaidie. Tafuta kanisa ambapo Neno la Mungu linafundishwa na kutekelezwa kwa uaminifu (tazama Siku ya 12, "Jinsi ya Kupata Kanisa Bora"). Ikiwa unaishi mahali ambapo makanisa ni machache, kutana mara kwa mara na angalau rafiki mmoja au wawili wanaomfuata Yesu (tazama Siku ya 17, "Mikusanyiko ya Kila Wiki"). Roho Mtakatifu atatumia familia yako ya imani kukutia moyo na kukusaidia kukua katika ukomavu wa kiroho.

4. **Ukuaji wa kiroho hutokea tunapofia njia zetu za zamani.** Je, ngano hukua na kuongezeka kwa jinsi gani? Yesu anafundisha, "Amin, amin nawaambia, mbegu ya ngano isipoanguka ardhini na kufa, hubakia kama mbegu peke yake. Lakini ikifa huzaa mbegu nyingi" (Yohana 12:24). Ili vizazi vya ngano viendelee kuongezeka, nafaka za kibinafsi lazima zianguke chini na kufa. Mbegu hupasuka, na chakula chake kilichohifadhiwa ndani yake hutumika kuleta maisha mapya ya mmea unaokua. Mme huo unapokomaa, unakuwa na uwezo wa kutoa nafaka nyingi zaidi kuliko nafaka moja iliyouzaa.

Kama wafuasi wa Yesu, sisi pia hupitia mchakato wa kufa kwa njia kadhaa:

- Tunafia **dhambi** kwanza tunapoweka imani yetu katika Kristo. "Tumesulubiwa pamoja na Kristo" na ni "wafu katika dhambi" (Gal. 2:20; Rum. 6:11).

- Tunapomfuata Yesu, tunaendelea kufia **njia zetu za zamani** kila siku. "Mtu yeyote akitaka kunifuata, ni lazima ajikane mwenyewe, auchukue msalaba wake kila siku, anifuate."(Luka 9:23).

- Tunafia **tamaa zetu za kidunia** kila siku tunapopinga majaribu na kuangamiza dhambi kupitia nguvu ya Roho Mtakatifu (Rum. 8:13; Kol. 3:5).

- Tunafia **ubinafsi** wetu kila siku tunapokidhi mahitaji ya wengine na kuwabariki kwa gharama zetu wenyewe (Flp. 2:4).

Mchakato huu wa kufa unaweza kuonekana kuwa wa kuogofya, lakini kama waumini, **tunaweza *kukumbatia* kifo kwa sababu kinatuongoza kwenye ufufuo**. Yesu anafundisha, "Kwa maana yeyote anayetaka kuyaokoa maisha yake atayapoteza, lakini yeyote atakayeyapoteza maisha yake kwa ajili yangu atayaokoa" (Luka 9:24). **Utakaso ni mchakato wa kufia dhambi na ubinafsi ili maisha ya Kristo yaweze kujaa ndani yetu zaidi na zaidi**. Roho anapokuita kufia nafsi yako kwa namna yoyote ile, kumbuka ana hamu ya kujaza nafasi hiyo na uzima wa Mungu.

Yesu alichukulia utakaso wetu kwa uzito sana kiasi kwamba muda mfupi kabla ya kukamatwa kwake, alituombea, "Wao si wa ulimwengu, kama mimi nisivyo wa ulimwengu. Uwatakase kwa ile kweli; neno lako ndiyo kweli" (Yohana 17:16–17). Yesu alijua kwamba ulimwengu na asili yetu ya dhambi zingepigana na kazi ya Roho Mtakatifu ndani yetu. Alijua pia kwamba Neno la Mungu lingeweza kushinda upinzani huo. Ndio maana tabia ya *kila siku* ya kuwa na muda wa kuzingatia uhusiano wetu na Mungu kupitia Neno lake ni muhimu sana. Kupitia Neno la Mungu, Roho Mtakatifu hutuonyesha kile kinachohitaji kubadilika na kutupa neema ya kufanya mabadiliko hayo (Gal. 5:16–17). Kidogo kidogo, Roho Mtakatifu hutukuza katika utakatifu. Anabadilisha mawazo yetu (Rum. 12:2) na kuua mizizi ya dhambi katika maisha yetu. **Jaribu haya wakati unapoona vigumu kutii:**

1. Omba usaidizi wa Roho Mtakatifu (Luka 11:13).
2. Mruhusu afungue macho yako na moyo wako ili ugundue kile kinachokuzuia (Zab. 19:8). Tafuta majibu katika Neno la Mungu.
3. Mngojee Mungu. Tubu ukipata msukumo. Omba kwa mamlaka (Siku ya 36)! Unapofanya hivyo, Ataondoa sehemu zozote za kutoamini au za ugumu moyoni mwako. Utapata kuridhika katika Yesu Kristo. Hatimaye utajitenga na vitu vyote vingine ili kupata zaidi kutoka Kwake (Flp. 3:8).

Hapa kuna mfano wa jinsi jambo hilo linavyofanya kazi: Hebu tuseme unatatizwa na dhambi ya masengenyo. Unapata jaribu la kutaka kuzungumza vibaya kuhusu mtu mwingine na rafiki yako, lakini unakumbuka kusali. Unamwomba Mungu akusaidie kuudhibiti ulimi wako (Yakobo 1:26). Roho anafichua mahali ambapo umekuwa kipofu kiroho (Zab. 119:18). Anapofungua macho yako, unaanza kumwona mtu huyo mwingine kwa huruma zaidi, kama vile Yeye anavyomwona. Pia unaona waziwazi jinsi kusengenya ni kitendo kiovu. Unachagua kutozungumza juu ya rafiki huyo. Hatua hiyo moja ya mabadiliko ya utiifu inakuza moyo wako na kubadilisha tabia yako. Sasa, furaha yako katika Bwana inauridhisha moyo wako ili tabia yako ya awali—hamu ya kusengenya— inakuwa si ya kuvutia sana.

Kumbuka kuwa na subira na wewe mwenyewe. Utakaso huchukua muda, lakini hatua kwa hatua utaona tabia zako zikiboreka kwa njia halisi. Utakuwa mwenye upendo, huruma, na subira zaidi unapokaa ndani ya Kristo na kutii Neno la Mungu. Kushukuru kutachukua nafasi ya kulalamika. Vipindi vya hasira vitapungua na kusifu kutaongezeka. Thamani yako na utambulisho wako utapatikana katika Kristo pekee. Kujifunza Biblia na kuomba vitakuwa sehemu za kufurahisha katika shughuli zako za kila siku. Utaanza kuona mambo kwa mtazamo wa Mungu na kutaka mapenzi Yake zaidi ya vitu vingine vyote.

Tunapoona mabadiliko mema, tunapata kutiwa moyo kwamba Roho anatubadilisha siku baada ya siku. "Nasi sote, tukiwa na nyuso zisizotiwa utaji tunadhihirisha utukufu wa Bwana, kama kwenye kioo.

Nasi tunabadilishwa ili tufanane naye, toka utukufu hadi utukufu mkuu zaidi, utokao kwa Bwana, ambaye ndiye Roho" (2 Kor. 3:18). Tunabadilishwa kwa njia pekee iliyo muhimu—kutoka ndani kwenda nje ili kuakisi utukufu wa Mungu!

Wacha Bibilia Inene:
Waefeso 4:1–16 (Ya Hiari: Matendo 9–12)

Wacha Akili Yako Ifikirie:
1. Kama ngano, tunakua katika jamii. Kwa nini jamii ni muhimu sana kwa wafuasi wa Yesu?

2. Ikiwa hujaunganishwa na kanisa au huna familia ya imani ya karibu, unaweza kufanya nini ili kutangamana na waumini wengine?

3. Je, kufia nafsi yako kila siku kunakuboreshaje? Je, kunaboreshaje mahusiano na wengine, ikijumuisha familia yako ya imani?

Wacha Nafsi Yako Iombe:
Baba, nikuze kupitia utakaso. Nifanye niwe kama Yesu zaidi kila siku. Imarisha familia yangu ya imani ili tuweze kukua pamoja. Tusaidie kufia nafsi zetu kila siku ili Roho wako Mtakatifu atujaze zaidi na zaidi ... Katika jina la Yesu, amina.

Wacha Moyo Wako Utii:
(Mungu anakuongoza kujua, kuthamini au kufanya nini?)

Kua Katika Roho–Tumika

Isiwe hivyo kwenu. Badala yake, yeyote anayetaka
kuwa mkuu miongoni mwenu hana budi kuwa mtumishi
wenu, naye anayetaka kuwa wa kwanza miongoni mwenu
hana budi kuwa mtumwa wenu: kama vile ambavyo
Mwana wa Adamu hakuja ili kutumikiwa, bali kutumika
na kuutoa uhai wake uwe fidia kwa ajili ya wengi.
Mathayo 20:26–28

Mungu hahitaji huduma yetu. Mungu anatualika tumtumikie kwa sababu *anatupenda*. Unapotumika pamoja Naye, unapata kumjua vyema zaidi. Unashuhudia upendo Wake unapotiririka kupitia kwako na kwenda kwa wengine, upendo wenye uzima na unaobadilisha maisha. Ndio, kumtumikia Mungu kwa kuwatumikia wengine ni njia mojawapo ambayo kwayo Roho Mtakatifu hututakasa. Kadiri tunavyoelewa jinsi ya kuwa mikono na miguu ya Yesu, tunamtumikia kwa mtazamo wa "tuna furaha kutumikia" si mtazamo wa "inatubidi tutumike". Wakati mwingine, hata hivyo, tunaweza kukataa kutumikia. Tunaweza kuhisi tumeitwa kutumika lakini tunatatizika kuelewa mwito wetu–kile tunachopaswa kunafanya, wapi au wakati gani tunapaswa kufanya jambo hilo. au hata ni nani wa kusaidia. Hatuko peke yetu. Musa pia alitatizwa na mambo hayo.

Musa ni mmoja wa viongozi wakuu katika historia yote ya Kiyahudi na mmojawapo wa waumini wachache walioongozwa na Roho waliorekodiwa katika Agano la Kale. Hata hivyo, karibu akose sehemu yake katika Hadithi ya Mungu. Tulijifunza machache kuhusu hadithi ya Musa katika Wiki ya 3. Kumbuka, Mungu alimwita Musa kuwaongoza watu wake kutoka utumwani huko Misri na kisha kuweka sheria ya Mungu kati yao. Mungu alipomwita Musa kumtumikia, alijibu, "Mtume mtu mwingine yeyote." Kukataa kwa Musa kulimkasirisha Mungu (Kut. 4:13–14). Mungu alikuwa amemtokea Musa katika umbo la kichaka kinchowaka moto, na Mungu angeweza kumteketeza Musa kwa moto kwa urahisi. Lakini hakufanya hivyo. Alikuwa na subira na Musa, na ana subira nasi pia (1 Tim. 1:16).

Tazama jinsi Mungu alivyotumia maelezo ya maisha ya Musa.[1] Kupitia hali zisizokuwa za kawaida, Musa alikuwa mvulana Mwebrania aliyelelewa katika jumba la mfalme wa Misri kama mjukuu wa Farao. Zifuatazo ni baadhi ya njia ambazo malezi yake yalimsaidia kutimiza mwito wa Mungu juu ya maisha yake:

- Alipata elimu, ambayo ilimsaidia Mungu alipomwongoza kuandika vitabu vitano vya kwanza vya Biblia.
- Alitayarishwa kusimama mbele ya wafalme, jambo ambalo lilimsaidia Mungu alipomwita kuzungumza na Farao mpya.
- Alifunzwa uongozi na ustadi wa kufanya mipango. ambayo ilimsaidia Mungu, alipomwita kuliongoza taifa la Israeli.
- Alipokimbilia Midiani (kabla ya kuitwa kuwaongoza Waebrania), alijifunza kuwa na subira na pia jinsi ya kusafiri nyikani, ambayo ilimsaidia katika miaka yake arobaini ya kutangatanga nyikani.

Sisi sote hatuwezi kuitwa kuongoza kama Musa, lakini sisi sote tumeitwa kutumika. Je unaweza kuitwa kutumikaje? Anza kwa kuangalia wasifu wako. Unaishi wapi? Unazungumza lugha gani? Je, una ujuzi na vipaji gani? Umepitia majaribu gani? Unapojibu maswali kama haya, omba na umsihi Roho akusaidie kutambua sehemu za hadithi yako ambazo Mungu anaweza kutaka kutumia katika huduma Yake.

---

1 1 Jill Briscoe, *Here Am I, Lord ... Send Somebody Else: How God Uses Ordinary People to Do Extraordinary Things* (Nashville: W Publishing, 2004).

Unapomuuliza Mungu jinsi unavyoweza kumtumikia, pia fikiria kile *unachopenda* kufanya.[1]

1. Hapo awali, ni wakati gani ambapo umepata furaha na kuzaa matunda zaidi ulipomtumikia Mungu?
2. Ni wakati gani umehisi Mungu akifanya kazi ndani yako na kupitia kwako zaidi?
3. Kwa msingi wa majibu hayo, unawezaje kuleta matokeo makubwa zaidi katika ufalme wa Mungu?

Ikiwa ndio unaanza, tafuta mahitaji muhimu zaidi katika kanisa au jamii yako. Fikiria jinsi shauku na ujuzi wako unavyoweza kukidhi baadhi ya mahitaji hayo. Je, unapenda kuomba? Je, unaweza kupika au kuimba? Unaweza kuwa mkufunzi wa michezo au kuelekeza michezo ya kuigiza? Je, kuna vitu unavyopenda kufanya vinavyoweza kuhudumia mahitaji ya wengine (k.m., kushona mablanketi ya kutumiwa katika nyumba ya watu wasio na makao)? Je, una ustadi katika kufundisha wengine au kupanga mikutano? Je, una ustadi katika kuanzisha biashara au kushughulikia masuala ya kifedha? Hata kuwa msikilizaji mzuri ni ustadi unaohitajika sana na wenye thamani. *Kila mtu* ana kitu cha kuchangia. Huenda usijue la kufanya wakati huu, lakini **Mungu atakufunulia vipawa vyako *kadiri unavyoendelea kutumika*.** Jiruhusu kujaribu vitu na kujifunza huku ukiendelea kutumika; inachukua muda kugundua kile kinachokufaa, na hilo halihitaji kutendeka mara moja. Mtumainie Mungu akuonyeshe hatua inayofuata, kisha songa mbele kwa uaminifu. Muda si mrefu, utaona mpango mkubwa zaidi ukijidhihirisha, na utapata baraka za kumtumikia. Yesu anapenda *kukubariki* huku *akiwabariki* wengine kupitia wewe. Ndio maana alisema, "Ni heri kutoa kuliko kupokea" (Matendo 20:35).

Sehemu ya baraka hiyo huja kwa namna ya kukua kiroho: **Roho Mtakatifu *hutukuza* tunapomtumikia Mungu kwa kuwatumikia wengine**. Roho Mtakatifu pia anajulikana kama Roho wa Yesu (Flp. 1:19), na kama vile Yesu alivyojinyenyekeza na kuwa mtumishi

---

1 Glenn Reese (Mchungaji, Kanisa la Chets Creek huko Jacksonville, FL), katika majadiliano na mwandishi, Agosti 10, 2010.

wa wote, Roho wa Yesu pia atakufanya kuwa mtumishi kadiri unavyokua katika mfano wake. Katika Kristo, "tunatumikia katika njia mpya ya Roho," tukiwezeshwa na Mungu, si sisi wenyewe (Warumi 7:6). **Roho hutuchochea kwa msingi wa *upendo*, si wajibu, ili tufanye kazi kwa utukufu wa *Mungu*, si kwa utukufu wetu wenyewe**. "Tunapomtumikia Mungu kwa Roho wake," tunahitaji kutegemea nguvu za Kristo na "tusiweke tumaini letu katika mwili" Flp. 3:3). **Tunapata furaha ya kweli tunapofanya kile ambacho Mungu alikusudia tufanye kwa uwezo wake, kwa utukufu wake.** Na kumbuka, Mungu hatakuomba utumike kwa njia fulani na kisha asikupe neema na uwezo wa kutumika kwa njia hiyo (Yos. 1:9; 2 Kor. 12:9).

Ni wewe tu ndiye una sehemu *yako* ya kipekee katika Hadithi ya Mungu. Hebu tujifunze jinsi ya kutumika *vyema*. Mtume Paulo anatufundisha njia za kutumika:

1. **Tumika kwa kujitolea.** Kutumikia wengine *wakati tu kufanya hivyo kunatufaa* ni vigumu sana. Ni nadara kwetu kutenga muda wa kujitolea kutekeleza majukumu fulani wakati kalenda zetu zinaonyesha tuna muda wa ziada. Tunahitaji kuwa na nia ya kutumika, na hilo linahitaji kutoa muda wetu au rasilimali zetu – au yote mawili. Tunapotumika, tunajifanya kuwa "dhabihu iliyo hai" (Rum. 12:1) ambayo ni toleo zuri kwa Bwana. Tunatanguliza mahitaji ya wengine kabla ya yetu kama Yesu alivyofanya. Yesu alitoa faraja yake muda mrefu kabla hajatoa maisha yake msalabani. Alipozidiwa na mahitaji ya huduma, Aliweka mahitaji Yake binafsi kando ili kufundisha na kulisha watu waliomzunguka—mara nyingi wakiwa maelfu ya watu (Marko 6). Unapojitolea kwa njia ndogo au kubwa—faraja, utulivu, na muda wako—"utumishi wako wa uaminifu ni toleo kwa Mungu" (Flp. 2:17).

2. **Tumika kwa unyenyekevu.** Wakati mwingine tunajaribiwa kutumikia ili tuonekane na wengine. Tunakosa kuzingatia lengo la kumwinua Yesu, si sisi wenyewe, tunapokidhi mahitaji ya wengine. Yesu alisema, "Angalieni msitende wema wenu mbele ya watu ili wawaone. Kwa maana mkifanya hivyo, hamna thawabu kutoka kwa

Baba yenu aliye mbinguni." (Mt. 6:1). Kujinyenyekeza kwa kuwatumikia wengine bila kutafuta sifa ni sehemu ya safari yetu ya kuacha ubinafsi. Tunapotumikia kwa unyenyekevu wa kweli, tunayaona mahitaji ya wengine kama yetu sisi wenyewe (Rum. 12:10). Paulo aliandikia makanisa ya kwanza mara kwa mara akisisitiza umuhimu wa kutumika kwa unyenyekevu. "Msitende jambo lolote kwa nia ya kujitukuza wala kujivuna, bali kwa unyenyekevu kila mtu amhesabu mwingine bora kuliko nafsi yake. Kila mmoja wenu asiangalie faida yake mwenyewe tu, bali pia ajishughulishe kwa faida ya wengine." (Flp. 2:3-4). Aliwaagiza kutumikia kila mtu bila kujali hali yao ya kifedha au hadhi yao (Rumi. 12:16).

Yesu, Mfalme wa wafalme, alionyesha kikamilifu mfano wa kutumika kwa unyenyekevu. "Hakuona kule kuwa sawa na Mungu kuwa kitu cha kushikilia, bali alijifanya si kitu, akachukua hali hasa na mtumwa" (Flp. 2:6-7). **Yule ambaye wote wanapaswa kumtumikia akawa mtumishi wa wote!** Yesu alishiriki kitendawili hiki na wanafunzi Wake: "Kama mtu yeyote akitaka kuwa wa kwanza, hana budi kuwa wa mwisho na mtumishi wa wote" (Marko 9:35). Jinyenyekeze, na *Mungu* atakuinua (Yakobo 4:10). **Thamani yako haitokani na kile unachofanya au kile ambacho wengine wanasema kukuhusu; thamani yako inatokana na jinsi ulivyo ndani ya Kristo.**

3. **Kutumika kwa upendo.** Je, umewahi kupewa zawadi na mtu aliyelazimika kukupa zawadi hiyo? Au, labda mtu alikusaidia na mradi fulani lakini alifanya hivyo shingo upande? Si hisia nzuri. Unaweza kupendelea mtu huyo abaki na zawadi yake au asikusaidie kabisa. Tunapotumika bila upendo, ni kama kumpa Mungu zawadi kwa njia hiyo. Tendo lolote la utumishi—hata kama ni zuri kiasi gani—halina thamani likifanywa bila upendo (1 Kor. 13:3). Siku ya 6, tulijifunza kwamba tutapewa thawabu kwa msingi wa jinsi *tulivyopenda*, si kwa msingi wa matendo mema tuliyofanya. Upendo huwatumikiaje wengine?

- Upendo huwatumikia wengine kwa ukarimu, ukitenda ukarimu (Warumi 12:13).

- Upendo huwatumikia wengine kwa bidii, ukikidhi mahitaji halisi (1 Yohana 3:18).
- Upendo huwatumikia wengine kwa huruma, ukionyesha huruma ya kweli (Rum. 12:15).
- Upendo huwatumikia wengine kwa amani, ukiishi kwa amani na wengine bila kujali hadhi yao ya kijamii (Rumi. 12:16, 18).
- Upendo huwatumikia wengine kwa neema, ukiwabariki maadui wako (Rum. 12:14, 17, 19–20).

4. **Tumika katika Roho.** Sisi kama Waumini tunapoweka imani yetu katika Yesu kwa ajili ya wokovu, Roho Mtakatifu hutupatia karama maalum–karama za kiroho.[1] Wanaume kwa wanawake katika kila msimu wa maisha *hufanya kazi pamoja* ili kutimiza utume wa Mungu[2]. Kila mtu ana jukumu muhimu katika kutumika kama mfano wa Mungu. **Roho Mtakatifu huzaa *tunda* la Roho ndani yako unapotumia *karama* za Roho kwa utukufu wa Mungu.** Tazama jinsi Roho Mtakatifu anavyokukuza wewe na karama zako unapozitumia. Kama tulivyojifunza, kanisa linaitwa mwili kwa sababu kila kiungo, ingawa ni tofauti, ni muhimu katika utendakazi wa mwili mzima. Kama vile sehemu mbalimbali za mwili zinavyofanya kazi pamoja, waumini mbalimbali wanahitaji kukusanyika pamoja na kutumia karama zao ili kuujenga mwili wa Kristo kwa utukufu wa Mungu (Efe. 4:12). Tunapowatumikia ndugu na dada zetu, tunaheshimu dhabihu ya Kristo kwa ajili ya kanisa (Efe. 5:25) na tunakuwa kama jamii ambayo Mungu alitazamia wakati wa uumbaji–jamii yenye umoja, upendo, na ubunifu.

Tumeumdwa kutumikia familia zetu pia. Mungu anajali sana kuhusu huduma yetu kwa familia yetu ya imani, lakini kutumikia familia yetu ya imani hakuondolei majukumu yetu kwa familia zetu za asili. Hatuwezi kuwatumikia wengine vyema kanisani ikiwa

---

1 Kwa orodha za karama mahususi za kiroho zinazopatikana katika Biblia, soma Warumi 12:3–8, 1 Wakorintho 12:8–11, na Waefeso 4:10–12.
2 Kutokana na ukosefu wa mafunzo, wanawake duniani kote mara nyingi huwa na matarajio yasiyoeleweka vizuri kuhusu jinsi wanavyoweza kutumikia kanisa au kuendeleza injili. Pitia Matendo na nyaraka za Agano Jipya kwa mifano ya wanaume na wanawake wanaofanya kazi pamoja kwenye timu. Wanawake, katika kila msimu wa maisha, hupewa karama za kiroho ili kutimiza majukumu yao muhimu katika jamii, kanisa, na nyumbani.

familia zetu zinakumbwa na misukosuko nyumbani. Ndio maana mojawapo ya masharti ya uongozi katika kanisa ni kuwa na familia iliyosimamiwa vizuri (Tito 1:6–7). "Kwa maana kama mtu hajui jinsi ya kusimamia nyumba yake mwenyewe, atawezaje kuliangalia kanisa la Mungu?" (1 Tim. 3:5). Yesu aliwaonya viongozi wa kidini kwa kuunga mkono uamuzi wa watu wa kutoa kwa jamii ya kidini badala ya kutoa ili kukidhi mahitaji ya wazazi wao (Marko 7:11). Paulo alihubiri vivyo hivyo: "Kama mtu hawatunzi wale wa jamaa yake, hasa wale wa nyumbani mwake mwenyewe, ameikana imani, tena ni mbaya kuliko yeye asiyeamini" (1 Tim. 5:8). Mungu hataki tuchague kati ya kutumikia familia yetu ya imani na familia yetu ya nyumbani. Anataka tuzitumikie *zote* mbili. Lakini pia hakuiti kutumika bila neema yake katika kila hatua.

Kutumika ni fursa nyingine kwa Roho Mtakatifu kukukuza– kukuumba upya– uwe zaidi kama Kristo, mtumishi-mwokozi. Kwa kutumika utagundua karama mpya ambazo Mungu amekupa, na utajifunza jinsi ya kumtegemea zaidi. Utaimarisha mahusiano yako na kuanza mahusiano mapya unapotafuta *kutumikia* wengine badala ya *kutumikiwa* na wengine. Zaidi ya yote, urafiki wako na Mungu hukua kadiri unavyotumika pamoja naye na kutekeleza sehemu yako katika Hadithi Yake.

Wacha Bibilia Inene:

1 Wakorintho 12–13 (Ya Hiari: Matendo 13–16)

Wacha Akili Yako Ifikirie:

1. Maswali haya kutoka kwenya somo la leo yanaweza kukusaidia kufichua karama na shauku ya kutumika:

2. Ni wakati gani umehisi furaha na mafanikio mengi zaidi katika kumtumikia Mungu?

3. Ni wakati gani umehisi Mungu akifanya kazi ndani yako na kupitia kwako zaidi?

4. Kulingana na majibu hayo, unawezaje kuleta matokeo makubwa zaidi katika ufalme wa Mungu?

Wacha Nafsi Yako Iombe:

Baba, ninakupa maisha yangu ili nifanye chochote unachotaka nifanye, niende popote unapotaka niende, na niseme chochote unachotaka niseme. Nisaidie kutumia karama za kiroho nilizopewa kwa ajili ya utukufu Wako. Nifanye niwe kama Yesu, mtumishi wa wote. Asante Bwana kwa kututumikia kwa kujitolea, kwa unyenyekevu, na kwa upendo ... Katika jina la Yesu, amina.

Wacha Moyo Wako Utii:

(Mungu anakuongoza kujua, kuthamini au kufanya nini?)

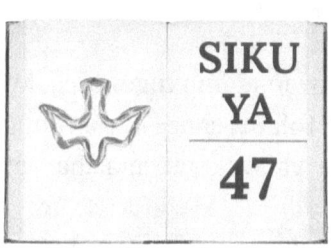

Kua katika Roho—Shiriki

"Nimepewa mamlaka yote mbinguni na duniani. Kwa sababu hii, enendeni mkawafanye mataifa yote kuwa wanafunzi, mkiwabatiza kwa Jina la Baba na la Mwana na la Roho Mtakatifu, nanyi wafundisheni kuyashika mambo yote niliyowaamuru ninyi. Hakika mimi niko pamoja nanyi siku zote, hadi mwisho wa nyakati."
Mathayo 28:18–20

Hebu fikiria ulimwengu ambapo Mungu ameamua kutotuhusisha katika kushiriki habari njema ya Yesu na wengine. Badala yake, awe anawaokoa watu bila kuhusisha waumini wowote. Ulimwengu huo ungekuwaje? Hebu tufikirie kwamba katika ulimwengu huu wa ajabu wewe ni mshirika wa kanisa ambapo kila mtu amekuwa mfuasi wa Yesu bila mwanadamu yeyote kuingilia kati. Unaketi kwenye kiti chako, na muziki unaanza. Lakini nyimbo ni tofauti kabisa katika ulimwengu huu wa ajabu. "Neema ya Ajabu" na nyimbo zingine zilizotungwa kutokana na mafundisho ya Agano Jipya hazipo kwa sababu Agano Jipya halikuandikwa.

Katika ulimwengu wetu, Agano Jipya liliandikwa na wafuasi walioagizwa waende wafanye wanafunzi zaidi. Lakini kama kusingekuwa na agizo la kufanya wengine kuwa wanafunzi. kusingekuwa na sababu ya kuandika kuhusu utume wa Mungu.

Katika ulimwengu kama huo, kusudi letu – maisha yetu yote – yangebadilika kwa njia mbaya. Furaha yetu katika kushiriki na wengine habari za Yesu na mafundisho yake ingetoweka. Tungekosa msisimko wa kuona mtu akitoka kwenye kifo cha kiroho na kuingia katika uzima wa kiroho. Fursa yetu ya kuwa chombo cha Mungu cha kubadilisha nafsi ya mwanadamu ingepotea. Mitazamo, matendo, na wito wetu vingekuwa tofauti sana. Ikiwa Mungu hangetualika kuwa sehemu ya kazi Yake ya wokovu, maisha yetu yangekosa furaha, tumaini, na kusudi.

Tumshukuru Mungu kwa sababu huo si ulimwengu wetu! **Kwa maana jinsi hii Mungu aliupenda ulimwengu hata akatupa huduma ya upatanisho** (2 Kor. 5:18-20). Zawadi hii isiyokadirika ni kwa faida yetu. Tunamkaribia Mungu kadiri *tunavyoofanya kazi pamoja Naye* ili kufanya wanafunzi. Ndio, Mungu anaweza na huwaokoa watu bila kuwahusisha wengine, lakini ni fursa nzuri kwamba Mungu amechagua kueneza habari njema *kupitia sisi* (2 Kor. 2:14). Tumepewa zawadi hii ya kushiriki habari za Yesu na wengine ili waweze kusamehewa, kufanywa wapya, na kupatanishwa na familia ya Mungu milele. Tunayo dawa ya kubadilisha hatima ya milele ya watu wanaokufa kiroho. Hatuwezi kujiwekea sisi peke yetu zawadi ya neema ya Mungu. Yesu tayari amefanya sehemu ngumu zaidi. Tunachohitaji kufanya ni kushiriki hadithi Yake. Na tunapofanya hivyo, *hakuna hisia nzuri zaidi* kuliko hisia tunayopata Mungu anapofanya kazi kupitia sisi kuwaokoa wale wanaoelekea kwenye njia mbaya. Wanapojitenga na dhambi zao na kusema ndio kwa Yesu, hatima yao ya milele hubadilika mbele ya macho yetu!

Cha kushangaza, baadhi ya makanisa na waumini huendesha shughuli zao kana kwamba wako katika ulimwengu wa ajabu tulioufikiria. Hawahusiki; kushiriki habari njema za Yesu na wengine (ambayo inaitwa uinjilisti) si kipaumbele kwao. Badala yake, wanaweka mbali Agizo Kuu la Yesu, wakilificha kana kwamba wanaficha pesa kwenye droo. Wanaweza kukosa furaha, ukuaji, tumaini, umoja, au kusudi. Wanaweza kushangaa kwa nini hawakui kibinafsi au katika ushirika. Hawajui kwamba hawafanyi kile ambacho Mungu alikusudia wafanye. Kwa sababu ukweli ni kwamba **kutoshiriki injili ni ukiukaji wa amri ya Mungu.**

Cha kupendeza, utume wa Yesu *daima* ni kutafuta na kuokoa waliopotea (Luka 19:10). Kupitia Roho Mtakatifu, makanisa hayo na waumini hao *wanaweza* kubadilika. Roho Mtakatifu anaweza kukuza familia za imani zilizostawi ambazo kupitia kwazo waumini wachanga katika imani wanafundishwa na waumini waliokomaa. Je, unahitaji mwanzo mpya? Mungu anaweza kukusaidia kurudi kwenye kusudi kuu la maisha yako:

Mpende Mungu,

Mpende Kila mtu, na

Ufanye wanafunzi!

Kufanya wanafunzi kunaanza na Yesu—habari yake njema na Agizo Lake Kuu. Yesu alipowakabidhi wanafunzi wake ujumbe Wake, Alitoa maagizo mahususi yanayopatikana katika Mathayo 28:18-20. Sasa ni zamu yetu. Mungu ametukabidhi injili, kwa hivyo hebu tuchunguze kifungu hiki na tuwe wafanya wanafunzi wa kizazi hiki.

1. Yesu "**alipewa mamlaka yote**"—Ili kufanya wanafunzi, tunahitaji kuwa wanafunzi. Awali katika Mathayo, Yesu alisema, "Mtu yeyote akitaka kunifuata, ni lazima ajikane mwenyewe, auchukue msalaba wake, anifuate" (Mt. 16:24) Je, tumejikana wenyewe ili kumfuata Yesu na kujisalimisha kwa mamlaka yake?

2. "**enendeni**"—Kwa kuzingatia mamlaka ya Yesu, je, tuko tayari kwenda na kushiriki habari zake?

3. "**mkafanye wanafunzi**"—Amri hii ina maana kuwa tufanye wafuasi watakaojifunza zaidi na zaidi kumhusu. Je, tutashiriki upendo wa Yesu, kuiga maisha ya Yesu, na kufundisha Neno la Yesu?

4. "**mataifa yote**"—Kila nafsi ni muhimu kwa Mungu. Je, tuko tayari kushiriki habari za Yesu na kila mtu?

5. "**mkiwabatiza**"—Ubatizo ni ishara ya nje ya mabadiliko ya ndani, na hatua ya kwanza ya utiifu wa waumini. Je, tumebatizwa? Je, tutawaongoza wengine kubatizwa?

6. **"wafundisheni wanafunzi hawa wapya kutii amri zote"**– Tumeagizwa kutii mafundisho ya Yesu, si kuyajua tu. Je, tutafundisha *na kutii* ujumbe wa Yesu?

7. **"niko pamoja nanyi siku zote"**–Je, tunaamini kwamba Yesu yuko pamoja nasi siku zote? Je, tutamtumainia?

> Mungu alikuchagua kuwa balozi wake.
> Yesu anaahidi kuwa pamoja nawe.
> Roho Mtakatifu anakutia nguvu ili utimize agizo
> hili (Matendo 1:8). Unaweza kulitimiza.

Yesu anasema, "Kama vile Baba alivyonituma mimi, mimi nami nawatuma ninyi" (Yohana 20:21). **Unapochukua hatua ya utiifu, Mungu hukupa kila kitu unachohitaji ili kufanya mapenzi Yake.** Unaposhiriki habari za Yesu, Roho Mtakatifu hukupa nguvu *na* maneno ya kusema.[1] Katika mchakato huo, Roho Mtakatifu hukuza imani yako–hukutakasa–kupitia hatua hiyo ya kufanya wanafunzi.

Tunawafanyaje wanafunzi? Wacha tuzingatie ombi la Yesu: "Mavuno ni mengi, lakini watendakazi ni wachache. Kwa hiyo mwombeni Bwana wa mavuno, ili apeleke watendakazi katika shamba lake la mavuno" (Luka 10:2). Yesu alitumia mfano wa mavuno ili kueleza jinsi watu wako tayari kukusanywa katika familia ya Mungu. Kama shamba lililo tayari kuvunwa, watu wameiva kwa ajili ya injili. Tunamwomba Mungu, Bwana wa mavuno (Mt. 9:38), atupe wavunaji na twende pamoja naye anapotutuma. Kufanya wanafunzi mara nyingi hufuata mchakato wa uvunaji wenye sehemu nne:[2]

1. **Panda** mbegu za injili kwa <u>maombi</u>. Kama vile Yesu alivyoagiza, anza kwa maombi. Tunapoomba, tunatupa mbegu za uzima

---

1 Mt. 10:19; Luka 12:12; Matendo 1:8; 2 Kor. 5:20.
2 Harakati za upandaji wa makanisa duniani kote hufuata mchakato ule ule unaoitwa Mafunzo ya Nyanja 4.

za injili. Tunaenda mashambani, mahali ambapo watu wako mbali na Mungu (mitaani au kote ulimwenguni).

2. **Nyunyizia maji** mbegu hizo kupitia Hadithi ya Mungu– <u>injili</u>. Tunaposhiriki Hadithi ya Mungu na hadithi yetu kama mashahidi Wake, mbegu za injili zinarutubika katika maisha ya watu.

3. **Kuza** mbegu hizo zilizochipuka kupitia nuru ya Neno la Mungu. Kadiri waumini wapya wanavyopjifunza kutoka kwako, wasaidie <u>kusali na kujifunza</u> Biblia ili wakue na wawe imara.

4. **Vuna** mashamba kwa kukusanya waumini ili kuunda kanisa. Kama waumini, tumeunganishwa pamoja kwa ajili ya kutiana moyo, kufunzwa uanafunzi na kuwa na ushirika. Tunawafunza <u>wafanyakazi wapya</u> watakaotumwa katika <u>mashamba mapya</u> ili kupanda na kunyunyizia maji mbegu za injili katika maisha ya wengine. Kutoa agizo huanzisha mchakato wa kufanya wanafunzi kwa mara nyingine tena.

Sasa, hebu tuchukue zana tulizojifunza katika safari hii ya imani na tuone jinsi zinavyofaa katika mchakato wa kufanya wanafunzi wenye sehemu nne:

1. **Panda** mbegu za injili kwa maombi.
   a. Tengeneza **ramani ya mahusiano** ya wale walio katika maisha yako na wako mbali na Mungu (Kiambatisho). Omba na ufanye mipango kwa ajili ya fursa za kushiriki upendo wa Yesu na wao.
   b. Waombee wengine, omba kwa mamlaka, omba na ufunge kwa ajili ya uamsho wa kiroho (Wiki ya 6).

2. **Nyunyizia maji** mbegu hizo kupitia Hadithi ya Mungu–injili.
   a. Shiriki Hadithi ya Mungu ukijumuisha viungo vya **Mkate wa Injili** (Siku ya 18).

    b. Anza mazungumzo ya kiroho kwa kutumia mpangilio wa **Sikiliza**, **Jifunze**, **Penda**, **Bwana** (Siku ya 18).

    c. Shiriki hadithi yako kwa kutumia **"Kushiriki Hadithi Yako"** kama mwongozo (Siku ya 18).

3. **Kuza** mbegu hizo zilizochipuka katika mkutano mdogo wa kila wiki kwa ajili ya mafunzo na usaidizi.

    a. Kusanya waumini wapya watatu hadi watano pamoja kwa kutumia muundo wa **"Mikutano ya Kila Wiki"** (Siku ya 17).

    b. Wafunze waumini kutii mafundisho ya Yesu (Wiki ya 3–7).

    c. Tumieni ratiba ya kusoma Biblia ili **mjifunze Biblia pamoja** (Siku ya 33).

4. **Vuna** mashamba kwa kukusanya waumini ili kuunda kanisa na kuwatuma ili wawe wafanya wanafunzi.

    a. Kusanyikeni pamoja kama familia ya imani kwa ajili ya ibada, Meza ya Bwana, kutumika, na mafunzo (Siku ya 12 na 43).

    b. Wafundishe waumini jinsi ya kutumia karama zao za kiroho kumtumikia Yesu na wengine (Siku ya 46).

    c. Wahimize waumini kwenda pamoja kwenye nyanja mpya kwa kutumia zana ya **Sikiliza**, **Jifunze**, **Penda**, **Bwana** (Kiambatisho). Fanya tathmini kila wiki kwa ajili ya maombi na uwajibikaji (tazama Luka 10:1–11).

Unajuaje kama mbinu yako ya kufanya wanafunzi ni yenye ufanisi? Ushahidi uko katika maisha yaliyobadilishwa. Unaweza kuboresha mchakato au zana zilizoorodheshwa hapo juu, lakini jua kwamba Mungu pekee ndiye anayeongeza mavuno Yake ya watu (1 Kor. 3:6–7). Huenda tusiweze kumfanya kila mtu kuwa mwanafunzi, lakini tunaweza kumfundisha mtu mmoja kuwa mwanafunzi. Kisha, tumhimize mtu huyo amfunze mwingine kuwa mwanafunzi na kumwajibikia mwanafunzi mpya. Hata kama wewe ni muumini mpya, bado unaweza kufanya wanafunzi.

Fikiria kile ambacho kingetokea ikiwa ungemfanya mtu mmoja kuwa mwanafunzi kila mwaka. Kisha, mwaka unaofuata mtu huyo amfanye mtu mwingine kuwa mwanafunzi. Kisha kila mtu aliyefanywa kuwa mwanafunzi aendelee kumfanya mtu mwingine mmoja kuwa mwanafunzi kila mwaka. Ndani ya miaka thelathini, kama mzunguko huo wa kufanya wanafunzi ungeendelea, zaidi ya watu bilioni moja wangemwamini Kristo! Tafakari hilo. Mungu anaweza kubadilisha familia yako, mji wako, na taifa lako kupitia wewe!

Wacha Bibilia Inene:
Luka 10:1–11; Warumi 10:9–17 (Kwa Hiari: Matendo 17–20)

Wacha Akili Yako Ifikirie:
1. Je, unamjua mtu yeyote anayehitaji au anayetaka kufanywa mwanafunzi? Mwambie Roho Mtakatifu akuongoze kwa waumini wapya wawili au watatu ili kuunda Mkutano wa Kila Wiki wa kufanya wanafunzi.

2. Chunguza Luka 10:1–11 na utafute mambo yote ya kufanya na kutofanya ambayo Yesu aliwaambia wanafunzi wake kabla ya kuwatuma kufanya kazi ya mavuno. Ni mambo yapi yanakuvutia?

3. Kamilisha au pitia zana ya **Sikiliza, Jifunze, Penda, Bwana** katika kiambatisho na ukihakiki mara kwa mara pamoja na kikundi chako (1 Pet. 3:15).

Wacha Nafsi Yako Iombe:
Baba, asante kwa kunikabidhi huduma yako ya upatanisho. Niandalie fursa za kuwatambulisha watu kwa Kristo. Nisaidie kushiriki upendo wa Yesu, kuwa kielelezo cha maisha ya Yesu, na kufundisha Neno la Yesu kwa wale wote unaowaweka katika maisha yangu. Ninataka kuwa mwanafunzi ambaye anafanya wanafunzi kwa uwezo wako kwa ajili ya utukufu wako pekee ... Katika jina la Yesu, amina.

Wacha Moyo Wako Utii:
(Mungu anakuongoza kujua, kuthamini au kufanya nini?)

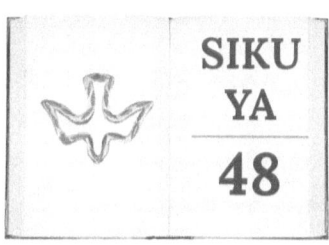

Kua Katika Roho–Teseka

Ndugu zangu, hesabuni kuwa ni furaha tupu mnapopatwa
na majaribu mbalimbali, kwa sababu mnajua ya kuwa
kujaribiwa kwa imani yenu huleta saburi. Saburi
na iwe na kazi timilifu, ili mpate kuwa wakamilifu,
mmekamilishwa, bila kupungukiwa na kitu chochote.
Yakobo 1:2–4

Mimi na wewe huenda tukafikiria kwamba ikiwa tutaishi maisha
mazuri, tutapokea baraka za kimwili na ulimwengu utavutwa
kwa Yesu. Inawezekana ulimwengu wote kumfuata Yesu ikiwa
angeondoa shida zetu zote na utajiri wetu uongezeke, lakini hilo
lingetokea huenda tusiwe na Ukristo tena. Badala yake, yamkini
tungekuwa na ibada mbaya sana ya sanamu–watu wangekuja kwa
Kristo kwa sababu ya kile *Anachotoa*, si kwa ajili ya Yeye *ni* nani.
Ushuhuda wetu mara nyingi huwa na nguvu zaidi inapoonekana
kwamba yote tuliyo nayo ni mateso lakini bado tunaweza kusema,
"Yesu anatosha."

Kukubali ukweli huo kikamilifu kunahitaji imani na, wakati
mwingine, hisia ya kwamba Mungu ametushikilia, akitusaidia, na
kutubadilisha kupitia majaribu. Jinsi *tunavyoitikia* majaribu hayo ndio
inaonyesha tabia yetu na kuamua kama tutakua au tutasambaratika.
Tunaweza kuchagua hasira au furaha, ngumi au kujisalimisha kwa
mikono wazi. **Mwitikio wetu kwa majaribu hudhihirisha aina ya
uhusiano tulionao na Yesu.** Roho Mtakatifu anapotukomaza kupitia
kutumika na kushiriki injili, pia anatukomaza kupitia mateso.

Mateso huleta saburi, nayo saburi huleta uthabiti wa moyo, na uthabiti wa moyo huleta tumaini, wala tumaini halitukatishi tamaa, kwa sababu Mungu amekwisha kumimina pendo lake mioyoni mwetu kwa njia ya Roho Mtakatifu ambaye ametupatia. (Rum. 5:3–5)

Je, umeona kwamba Mungu humimina upendo ndani ya mioyo yetu kupitia Roho Mtakatifu? Upendo huu hutubeba wakati wa mateso. Pia ni upendo unaotiririka kutoka kwetu hadi kwa wengine. Mateso hayatukuzi tu katika tabia kama ya Kristo bali pia huwavuta wengine Kwake. Hakuna kitu chenye nguvu zaidi kuliko kuona mtu akiteseka kwa heshima na furaha wakati ana tumaini la Kristo.

Tukubali kwamba mateso mengine ni adhabu ya dhambi; Maamuzi yetu mabaya yana adhabu. Lakini kwa leo, tuzingatie mateso ambayo ni kazi ya adui. Yesu alisema, "Mwizi huja ili aibe, kuua na kuangamiza. Mimi nimekuja ili wapate uzima kisha wawe nao." (Yohana 10:10). Mateso kivyake *ni* uovu na hutumiwa na Shetani kuiba, kuua na kuharibu, lakini **Yesu anapigana vita dhidi vya mateso. Anafanya kazi kuyakomesha au kuyapunguza, na kwa vyovyote vile, siku zote Yeye huyatumia kwa wema.**

Unamkumbuka Yusufu (Siku ya 15)? Aliuzwa utumwani na kufungwa kimakosa. Lakini aliwaambia ndugu zake, "Mlikusudia kunidhuru, lakini Mungu alikusudia mema, ili litimie hili linalofanyika sasa, *kuokoa maisha ya watu wengi*" (Mwa. 50:20, ninaitilia mkazo). Wokovu ulikuja kwa wengi kama matokeo ya mateso makali ambayo Yusufu alipitia. Haijalishi mateso yako ni ya chungu kiasi gani, fahamu kwamba "*katika mambo yote* Mungu *hutenda kazi pamoja na wote wampendao, katika kuwapatia mema*, yaani, wale walioitwa kwa kusudi lake" (Rum. 8:28, msisitizo umeongezwa). *Mambo yote*—mazuri, mabaya, na yote yaliyo katikati—yanatumiwa na Mungu kwa manufaa ya wale wanaompenda. Hiyo inamaanisha kwamba **wakati mwingine jambo jema zaidi kwetu si kupata faraja ya haraka.** Mstari wa 29 unaeleza: "Maana wale Mungu aliowajua tangu mwanzo, pia aliwachagua tangu mwanzo, *wapate kufanana na mfano wa Mwanawe*" (msisitizo umeongezwa). Tunaposoma mistari hiyo miwili pamoja, tunaweza kukata kauli kwa uhakika kwamba jambo jema zaidi kwetu ni kuwa kama Kristo. Yesu anatuonya:

"Kama ulimwengu ukiwachukia ninyi, kumbukeni kwamba ulinichukia mimi kabla yenu. Kama mngekuwa wa ulimwengu, ulimwengu ungeliwapenda kama vile unavyowapenda walio wake. Kwa sababu ninyi si wa ulimwengu, lakini mimi nimewachagua kutoka ulimwengu, hii ndiyo sababu ulimwengu unawachukia. Kumbukeni lile neno nililowaambia, 'Hakuna mtumishi aliye mkuu kuliko bwana wake.' Kama wamenitesa mimi, nanyi pia watawatesa". (Yohana 15:18–20)

Tunapaswa kutarajia uhasam na ubaguzi dhidi ya waumini kwa sababu ya imani yao katika Kristo.[1] Nchi zilizo na serikali zinazomwona Yesu kama tishio kwa mamlaka yao, au mahali ambapo dini inafungamana na utambulisho wa kitamaduni, huwatesa Wakristo vibaya sana. Serikali hizi mara nyingi huwanyima waumini uhuru wa kimsingi wa kibinadamu. Hatupaswi kushangaa wakati tunapoteswa au tunapohamasishwa kuliombea kanisa linaloteswa. "Naam, yeyote anayetaka kuishi maisha ya utauwa ndani ya Kristo Yesu atateswa" (2 Tim. 3:12).

Kwa hivyo sasa kwa kuwa tunajua kwamba tunapaswa kutarajia mateso, tunaishije kwa ushindi huku tukiteswa? Tunavumilia mateso kwa kukaa ndani ya Kristo, Mwokozi wetu mwenye huruma ambaye aliteswa *kwa ajili* yetu na bado anateseka *pamoja* nasi. Yesu alipomshutumu Sauli (aliyejulikana baadaye kama mtume Paulo) kwa ajili ya kuwatesa waumini, aliumuuliza, "Sauli, Sauli, kwa nini unanitesa?" (Matendo 9:4). Yesu hakujitambulisha kama "Yesu, Bwana wa hao unaowatesa." Hapana, Alisema, "Mimi ni Yesu, *ambaye unamtesa*" (Matendo 9:5, msisitizo umeongezwa). Yesu huathiriwa kibinafsi na mateso ya waumini. Tunapokaa ndani yake na Yeye ndani yetu, Yeye hatuangalii tu tukivumilia mateso; Anayavumilia pamoja nasi. **Kuwa karibu na Kristo ni mojawapo ya baraka kuu zaidi za mateso.** Tunapopitia mateso, tunaweza kumkumbatia Yesu na kujua kwamba tumebarikiwa.[2]

Mpaka siku tutakapokuwa katika uwepo wake, na machozi yote yafutwe (Ufu. 21:4), tunahitaji mpango wa kuitikia mateso. Tuangalie Neno la Mungu:

---

1 Matendo 14:22; 1 Pet. 4:12.
2 Mt. 5:11–12; 2 Kor. 4:15–18; 1 Pet. 4:14, 16.

1. **Mlilie Mungu.** Daudi alitangaza, "Katika shida yangu nalimwita Bwana, nilimlilia Mungu wangu anisaidie. Kutoka hekaluni mwake alisikia sauti yangu, kilio changu kikafika mbele zake, masikioni mwake" (Zab. 18:6). Daudi pia alisema, "Ee Bwana, ninakuita wewe, uje kwangu hima. Sikia sauti yangu ninapokuita" (Zab. 141:1). Hata Yesu alimlilia Mungu kutoka Gethsemane. Mungu anaweza kushughulikia hasira yako na machozi yako. Mtegemee ili akusaidie. Paulo aliandika kwamba aliteseka sana, hadi karibu afe. Pia aliandika kwamba katika nyakati hizo, alimlilia Mungu, ambaye alimwokoa (2 Kor. 1:8–9). Mtegemee Mungu. Atakutunza. Atakupa kile unachohitaji na kukuonyesha njia ya kufuata (Mt. 10:16–23).

2. **Ishi maisha siku moja baada ya nyingine.** Yesu anaonya dhidi ya kuwa na wasiwasi kuhusu siku zijazo wakati kila siku ina shida zake za kutosha (Mt. 6:34). Kabla tu ya kusema hivyo, pia anatoa ufunguo wa kuishi bila wasiwasi: "Bali utafuteni kwanza ufalme wake, na haki yake; na hayo yote mtazidishiwa" (Mt. 6:33). Kwa kuutafuta ufalme wa Mungu *kwanza*, tunaweza kuyaona maisha kwa mtazamo wa kifalme na kuweka vipaumbele vyetu hapo badala ya kuviweka katika ulimwengu huu changamano. Tunapokuza mtazamo wa kifalme, hatuzingatii sana kile tunachokosa. Tunazingatia zaidi kile ambacho Mungu *anafanya* na jinsi *anavyokidhi* mahitaji yetu. Kadiri mtazamo wetu unavyopobadilika, tunaweza kuona kusudi kuu zaidi katika majaribu: yanaweza kuzalisha uvumilivu tunaohitaji wakati mambo yanakuwa magumu, na Mungu anaweza kupata utukufu kwa sababu nguvu zake hufanya kazi vizuri zaidi katika udhaifu wetu. (2 Cor. 12:9).

3. **Simama imara.** Rafiki Biblia inasema, "Kesheni, simameni imara katika imani, fanyeni kiume, kuweni mashujaa kuweni hodari" (1 Kor. 16:13). Njia pekee ya kuweza kusimama imara katika imani ni kwa kuchagua kukaa ndani ya Yesu na kupokea nguvu zake (Yohana 15). Tunaweza kuomba ili Mungu azibadilishe hali zetu, atupe hekima, na kuwa kila kitu tunachohitaji katika hali zetu ngumu. Tunaweza kuomba kwa kusema, "Bwana, Wewe ndiye nguvu yangu. Wewe ndiye kimbilio langu. Wewe ndiye mwokozi wangu nitakayemtumainia" (Tazama Zab. 18:2). Kumtumainia Mungu na kumwachia mambo yote

yanayokutatiza hutusaidia kusimama imara. Tunaweza kujikumbusha mifano mingi ya uaminifu wa Mungu, iliyofunuliwa katika Neno Lake na katika maisha yetu wenyewe (mawe ya ukumbusho). "Kwa hiyo, ndugu zangu wapenzi, simameni imara, msitikisike, mzidi sana katika kuitenda kazi ya Bwana, kwa maana mnajua ya kuwa, kazi yenu katika Bwana si bure." (1 Kor. 15:58).

4. **Pokea na ushiriki faraja ya Mungu.** Mungu hutumia Neno lake kuhudumia sehemu za ndani kabisa za nafsi zetu. Kitabu cha Zaburi kimejaa mifano mizuri ya jinsi Mungu anavyokaribia wale wanaoumia na waliovunjika mioyo (Zab. 34:18). Yeye *hututumia* pia ili tukaribiane ili tusaidiane sisi kwa sisi kwa njia halisi na za kiutendaji–kutembeleana kwa wakati mwafaka, kushiriki chakula pamoja, kukumbatiana kwa huruma ili kutiana moyo. Kadiri tunavyopokea faraja kutoka Kwake na waumini wengine, tunaimarishwa na kutiwa nguvu kuwa baraka kwa wengine.

> Yeye hutufariji katika taabu zetu, ili tuweze kuwafariji walio katika taabu yoyote kwa faraja ambayo sisi wenyewe tumepokea kutoka kwa Mungu. Kama vile mateso ya Kristo yanavyozidi ndani ya maisha yetu, hivyo ndivyo faraja yetu inavyofurika kwa njia ya Kristo. (2 Kor. 1:4-5)

Mateso tuliyopitia hutusaidia kuwahurumia wengine wanaoteseka. Tunapohitaji usaidizi, tusiogope kuonyesha kwamba tunauhitaji na *tuupokee*. Kama vile tumekuwa tukijifunza katika safari hii yote, Yesu alituumba tuwe mwili mmoja, tukifanya kazi pamoja na kusaidiana sisi kwa sisi (1 Kor. 12:12-27). Tunapowafariji wengine kwa faraja ambayo tumepokea, faraja yetu huongezeka, na utukufu unamwendea Mungu.

5. **Wapende maadui wako.** Tunasamehe kama tulivyosamehewa. Yesu aliwasamehe wale waliomuua hata alipokuwa akining›inia msalabani akivuja damu. Alifundisha, "Mmesikia kwamba ilinenwa, 'Mpende jirani yako na umchukie adui yako.' Lakini ninawaambia: Wapendeni adui zenu na waombeeni wanaowatesa ninyi" (Mt. 5:43-44). Kumbuka kwamba hapo awali tulikuwa maadui

wa Mungu, na bado Alitupenda (Rum. 5:8). Anataka kuwaokoa watesi wetu kadiri anavyotaka kutuokoa. Sisi sote tumeumbwa kwa mfano wake. **Je, utakuwa chombo cha upendo wa Mungu kwao?**

Muda mfupi kabla ya kifo chake, Stefano alimwomba Mungu awasamehe watesi wake, akiwemo Sauli, ambaye aliwatesa waumini na alikubali kuuawa kwa Stefano (Matendo 7–8). Baada ya muda mfupi, Mungu alijibu ombi la Stefano kwa kumwokoa Sauli, anayejulikana pia kama Paulo. Mtu ambaye alikuwa ametenda maovu mengi kwa waumini alibadilishwa na upendo wa Kristo na kufanywa mtume (Matendo 8–9; 13). Paulo alipata mateso mengi kwa ajili ya imani yake na hatimaye alimwongoza mmoja wa watesi *wake*–mlinzi wa gereza–kwa Kristo (Matendo 16). Rafiki, achilia uchungu na mawazo yoyote ya kulipiza kisasi na uwaombee wale wanaokutesa. Mungu ana mpango kwa ajili yao na anataka kuwaokoa kwa mkono ule ule mrefu wa upendo aliotumia kukuokoa (Isa. 59:1).

Tunapongojea makao yetu ya mbinguni, kumbuka kwamba majaribu yote ambayo huenda tunayavumilia duniani kwa sababu ya kumfuata Yesu yana faida. Tunaweza kumtumainia anaposema: "Ulimwenguni mtapata dhiki. Lakini jipeni moyo, kwa maana mimi nimeushinda ulimwengu." (Yohana 16:33).

Maisha ni mafupi, na mateso ni ya muda, lakini Yesu yu pamoja nawe *siku zote* (Mt. 28:20). Endelea kukimbia mbio zako–*vumilia*–kwa ajili ya utukufu wa Mungu (Ebr. 12:1–3). "Nanyi mkiisha kuteswa kwa kitambo kidogo, Mungu wa neema yote, aliyewaita kuingia katika utukufu wake wa milele ndani ya Kristo, yeye mwenyewe atawarejesha na kuwatia nguvu, akiwaimarisha na kuwathibitisha" (1Pet. 5:10). Roho Mtakatifu atakutia nguvu kustahimili mateso hapa duniani hadi upate thawabu yako mbinguni. Kwa wakati huu, Roho anakukuza ili ufanane na Kristo, akikuumba upya, na kukurejesha kuwa mtu anayebeba mfano wa Mungu. Hicho ni kitu kizuri *daima*.

Wacha Bibilia Inene:
Waebrania 11:1–12:3 (Kwa Hiari: Acts 21–24)

Wacha Akili Yako Ifikirie:
1. Soma Waebrania 11:32–40. Ni nini kiliwasaidia watu hawo waaminifu kuvumilia licha ya hali hizo? Unafikiri walitiwaje nguvu?

2. Mateso huchukua namna nyingi. Inaweza kuwa kupoteza kazi. Inaweza kuwa majirani wanaojitenga nawe kwa sababu ya imani yako. Au, kama tulivyoona katika Biblia na matukio ya sasa, inaweza kuwa kudhulumiwa au hata kuuawa. Eleza wakati ambapo uliteswa kwa sababu ya kumfuata Yesu. Uliitikiaje? Ni nini kilikufanya umzingatie Yesu badala ya hali zako ?

3. Ni wakati gani umeona Mungu akitumia uovu kuleta wema katika maisha yako?

Wacha Nafsi Yako Iombe:
Baba, nakushukuru kwamba Kristo amebeba mizigo yangu na ananihurumia katika mateso yangu. Nitie nguvu ili nivumilie mateso kwa ajili ya utukufu Wako. Nisaidie nikutegemee, nipokee na kushiriki faraja Yako, niwapenda maadui wangu, na kusimama imara. Unastahili ... Katika jina la Yesu, amina.

Wacha Moyo Wako Utii:
(Mungu anakuongoza kujua, kuthamini au kufanya nini?)

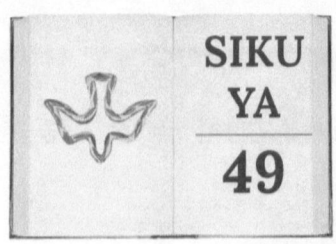

Amka, Kaa Macho, Fanya Kazi–Yesu Kristo Anakuja

Jihadharini! Kesheni! Kwa maana hamjui wakati ule utakapowadia.
Marko 13:33

Hebu leo tuanze na habari njema zaidi: **Yesu anarudi kwa ajili yetu**. Mojawapo ya ahadi kuu zaidi tunazotazamia kama waumini ni kurudi Kwake. Mateso na shida tunazopata sasa si za milele. Hadithi ya Mungu, ikijumuisha hadithi yako ya kweli, ina mwisho mzuri. Yesu aliwaambia wanafunzi wake usiku kabla ya kusulubiwa kwake, "Nami nikienda na kuwaandalia makao, nitarudi tena na kuwachukua mkae pamoja nami, ili mahali nilipo, nanyi mpate kuwepo" (Yohana 14:3). Ahadi hii inatupa tumaini na inatutia moyo kuishi kwa namna ambayo tutakuwa tayari kukutana Naye.

Kulingana na Neno la Mungu, tunaishi katika siku za mwisho. Mtume Paulo aliandika, "Saa ya kuamka kutoka usingizini imewadia, kwa maana sasa wokovu wetu umekaribia zaidi kuliko hapo kwanza tulipoamini" (Warumi 13:11). Hakuna ajuaye siku kamili ambayo Kristo atarudi (Marko 13:32), lakini *tunajua* kwamba wakati wetu hapa ni mchache. Hata ukiishi miaka mia moja, hiyo ni pumzi fupi tu ikilinganisha na maisha ya milele. Je, tunapaswa kufanya nini na wakati tuliobakia nao? "Mwisho wa mambo yote umekaribia. Kwa hiyo kuweni na akili tulivu na kiasi, mkikesha katika kuomba" (1 Pet. 4:7). Kaa macho kwa kutafakari Neno la Mungu na kuomba.

Tukikaa macho kiroho, tutatambua mafundisho ya uongo kumhusu Yesu. Yesu anaonya kwamba katika siku za mwisho, tutaona ongezeko la walimu wa uongo; watadai kusema kwa niaba ya Kristo ingawa wao ni maadui wake. Watapotosha Neno la Mungu na kudanganya wengi:

- "Maana wakati utakuja watu watakapokataa kuyakubali mafundisho yenye uzima. Badala yake, ili kutimiza tamaa zao wenyewe, watajikusanyia idadi kubwa ya walimu wapate kuwaambia yale ambayo masikio yao yanayowasha yanatamani kuyasikia. Watakataa kusikiliza kweli na kuzigeukia hadithi za uongo." (2 Tim. 4:3–4).

- "Jihadharini na manabii wa uongo, wanaowajia wakiwa wamevaa mavazi ya kondoo, lakini ndani ni mbwa mwitu wakali." (Mat. 7:15)

> **Je, dini zote zinatuelekeza kwa Mungu?**
> Hapana. Ni kweli kwamba watu wote watakutana na Mungu mmoja wa kweli watakapokufa—iwe walimwabudu au walimkataa. (Tazama Siku ya 6.) Lakini si wote watakwenda mbinguni kuishi na Mungu katika uhusiano kamili wenye upendo. Tutakaposimama mbele za Mungu, wale tu waliosamehewa dhambi, wakasimama imara katika imani, na kuvikwa haki ya Yesu Kristo ndio watakaoingia mbinguni. Wale wanaotegemea haki kwa msingi wa matendo yao na dini zao hawataingia mbinguni.

- "Watu kama hao ni mitume wa uongo, ni wafanyakazi wadanganyifu, wanaojigeuza waonekane kama mitume wa Kristo. Hii si ajabu, kwa kuwa hata Shetani mwenyewe hujigeuza aonekane kama malaika wa nuru. Kwa hiyo basi si ajabu, kama watumishi wa Shetani nao hujigeuza ili waonekane kama watumishi wa haki. Mwisho wao utakuwa sawa na matendo yao yanavyostahili." (2 Kor. 11:13-15)

Njia pekee ya kutambua na kukataa mafundisho ya uongo ni kwa kuyalinganisha na yale yaliyo ya kweli. **Tunaweza kujilinda na mafundisho ya uongo kwa kujifunza Neno la Mungu.** Tunaweza kuwa kama Waberoya, ambao walichunguza maneno yote ya Paulo kupitia Maandiko ili kuthibitisha ukweli wao (Matendo 17:11). Biblia inaweka wazi ishara nyingi za udanganyifu ambazo tutaona katika siku za mwisho. Inatuambia kwa umahususi kile tunachopaswa kukataa:

1. **Kataa mafundisho yoyote yanayomshusha Yesu na msalaba Wake.** "Lakini kila roho ambayo haimkubali Yesu haitoki kwa Mungu. Hii ndiyo roho ya mpinga Kristo, ambayo mmesikia kwamba inakuja na sasa tayari iko ulimwenguni" (1 Yohana 4:3). Neno *mpinga Kristo* linamaanisha "kinyume na Kristo." Mafundisho yanayoongozwa na roho ya Mpinga Kristo yanapotosha ukweli kuhusu Kristo na Kazi Yake. **Yesu Kristo ni Mungu na chanzo pekee cha wokovu.** "Wala hakuna wokovu katika mwingine awaye yote, kwa maana hakuna jina jingine chini ya mbingu walilopewa wanadamu litupasalo sisi kuokolewa kwalo" (Matendo 4:12). **Kumbuka, kama kungekuwa na njia nyingine ya kuokolewa, basi Yesu *hangelazimika* kufa msalabani.** Watu wengine hufundisha kwa uwongo kwamba ni lazima tuongeze matendo yetu kwenye kazi ya Yesu msalabani ili kuokolewa. Hebu tukumbuke maneno ya mwisho ya Yesu aliyonena akiwa msalabani: "*Imekwisha*," ikimaanisha kwamba dhambi yetu, deni letu, limelipwa kikamilifu (Yohana 19:30. inasisitizwa). Tunamtii Mungu kutokana na upendo mwingi tuliyonao Kwake, si ili tustahili kupata wokovu. Mafundisho yoyote *yanayokana* kuwa Yesu ni Mungu, Yesu ndiye njia pekee, au kazi ya Yesu msalabani haitoshi ni ya uongo. Yesu pekee ndiye mkuu:

> Yeye ni mfano wa Mungu asiyeonekana ... vitu vyote viliumbwa na yeye na kwa ajili yake. Yeye alikuwepo kabla ya vitu vyote, na katika yeye vitu vyote vinashikamana pamoja. Yeye ndiye kichwa cha mwili, yaani kanisa, naye ndiye mwanzo na mzaliwa wa kwanza kutoka kwa wafu, ili yeye awe mkuu katika vitu vyote. (Kol. 1:15–18)

2. **Kataa mafundisho yoyote yanayowatukuza wanadamu au viongozi wanadamu.** Yesu alieleza kwa kina ishara za nyakati za mwisho (Mt. 24). Alionya kwamba walimu wa uongo watajitukuza

na kufanya maajabu ili kuwadanganya watu (Mt. 24:24). Sisi *sote* tumezaliwa wenye dhambi (Zaburi 51:5), tunamtegemea Mungu kikamilifu (Yohana 15:5; Matendo 17:25). Jihadhari na mafundisho yoyote ambayo yanawageuza viongozi wanadamu, hata wale wanaomcha Mungu, kuwa kama wakombozi wengine. Paulo aliwasahihisha waumini waliojaribiwa kwa njia hii:

> Ninyi bado ni watu wa mwilini.... Kwa maana mmoja anaposema, "Mimi ni wa Paulo," na mwingine, "Mimi ni wa Apolo," je, ninyi si wanadamu wa kawaida? Kwani, Apolo ni nani? Naye Paulo ni nani? Ni watumishi tu ambao kupitia wao mliamini, kama vile Bwana alivyompa kila mtu huduma yake. Mimi nilipanda mbegu, Apolo akatia maji, lakini Mungu ndiye aliikuza. Hivyo mwenye kupanda na mwenye kutia maji si kitu, bali Mungu peke yake ambaye huifanya ikue. (1 Kor. 3:3-7)

Hatupaswi kuepuka kuwatukuza viongozi tu bali pia kukimbia kutoka kwa viongozi wanaojitukuza. Ikiwa hawaongozi kama watumishi, kielelezo ambacho Yesu alionyesha kila mtu, basi hawaongozi kwa njia inayompendeza Mungu. Na Mungu atawashusha (Mt. 23:12).

3. **Kataa mafundisho yoyote yanayoahidi faraja, utajiri, na afya ya kidunia.** Kuna mafundisho ya uongo ambayo yanawaongoza waumini *kumtumia* Mungu badala ya *kumtumainia* Mungu. Mara nyingi mafundisho hayo husema kwamba kupitia kutamka maneno chanya au michango ya kifedha, waumini wanaweza kupata baraka nyingi za kifedha na ustawi kamili wa kimwili sasa hapa duniani sasa. Mafundisho haya ya uongo yanazingatia baraka badala ya Mtoaji baraka, hapa duniani sasa badala ya umilele. Mafundisho haya yanaleta mkanganyiko mkubwa.

Je, Mungu anataka kukuponya? Ndio, na yeye hukuponya kiroho na pia kimwili. "Naye atafuta kila chozi katika macho yao, wala mauti haitakuwapo tena, wala maombolezo, wala kilio, wala maumivu" (Ufu. 21:4). Tunaweza kumwomba uponyaji wa kimwili na kuamini kwamba atatuponya. Lakini tunahitaji kutumainia *wakati Wake mwafaka*, iwe uponyaji utafanyika katika maisha haya ya sasa au katika umilele. Yesu asiporudi, sisi sote tulio hai leo tutakufa kwa sababu za kimwili. Lakini, hatimaye, tutaponywa mbinguni.

Je, Mungu anataka kukidhi mahitaji yako? Ndio, Biblia inatoa mifano mingi ya jinsi Mungu anavyokidhi mahitaji yetu. Kama baba yeyote mwema, Mungu anataka tumwombe ili akidhi mahitaji yetu. "Utupe riziki yetu ya kila siku" (Mt. 6:11). Mungu anajua ni nini kilicho bora kwetu, lakini tunahitaji kutumainia *wakati Wake mwafaka* na njia zake ili kukidhi mahitaji yetu. Kumbuka Zaburi 23 (Siku ya 22), "Bwana ndiye mchungaji wangu, sitapungukiwa na kitu" (mstari wa 1).

Wakati maombi ya uponyaji au mahitaji yanaonekana kutojibiwa, walimu wa uongo mara nyingi hudai kuwa tatizo ni muumini kukosa imani au muumini kukosa kutoa fedha. Wanakosa kumzingatia Yesu na mafundisho yake kama mfano wetu na mwelekeo wetu. Yesu alisema tujiwekee hazina ya *mbinguni* na alionya dhidi ya kuzingatia anasa za kidunia.[1] Ikiwa tunaponywa, na mahitaji yetu yanakidhiwa, tunamtukuza Mungu! Ikiwa sivyo, tunaamini kwamba Mungu anafanya kazi kwa manufaa yetu (Siku ya 48). Endelea kuomba na kukaa ndani ya Yesu.

4. **Kataa mafundisho yoyote yanayodai utiifu kwa sheria kali zisizopatikana katika Neno la Mungu.** Waumini wengine huhitaji kuzingatia desturi zisizo za kibiblia ili kuthibitisha kuwa wameokoka. Mara nyingi wanaamini kwamba desturi za kanisa ni sawa na au ni kuu zaidi kuliko mamlaka ya Biblia. Kama tulivyojifunza katika Siku ya 31, Biblia pekee ndio Neno la Mungu lililovuviwa (2 Tim. 3:16). Yesu aliwakemea watu kwa kuongeza sheria zao wenyewe kwenye amri za Mungu (Mt. 23:4; Mk. 7:1–23). Paulo alionya dhidi ya kuzingatia matendo ya nje badala ya mabadiliko ya ndani ya moyo:

Kwa kuwa mlikufa pamoja na Kristo, mkayaacha yale mafundisho ya msingi ya ulimwengu huu … kwa nini bado mnaishi kama ninyi ni wa ulimwengu? Kwa nini mnajitia chini ya amri: "Msishike! Msionje! Msiguse!"? Haya yote mwisho wake ni kuharibika yanapotumiwa,

---

1 Mat. 6:19–24; Lk 12:33–34; 18:24; 1 Tim. 6:9; 1 Yoh 2:15–17.

kwa sababu msingi wake ni katika maagizo na mafundisho ya wanadamu. Kwa kweli amri kama hizo huonekana kama zina hekima, katika namna za ibada walizojitungia wenyewe, na unyenyekevu wa uongo na kuutawala mwili kwa ukali, lakini hayafai kitu katika kuzuia tamaa za mwili. (Kol. 2:20–23)

Kufuata sheria za ziada hakutufanyi kuwa watakatifu zaidi; bali kumfuata Yesu. "Kristo alitupa uhuru, akataka tubaki huru. Hivyo simameni imara wala msikubali tena kulemewa na kongwa la utumwa" (Gal. 5:1). Hakuna tena utumwa wa kfuata sheria unaowaletea watu heshima wala si Mungu. Sasa sisi ni "watumwa wa Kristo, tukifanya mapenzi ya Mungu kwa moyo" (Efe. 6:6).

5. **Kataa mafundisho yolote yanayohalalisha dhambi.** Mafundisho yoyote yanayoruhusu dhambi ya kimakusudi inayoendelea, hudhihaki dhabihu ya Yesu kwa ajili ya dhambi. Walimu wa uongo kama hao "hunena maneno makuu mno ya kiburi cha bure, na kwa kuvutia tamaa mbaya za asili ya mwili, huwashawishi watu.... Huwaahidi uhuru hao waliowanasa, wakati wao wenyewe ni watumwa wa ufisadi: kwa maana 'mtu ni mtumwa wa kitu chochote kinachomtawala'" (2 Pet. 2:18–19). Yesu hakutuweka huru kutokana na dhambi ili tuweze kuendelea kutenda dhambi. "Tuseme nini basi? Je, tuendelee kutenda dhambi ili neema ipate kuongezeka? La hasha! Sisi tulioifia dhambi, tutawezaje kuendelea kuishi tena katika dhambi?" (Rum. 6:1–2). Wokovu si tukio la mara moja tu, linalotuokoa kutokana na jehanamu, bali ni mabadiliko yanayoendelea katika maisha yetu yote kama viumbe vipya katika Kristo, waliowekwa huru kutokana na utumwa wa dhambi. Hatuishi kama tulivyoishi kabla ya Yesu kutuokoa. Kitabu cha Waebrania kinatuonya dhidi ya kuishi maisha ya kikristo ya kutojali. "Je, sisi tutapataje kupona tusipojali wokovu mkuu namna hii?" (Ebr. 2:3). Tunabadilishwa na Yesu, na mabadiliko hayo yanaathiri kila sehemu ya maisha yetu. "Ndugu zangu, ninyi mliitwa ili mwe huru, hivyo msitumie uhuru wenu kama fursa ya kufuata tamaa za mwili, bali tumikianeni ninyi kwa ninyi kwa upendo" (Gal. 5:13).

Rafiki, tiwa moyo. Mungu ameweka viongozi wanyenyekevu ulimwenguni kote wanaomkubali Yesu kama Bwana, wanaofundisha kulingana na Maandiko, na wanaohimiza mwenendo wa uadilifu. **Roho Mtakatifu–Roho wa Kweli– atatuongoza na kutulinda dhidi ya mafundisho ya uongo.** Atatusaidia kushiriki ukweli wa Mungu na wengine na tutafanya hivyo *kwa upendo.* Yesu atarudi tena kwa wakati mwafaka. Kuwa macho, jichunge na mafundisho ya uongo, na umtumikie Yesu kwa bidii hadi atakaporudi au kukuita nyumbani mbinguni. Utapewa thawabu kwa ajili ya uaminifu wako utakaposikia maneno ya thamani zaidi ya Bwana na Mfalme wetu: "Umefanya vizuri sana, mtumishi mwema na mwaminifu" (Mt. 25:23).

Wacha Bibilia Inene:
Mathayo 24; 2 Petro 2:1–3 (Kwa Hiari: Matendo 25–28)

Wacha Akili Yako Ifikirie:

1. Pitia orodha inayoeleza jinsi unavyoweza kuwakataa walimu wa uongo. Ni nini kinachokuvutia kwenye orodha hiyo? Unawezaje kujitayarisha kuwakataa walimu wa uongo?

2. Kwa nini unafikiri baadhi ya walimu wa uwongo wanapendwa sana katika tamaduni za leo? Kwa nini unafikiri ni changamoto kwa watu kuamini kwa urahisi ujumbe wa injili na kumtumainia Yesu?

3. Ni nini kitakachokusaidia kutambua mafundisho ya kweli kutoka katika Neno la Mungu kando na mafundisho ya uongo kutoka kwa wale ambao wanaweza kuuliza, kama nyoka katika Mwanzo 3:1, "Ati kweli Mungu alisema ... ?"

Wacha Nafsi Yako Iombe:
Baba, niamshe. Niimarishe katika Neno lako ili nisidanganywe na mafundisho ya uongo. Nisaidie kuwaelekeza wengine kwa ukweli na kufanya hivyo kwa upendo. Nikichoka, niimarishe kwa neema yako kwa utukufu wako. Utakaporudi, unipate nikiwa mwaminifu, ili nipate kusikia maneno Yako ya thamani, "Umefanya vizuri" ... Katika jina la Yesu, amina.

Wacha Moyo Wako Utii:
(Mungu anakuongoza kujua, kuthamini au kufanya nini?)

Sherehekea Hadithi Yako ya Kweli

Kisha msherehekee Sikukuu ya Majuma
kwa Bwana Mungu wenu kwa kutoa sadaka ya hiari
kwa kadiri ya baraka ambayo Bwana Mungu wenu
amewapa. Shangilieni mbele za Bwana Mungu wenu
mahali atakapopachagua kama makao ya Jina lake.
Kumbukumbu la Torati 16:10–11

Hebu turudi nyuma hadi siku zile baada ya Yesu kufufuka kutoka kwa wafu. Turudi mjini ambako yote yalitokea.

Siku hamsini baada ya Pasaka ya kwanza/Wikendi ya Pasaka, sherehe, chakula, na wageni walijaa Yerusalemu. Kwa mamia ya miaka, Wayahudi walisherehekea Sikukuu ya Majuma (au Mavuno) siku hamsini baada ya Pasaka (Law. 23:9–20). Kila siku iliyopita hadi kufikia Siku ya 50 iliongeza hamu yao ya likizo hii ya shukrani kwa ajili ya mavuno. Nyumba zilipambwa kwa maua. Mikate maalum iliwekwa kwenye meza ya kila familia. Watu walibeba sadaka zao mpya za nafaka barabarani. Fahali na mbuzi, wana-kondoo na kondoo dume walitembea katikati ya umati. Msafara wa Wayahudi waliosafiri kutoka nchi za mbali ulipanda hadi Yerusalemu. Watu hawa wote—vijana kwa wazee, matajiri kwa maskini, wenyeji kwa wageni—walikuwa wanaelekea wapi? Walikuwa wanaelekea hekaluni kwa ajili ya kusanyiko takatifu.

Badala ya kujiunga na sherehe ya furaha, wafuasi wa Yesu—wanaume na wanawake—walikusanyika pamoja wakiwa wamejificha na wakiwa mikono mitupu (Matendo 1:12–14). Walikuwa na sadaka gani kwa ajili ya kusanyiko takatifu? Majuma machache tu hapo awali–baada ya kuomboleza kifo cha Rafiki yao, Kiongozi wao, Mfalme wao–mioyo yao ilibubujikwa na furaha walipomwona Yesu akiwa hai tena. Walikula, walicheka, walilia, na kuzungumza na Yesu aliyefufuka. Furaha kamili. Lakini baada ya siku arobaini, aliondoka tena. Wakati huo, Yesu alipaa mbinguni moja kwa moja mbele ya macho yao. Aliwaambia wasubiri zawadi yenye nguvu–Roho Mtakatifu (Matendo 1:4–8). Lakini kusubiri ni ngumu. Waliangaliana, wakiwa mikono mitupu wasijue cha kufanya, huku msafara wa watu ukipita nje ya mlango wao. Tofauti na Yerusalemu yote, hawakuwa na zawadi ya kumpa Mungu leo.

Siku yao takatifu ya 50 ilikuwa ya kipekee kwa njia nyingine. Zaidi ya miaka elfu moja na mia tano hapo awali, Waisraeli waliotoroka walifika kwenye Mlima Sinai, ambapo Musa alikutana na Mungu. Siku hamsini baada ya Pasaka ya kwanza huko Misri, Mungu alimpa Musa Amri Kumi. Sheria hizi hazikuwa tu kanuni za kuonyesha jinsi maisha bora yanavyopaswa kuwa bali zawadi kwetu sote kwa sababu zilifunua dhambi zetu (Rumi. 7:7) *na hitaji letu la Mkombozi.*

Siku ya 50 ilikuwa na umuhimu mkubwa –zawadi *kutoka* kwa Mungu na zawadi *kwa ajili ya* Mungu–lakini mengi yalikuwa yamebadilika kwa wanafunzi Siku hii ya 50 ilipofika:

- Wanafunzi walimjua Mkombozi–zawadi iliyoahidiwa– *alikuwa amekuja. Sheria na Manabii vilikuwa vimetimizwa.*
- Wanafunzi walikuwa mashahidi wa Hadithi ya Mungu, *lakini hawakuwa na uhakika wa kuisimulia.*
- Wanafunzi walijua kungoja. *Hawakujua nyakati, tarehe, wala maelezo.*

Hatimaye, mwisho wa kusubiri ulikuwa umewadia, na ilikuwa ni baraka kubwa kusubiri. Jumapili hiyo tukufu, Roho Mtakatifu alikuja kwenye nyumba yote walimokuwa wamejificha, *kama Yesu alivyoahidi.*

Ghafula sauti kama mvumo mkubwa wa upepo mkali uliotoka mbinguni ukaijaza nyumba yote walimokuwa wameketi. Zikatokea ndimi kama za moto zilizogawanyika na kukaa juu ya kila mmoja wao. Wote wakajazwa na Roho Mtakatifu, wakaanza kunena kwa lugha nyingine, kama Roho alivyowajalia. (Matendo 2:2–4)

Wanafunzi walitoka nje ya chumba. Umati kutoka pande zote ulianza kuwasikiliza wanafunzi walipokuwa wakizungumza, nao walishangaa: "Sote tunawasikia watu hawa wakisema mambo makuu ya ajabu ya Mungu katika lugha zetu wenyewe!" (Matendo 2:11). Hawakuweza kujiwekea Roho Mtakatifu wao wenyewe kwa sababu Roho Mtakatifu hawezi kufungiwa katika chumba au katika sehemu moja ya maisha yetu au siku moja ya wiki. *Aliwajaza* wanafunzi na kutiririka kupitia kwao ili aufikie ulimwengu. Siku hamsini baada ya Pasaka/Ijumaa Kuu, Yesu alipotutolea *Nafsi Yake yote* –Roho Mtakatifu alimiminika kwa *wote* (Matendo 2:17). Wanaume kwa wanawake. Wazee kwa vijana. Hakuna aliyeachwa nje. Hakuna kabila au taifa au kikundi kisichokubalika. Yesu, na sasa Roho Mtakatifu, walikuja kwa ajili ya wote. Mtume Petro alizungumza kwa ujasiri na umati na kumnukuu nabii Yoeli:

"Katika siku za mwisho, asema Mungu, nitamimina Roho wangu juu ya wote wenye mwili. Wana wenu na binti zenu watatabiri, vijana wenu wataona maono, na wazee wenu wataota ndoto. Hata juu ya watumishi wangu, wanaume kwa wanawake, katika siku zile nitamimina Roho wangu, nao watatabiri... . Na kila mtu atakayeliitia jina la Bwana, ataokolewa." (Matendo 2:17–18, 21)

Siku hiyo ya 50, inayojulikana milele kama Pentekoste, iliadhimisha kuzaliwa kwa kanisa. Wanafunzi walipokuwa wakitangaza injili kwa lugha mbalimbali, watu waliokusanywa kwa nguvu ya Mungu kutoka kwa mataifa mbalimbali waliitikia–nafsi elfu tatu ziliokolewa kwenye likizo hiyo ya mavuno (Matendo 2:41). Waumini hao wapya walibadilisha ulimwengu waliporudi katika nchi zao na kushiriki Hadithi ya Kweli ya Mungu. Yote hayo kwa sababu zawadi ya siku ya kuzaliwa ya Roho Mtakatifu iliwawezesha waumini kueleza zawadi ya kuzaliwa upya ya Yesu (Yohana 3:3). Tunajua kuwa haya ni kweli:

- Waumini wote wana **karama za kiroho** za kushiriki Hadithi ya Kweli ya Mungu.
- Waumini wote **hufanya kazi pamoja** kueneza Hadithi ya Kweli ya Mungu.
- Waumini wote katika **majira yote ya maisha** wana nafasi muhimu katika Hadithi ya Kweli ya Mungu.
- Waumini wote **wanabadilishwa** na Hadithi ya Kweli ya Mungu na **huleta mabadiliko** kwa ulimwengu!

Badilishano zuri lilifanyika: Badala ya sheria ya Mungu kuandikwa kwenye jiwe, inaandikwa mioyoni mwa watu (Yer. 31:31–33). Badala ya kutoa sadaka ya mavuno kwa Mungu, Yesu—Bwana wa mavuno— alitoa Roho Mtakatifu. Pentekoste ilitoa sherehe mpya kwa kanisa jipya. Kama vile wanafunzi hao walitimiza sehemu yao katika Hadithi ya Mungu, ni zamu yako kufanya vivyo hivyo.

Hii ni Siku *yako* ya 50!

Katika kalenda ya ufalme, wakati wako umefika. Mungu ameweka wakati huu na mahali hapa kwa ajili yako ili umjue na ujue sehemu yako katika Hadithi ya Mungu (Matendo 17:26-27). Kama vile Pentekoste ilitoa ufunuo mpya kwa mitume, somo hili limetoa ufunuo mpya kwako. Kadiri Roho Mtakatifu anavyokujaza ili kukufananisha zaidi na zaidi na mfano wa Mungu, unaweza kujinasua kutokana na chochote kinachokuzuia kuwa kile ambacho amekuitia kuwa. **Unaweza kufurahi katika Yule aliye mwema, anayependeza, mwenye hekima, safi, anayevutia, shujaa, na wa kweli.**

Ni wakati wa kusherehekea! Ni wakati wa kumshukuru Mungu kwa yale ambayo amefanya ndani yako na kupitia kwako wiki hizi saba zilizopita! Hebu tuchukue muda kukumbuka yote ambayo Amekufanyia kila wiki.

Wiki ya Kwanza: Hadithi y Mungu

Wewe ni sehemu ya Hadithi ya Mungu. Unajua jinsi kila kitu kilivyoanza (uumbaji), jinsi kila kitu kilivyoharibika (dhambi), jinsi kila kitu kinavyoweza kuokolewa (Yesu), na jinsi kila kitu kitakavyoisha (kuumbwa upya).

Wiki ya Pili: Hadithi Yako

Wewe ni mteule, umesamehewa, unaabudu, umefanywa mwana, umekumbatiwa, na mtoto mtakatifu wa Mungu. Maisha yako mapya yana maana na kusudi. Unapendwa sana na Mungu.

Wiki ya Tatu: Kusudi lako la Kiroho

Unaelewa kile ambacho Mungu alikuumba ufanye *pamoja* naye. Kusudi lako lina athari mbinguni na linamtukuza Mungu kadiri unavyompenda, kuwapenda wengine, na kufanya wanafunzi.

Wiki ya Nne: Urafiki wa Kukaa Ndani Yake

Unaitwa rafiki wa Mungu. Unajua mipango yake na kukaa ndani ya Yesu. Unapumzika na kupokea yote unayohitaji kutoka kwa Mzabibu wa Kweli, Chanzo cha mahitaji yako kinachotosha. Unajua jinsi ya kushinda majaribu, na Mungu anazaa matunda kupitia wewe.

Wiki ya Tano: Kujifunza Bibilia Kunakobadilisha Maisha Yako

Unajua Mungu aliwaongoza waandishi wa Biblia, na umeipitia. Unajua jinsi ya kuisoma, kuikariri, na kuitumia kupigana na adui na kupata ushindi.

Wiki ya Sita: Maisha Yako ya Maombi yenye Nguvu

Unajua Mungu anapenda kuzungumza nawe na kuuweka moyo wako ulingane na Wake. Unajua jinsi ya kufunga na kuomba, kuondoa vizuizi, kuombea wengine, na kufungua amani isiyo ya kawaida.

Wiki ya Saba: Mshauri Wako wa Kiroho

Ulijifunza jinsi ya kujazwa na Roho Mtakatifu ili akuweke huru kutokana na mitego ya dhambi, akukuze kiroho, akusaidie kufanya wanafunzi, akulinde kutokana na mafundisho ya uongo, na akufariji katika mateso.

Umefaulu! Hukukata tamaa. Huenda usihisi kusherehekea, lakini unapaswa kusheherekea. Pamoja na Mungu, umepitia hatua ngumu na takatifu kwenye safari hii ya imani ili kugundua hadithi yako ya kweli. Kama vile wanafunzi katika siku ya Pentekoste, umebadilika. Sasa umeitwa kuleta mabadiliko duniani.

Katika Siku ya 1, uliandika jinsi hadithi yako pamoja na Mungu imekuwa hadi kufikia sasa. Chukua dakika chache uandike jinsi hadithi yako imetokea katika safari hii ya imani ya siku 50. Linganisha hizo mbili. Je, ni jinsi gani umekua katika uhusiano wako na Mungu?

Tazama safari yako ya imani na ujue kwamba hiyo ndio njia ambayo Mungu alikuwa amekupangia huu muda wote. Mungu amekuchagua na kukuweka pale ulipo "kwa wakati kama huu" (Esta 4:14). Mungu anaandaa hadithi yako—na ni nzuri. Sura yako mpya inaanza sasa.

Rafiki, safari hii ya imani ya siku 50 inapofikia tamati, ninataka kukushukuru kwa kujibu wito wa Mungu wa kugundua *Hadithi Yako ya Kweli*. Imekuwa furaha kutembea na wewe. Ninakuombea baraka za Mungu katika maisha yako ili upendo wako ukue pamoja na maarifa na uweze kutembea katika haki kwa ajili ya utukufu wa Mungu (Flp. 1:9–11). Siku moja, tutakapokuwa pamoja mbinguni, nitakushangilia wakati Mfalme wetu Yesu atakapokuleta katika utukufu wake bila lawama:

Kwake yeye awezaye kuwalinda ninyi msianguke na kuwaleta mbele za utukufu wake mkuu bila dosari na kwa furaha ipitayo kiasi: kwake yeye Mungu pekee Mwokozi wetu, kwa Yesu Kristo Bwana wetu, utukufu, ukuu, uweza na mamlaka ni vyake tangu milele, sasa na hata milele! Amina. (Yuda 24–25)

Wacha Bibilia Inene:

Waefeso 3:14–21 (Kwa Hiari: Kitabu cha Ruthu–Kama desturi, husomwa katika Sikukuu ya Majuma [Pentekoste], hadithi hii fupi inatoa tumaini na ukombozi na inafunua mpango wa Mungu wa ukombozi kupitia mada ya mavuno.)

Wacha Akili Yako Ifikirie:

1. Unapofikiria kuhusu maisha yako katika Kristo, eleza kile unachosherehekea wewe binafsi. Ni nini kinakufanya uwe na shukrani zaidi kuhusu safari yako ya siku 50?

2. Jibu Maswali ya Majadiliano ya Wiki ya 7.

Wacha Nafsi Yako Iombe:

Baba, asante kwa ajili Yako. Asante kwa kumtuma Mwanao, Yesu, na kwa kummimina Roho wako kwa ulimwengu. Asante kwa kuniandika katika Hadithi yako ya Kweli. Nisaidie kukaa ndani ya Yesu na kujazwa na Roho kwa ajili ya utukufu wako pekee. "Siku za maisha yangu ziko mikononi mwako" (Zab. 31:15) ... Katika jina la Yesu, amina.

Wacha Moyo Wako Utii:

(Je, Mungu anakuongoza kujua, kufanya au kuthamini nini?)

Tusalie Kuwa Marafiki:

Tafadhali nenda mtandaoni kwenye www.yourtruestorybook.com ili kutujulisha kuwa umekamilisha somo hili la Biblia. Tunataka kusherehekea na kukupa video, vipakuliwa na mengi zaidi. **Utapokea cheti cha mafanikio na maombi yetu.** Asante.

MASWALI YA KUJADILI YA WIKI YA 7:

Pitia somo la wiki hii na ujibu maswali yafuatayo. Jadili majibu yako na marafiki zako mnapokutana wiki hii.

1. Yesu aliwaambia wanafunzi wake ni heri awaondokee na arudi mbinguni maana asipokuwepo atamtuma Roho Mtakatifu. Kwa nini Roho Mtakatifu ni wa thamani sana? Roho Mtakatifu huwasaidiaje waumini?

2. Je, Roho Mtakatifu anawezaje kutukuza kwa njia ya kutumika? Eleza mfano ikiwa unao. Je, tunapaswa kuwa na mtazamo gani tunapotumika? Je, kuna mtu yeyote unayeona ni vigumu kumtumikia? Unawezaje kumwonyesha upendo wa Mungu wiki hii?

3. Soma Warumi 8:28-29. Mungu anawezaje kutuletea mema kutokana na hali zetu ngumu ? Hilo linawezaje kukutia moyo kuvumilia unapopitia mateso?

4. Umewahi kukumbana na mafundisho ya uongo, na ulijuaje yalikuwa ya uongo? Unawezaje kubakia na motisha unapoitekeleza hadithi yako na Mungu?

5. **Urudiaji ni muhimu katika kujifunza. Muombe Mungu akuonyeshe ni nani unayepaswa kumwalika kupitia somo hili tena.** Je, kuna muumini mpya au mtu mwingine anayemtafuta Mungu ambaye unaweza kumfundisha kuwa mwanafunzi kwa kutumia mwongozo huu?

Shukrani

Vitabu huandikwa katika jamii, na *Hadithi Yako ya Kweli* si tofauti. Kwa neema ya Mungu na maombi mengi, waumini kutoka desturi mbalimbali za Kikristo walichangia katika safari hii ya imani.

Kabla ya kuandika hata neno moja, timu yetu ya huduma ya maombi ilitayarisha njia kwa maombi yao yenye nguvu. Ninakupenda, Christy Price, Missy Blanton, Hilary Windsor, Linda Reppert, Diane Engelhardt, Paddy Creveling, Cynthia Webb, Jenny Krishnarao, Riann Boyd, na Melanie Gauthier.

Ninamshukuru sana Mary Ann Wilmer kwa bidii na moyo wake katika kusaidia kuzindua mradi huu vyema. Shukrani nyingi kwa Dkt. Archie England, Danita Brooks, Kim Driggers, Tara Krishnarao, na Wayne Hastings & Co., ambao walitusaidia kumaliza vyema.

Shukrani nyingi kwa timu ya All In Ministries International na wasiaidizi wengine kwa kufanyia majaribio nyenzo tulizoandaa, hasa uhakiki wa awali wa Glenn Reese, Kelley Hastings, Christy Price, Erin Crider, na Amy Tiede. Shukrani maalum kwa Kanisa la Chets Creek kwa kunitia moyo na usaidizi wenu.

Kwa familia yangu, ninashukuru kwa upendo wenu usioyumba na msaada. (Mama, asante kwa kila kitu.) Wanangu na wapwa walinitia moyo. Ninapitisha safari hii ya imani kwenu, kama kijiti katika mbio za kupokezana vijiti, ili mkimbie mbio yenu ya Waebrania 12:1–3. Msikate tamaa tamaa. Kuna faida kubwa katika kumfuata Yesu.

Kwa rafiki yangu mkubwa, Brett, mtazamo wako wa "kuitwa pamoja" katika ndoa yetu ulifanya safari hii ya imani kuwezekana kwa njia zaidi ya moja. Ni heshima maishani mwangu kuwa mke wako. Nakupenda sana.

Zaidi ya yote, ninamshukuru Mungu milele—Mwandishi wetu—kwa kuandika hadithi zetu za kweli. Mungu apokee utukufu wote kutokana na matunda ya kazi hii.

Sio kwetu sisi, Ee Bwana, sio kwetu sisi, bali utukufu
ni kwa jina lako, kwa sababu ya upendo
na uaminifu wako. Zaburi 115:1

MPANGILIO WA MIKUTANO YA KILA WIKI

Ili kukuza mahusiano ya kweli katika muktadha wa kufanya wanafunzi, jaribu kutumia mbinu ifuatayo kwa ajili ya vikundi vyenu vidogo vya kila wiki.* Gawanya wakati wako katika sehemu tatu zifuatazo, na umwalike Roho Mtakatifu atawale:

WAKATI ULIOPITA

Jali:

- Je, wiki hii unashukuru kwa ajili ya nini?
- Je, una wasiwasi kwa ajili ya nini?

Omba/Abudu:

Mmoja wenu anaomba na kumualika Mungu aongoze muda wenu wa kuwa pamoja.

Uwajibikaji:

Pitia malengo yaliyowekwa wiki iliyotangulia ili mwajibishane *kwa upendo*

Utume:

Kagua dhamira/maono ya kikundi (k.m., "Furahia Mungu na umwinue" au "Uwe mwanafunzi anayefanya wanafunzi").

WAKATI ULIOPO

Somo:

Somo kifungu cha Maandiko *mara mbili* katika tafsiri tofauti, ikiwa zinapatikana.

Uliza:

- Unajifunza nini kumhusu Mungu?
- Unajifunza nini kuhusu watu?
- Mungu anataka ujue, uthamini, au, ufanye nini?

(Wakati mwingine, fikiria kuutumia wakati huu kujifunza zana za mafunzo kuhusu kufanya wanafunzi, kama vile jinsi ya kushiriki ushuhuda wako au jinsi ya kushirki injili. Hakikisha unafanya mazoezi ya kutumia zana hizi katika kikundi chako kabla ya kuendelea.)

WAKATI UJAO

Weka Malengo:

Mwalike kila mtu aombe kwa sauti ya chini, akimuuliza Mungu jinsi tunavyopaswa kuitikia.

Jibu:

- Unawezeje kuchukua hatua kuhusu kile ulichojifunza?
- Je, utamfunza nani ukitumia kifungu hiki?
- Utashiriki injili na nani?

Kurekodi na Kushiriki Malengo:

Kila mtu anarekodi malengo yake katika shajara/simu yake. Shiriki malengo na kikundi.

Agizo:

Mmoja wenyu anafunga kwa maombi.

*Imetolewa kutoka #NoPlaceLeft 3/3rds approach.

Kiambatisho

Zana za Kushiriki Imani Yako

Hatua za Kushiriki Hadithi ya Mungu Kwa Kutumia Maduara

1. **Chora duara la kushoto na umbo la moyo**—eleza upendo wa Mungu na muundo wake kwa ajili ya maisha yetu.
2. **Chora duara la kulia na mshale wa kuashiria dhambi**—eleza jinsi sote huwa tunachagua kufuata njia zetu wenyewe badala ya kumtumainia Mungu. Hiyo inaitwa dhambi na huvunja mahusiano yetu, ikianza na uhusiano wetu na Mungu.
3. **Chora mishale mitatu** kutoka kwenye duara la kuvunjika ikiashiria kwenda mbali na Mungu. Eleza kwamba kila mshale unaashiria njia ambazo watu hujaribu kurekebisha kuvunjika kwao—kupitia mafanikio, mali, dini, kujaribu kuwa wazuri, au uraibu. Ni uhusiano na Mungu tu ndio unaoweza kuwarejesha.
4. **Chora duara la chini**—eleza jinsi Mungu alivyomtoa Mwana wake wa pekee, Yesu **(chora mshale wa kwenda chini)**, ili achukue adhabu yetu kwa ajili ya dhambi zetu msalabani **(chora msalaba)**. Yesu alifufuka kutoka kwa wafu **(chora mshale wa kwenda juu)** akishinda kifo na kuthibitishia dunia kwamba yeye ni Mungu, Mkombozi wetu.
5. **Chora mshale kutoka kwenye kuvunjika hadi kwa Yesu**—eleza jinsi wakati tunajitenga na njia zetu (kutubu) na kumfuata Yesu kama Kiongozi wetu **(chora taji juu ya duara)**, uhusiano wetu na Mungu unarejeshwa **(chora mshale unaorudi kwa Mungu)**.

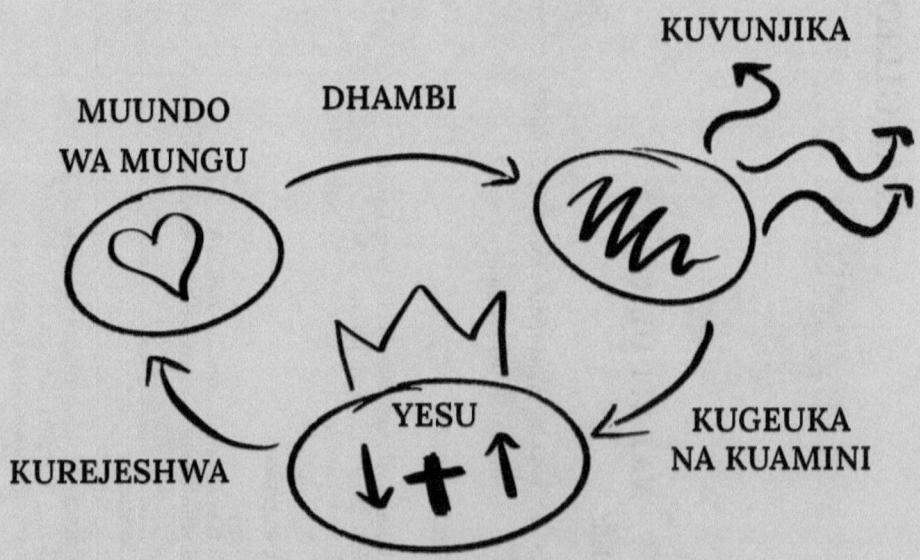

Jifunze

Jifunze hadithi zao na kile wanachoamini. Kuwa makini ili uweze **kushiriki hadithi yako ya Mungu.**

- Je, kuna mambo yoyote ya kiroho unayoamini?
- Je, unamwamini Mungu?
- Unafikiri Yesu ni nani?
- Je, kuna mtu yeyote amewahi kushiriki injili na wewe hapo awali?

Andaa mbinu ya kushiriki hadithi yako ya Mungu kwa sekunde 15-20 na ufanye mazoezi ya kuitumia. Hii hapa ni mbinu iliyopendekezwa:

"Kuna wakati maishani mwangu ambapo nilikuwa...

_____

(Jumuisha maneno/virai viwili vinavyoeleza maisha yako kabla ya kumjua Yesu.)

"Kisha nikasamehewa na Yesu na nikachagua kumfuata."
"Maisha yangu yalibadilika. Sasa, mimi...

_____

(Jumuisha maneno/virai viwili vinavyoeleza maisha yako baada ya kumjua Yesu.)

Uliza: "Je, una hadithi kama hiyo?"

Sikiliza

Tengeneza **ramani ya mahusiano** ya watu unaowajua walio mbali na mungu.

1. Omba kwa ajili ya uwezo wa kupambanua mambo kutoka kwa Roho Mtakatifu na uandike jina lako kwenye duara la katikati.

2. Chora maduara ya mahusiano ya watu unaowajua walio mbali na Mungu. Ongeza maduara kama inavyohitajika.

3. Ongeza maduara kwenye maduara ya watu wanaoaowajua ambao pia wako mbali na Mungu (mwanandoa/mwenzako kazini).

4. Anza kuwaombea wale unaowajua na wale ambao watu unaowajua wanaweza kuwafikia. Katika Yohana 17:20, Yesu aliombea wale ambao wangeamini kupitia wengine. Nasi tuombe hivyo, pia.

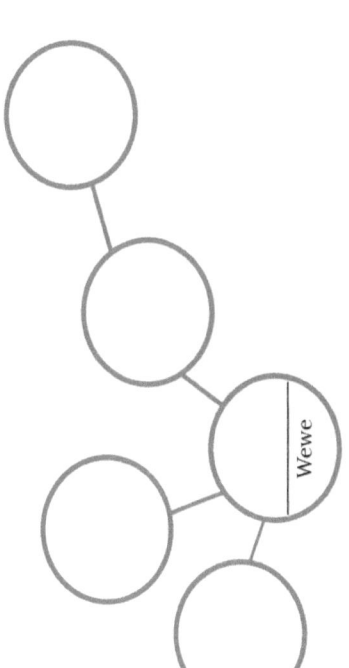

Wewe

Penda

Shiriki Hadithi ya Mungu na ujumuishe Viungo vinne nya Mkate wa Injili: Upendo, Dhambi, Yesu, Toba na Imani.

Fanya mazoezi ya kuchora maduara 3 ya Hadithi ya Mungu:

Uliza: Je, kuna jambo lolote linalokuzuia kupokea msamaha wa Mungu na kumfuata Yesu kama Kiongozi wa maisha yako?
Jadili vipengele vya maombi: Amini, Samehe, Sadia.

Bwana

Kujitolea kwako kwa Yesu.

Kama mtu mpya katika Kristo, Mimi ni Balozi wa Yesu na ana mamlaka juu ya maisha yangu yote (1 Kor. 5:17-21).

Nikikaa ndani ya Yesu nitatii amri yake ya kufanya wanafunzi nikijua yuko pamoja nami siku zote na kwamba Roho Mtakatifu atanisaidia (Yohana 15; Mt 28:18-20; Matendo 1:8).

- Nitaomba kwa ajili ya watu kwenye ramani yangu ya mahusiano

  (Jumuisha wakati/siku ambapo utaomba k.m., asubuhi au kila Jumatatu)

- Nitashiriki Hadithi ya Mungu na mtu ambaye yuko katika ramani yangu ya mahusiano

  (Jumuisha ni mara ngapi utashiriki k.m., mara moja kwa wiki au mwezi)

- Nitamfundisha muumini mmoja kuwa mfanya wanafunzi

  (Jumuisha ni mara ngapi utamfundisha na mbinu utakayoytumia kumfundisha kuwa mfanya wanafunzi.)

_____
(Sahihi na tarehe)

Kata na ukunje karatasi hii na uiweke katika Biblia yako. Ipitie mara kwa mara katika mikutano yenu ya kila wiki. Pakua zana hii kwenye allinmin.org

Bibliografia

Alcorn, Randy C. *Heaven Study Guide*. Carol Stream, IL: Tyndale House Publishers, 2006.

Barry, J. D., and L. Wentz. *The Lexham Bible Dictionary*. Bellingham, WA: Lexham Press, 2016.

Blue, Ron, and Karen Guess. *Never Enough? 3 Keys to Financial Contentment*. Nashville, TN: B & H Publishing Group, 2017.

Briscoe, Jill. *Here Am I, Lord—Send Somebody Else: How God Uses Ordinary People to Do Extraordinary Things*. Nashville: W Pub. Group, 2004.

Chan, Francis, and Lisa Chan. *You and Me Forever: Marriage in Light of Eternity*. Singapore: Imprint Edition, 2015.

Danker, Frederick W. *Lexical Evolution & Linguistic Hazard: An Introduction to A Greek-English Lexicon of the New Testament and Other Early Christian Literature*, Third Edition (BDAG), Edited by Frederick William Danker, Based on Walter Bauer's *Griechish-Deutsches Wörterbuch Zu Den Schriften Des Neuen Testaments Und Der frühchristlichen Literatur*, Sixth Edition, Ed. Kurt Aland and Barbara Aland, with Viktor Reichmann and on Previous English Editions by W.F. Arndt, F.W. Gingrich, and F.W. Danker. Chicago: University of Chicago Press, 2000.

Elwell, Walter A. *Evangelical Dictionary of Biblical Theology*. Grand Rapids, MI: Baker Books, 2001.

Gangel, Kenneth O., and Max E. Anders. *John*. Nashville, TN: Holman Reference, 2000.

Geisler, Norman L. *Systematic Theology: In One Volume*. Minneapolis: Bethany House Publishers, 2011.

Greear, J. D. *Jesus, Continued...: Why the Spirit Inside You Is Better than Jesus Beside You*. Grand Rapids, MI: Zondervan, 2014.

Grudem, Wayne. *Systematic Theology: An Introduction to Biblical Doctrine*. Leicester: Inter-Varsity, 2007.

Habermas, Gary R. *The Historical Jesus: Ancient Evidence for the Life of Christ*. Joplin, MO: College Press, 1996.

Hauer, Cheryl. "God's Invitations." Bridges for Peace, November 21, 2017. https://www.bridgesforpeace.com/letter/gods-invitations/.

Hendricks, Howard G., and William Hendricks. *Living by the Book: The Art and Science of Reading the Bible*. Chicago: Moody Press, 2007.

Holladay, William Lee., and Ludwig Hugo Koehler. *A Concise Hebrew and Aramaic Lexicon of the Old Testament*. Grand Rapids, MI: W.B. Eerdmans Pub. Co., 1993.

Hughes, R. Kent. *John: That You May Believe*. Wheaton, IL: Crossway Books, 1999.

Jones, Ian F. *The Counsel of Heaven on Earth: Foundations for Biblical Christian Counseling*. Nashville, TN: Broadman & Holman Publishers, 2006.

Keller, Timothy. *Walking with God through Pain and Suffering*. London: Hodder & Stoughton, 2015.

Kitchen, K. A. *On the Reliability of the Old Testament*. Grand Rapids, MI: William B. Eerdmans, 2006.

Kroll, Woodrow Michael. *Facing Your Final Job Review: The Judgment Seat of Christ, Salvation, and Eternal Rewards*. Wheaton, IL: Crossway Books, 2008.

MacDonald, James. Walk in the Word Radio, AM 550, Jacksonville, FL, 2009.

Miller, Mike, and Michael Sharp. "Worship Leadership" Intensive Class Notes: Three Stages of Worship, New Orleans: New Orleans Baptist Theological Seminary, May 2014.

"Mitzvot." ReligionFacts, June 22, 2017. http://www.religionfacts.com / mitzvot.

NoPlaceLeft International Coalition. https://noplaceleft.net.

Pratt, Zane. "Making Disciples in Another Culture." Breakout, Send Conference, Orlando, FL, July 26, 2017.

Towns, Elmer L. *Fasting for Spiritual BreakThrough: A Guide to Nine Biblical Fasts*. Ventura, CA: Regal Books, 1996.

Tripp, Paul. "Why Do I Need the Bible?" Paul Tripp Ministries, Inc., May 13, 2019. https://www.paultripp.com/app-read-bible-study / posts/001-why-do-i-need-the-bible.

Vine's Complete Expository Dictionary of Old and New Testament Words. Nashville: T. Nelson, 1984.

Wallace, J. Warner. *Cold-Case Christianity: a Homicide Detective Investigates the Claims of the Gospels*. Colorado Springs, CO: David C Cook, 2013.

Whelchel, Hugh. "The Four-Chapter Gospel: The Grand Metanarrative Told by the Bible." Institute for Faith, Work & Economics, Febr uary 14, 2012. https://tifwe.org/the-four-chapter-gospel-the-grand -metanarrative-told-by-the-bible/.

Whitacre, Rodney A. *John*. Downers Grove, IL: Inter-Varsity Press, n.d.

Wilbur, Hervey. *The Assembly's Shorter Catechism, with the Scripture Proofs in Reference: with an Appendix on the Systematick Attention of the Young to Scriptural Knowledge*. Newburyport: Printed by Wm. B. Allen & Co., 1816.

Zawadi Yetu Kwako

Umefaulu! Tunataka kusherehekea na kukupa video, vipakuliwa, na mengi zaidi. Utapokea cheti cha mafanikio na maombi yetu. Tafadhali nenda mtandaoni kwenye **YourTrueStoryBook.com** kutujulisha kwamba umemaliza safari hii.

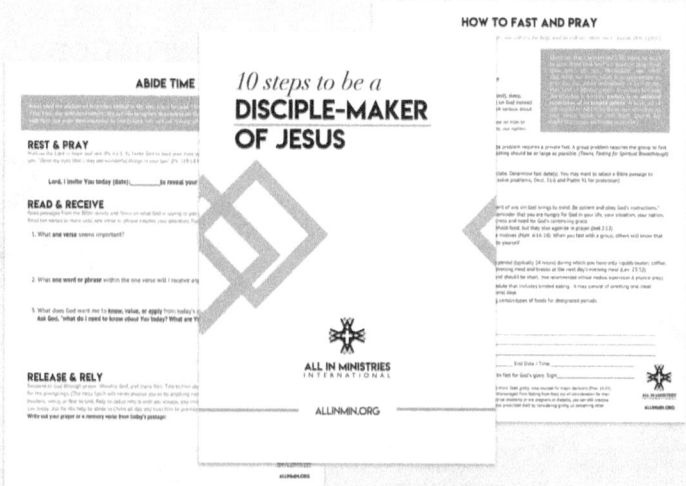

Tuwe Marafiki

Tumetembea pamoja kwa siku 50
na hatutaki kusema kwaheri

Endelea kuwasiliana nasi na ushiriki hadithi yako ya kweli hapa:

Facebook– www.facebook.com/allinmin
Instagram @allinministriesinternational
YouTube– All In Ministries International
LinkedIn – All In Ministries International

Hadithi yako ya Kweli
ni ya watu wote kila mahali.

ALL IN MINISTRIES®
INTERNATIONAL

All In Ministries International
huwaandaa wanawake kuwa
wafanya wanafunzi wa Yesu.

Shiriki Imani Yako • Fikia Wanawake Wenye Uhaba wa Rasilimali • Andaa Viongozi

Njia tatu tunazoweza kutumika pamoja:

Kuwa Mfanya Wanafunzi

Unaweza kuwafikia wanawake katika jamii yako au duniani kote ili kuwafanya
wawe wanafunzi wa Yesu. Rasilimali zetu za bure mtandaoni zitakusaidia.

Kuwa Mkufunzi

Tumia kozi yetu ya mafunzo kuwezesha mikutano ya kufanya wanafunzi
ndani na nje ya nchi. Kuwa sehemu ya mtandao wa kimataifa wa
wakufunzi wa kujitolea.

Kuwa Mshirika wa Utume

Tualike kufanya kazi pamoja na huduma yako. Wakati timu yako
inahudumu, tunawezesha mafunzo ya uanafunzi wa wanawake.

All In Ministries International Incorporated ni shirika lisilo la faida la 501c3.

**Ili kujifunza mengi zaidi, tembelea
allinmin.org. Badilisha Ulimwengu
Mwanamke Mmoja Baada ya Mwingine**